आपल्या
स्नेहीजनांना
पुस्तके
भेट द्या

# अंतराळ स्पर्धा

अतुल कहाते



मेहता पब्लिशिंग हाऊस

Please contact us at **Mehta Publishing House,** Pune 411030.
✆ +91 020-24476924 / 24460313 / Mob. No. 9545000513
Email : production@mehtapublishinghouse.com
Website : www.mehtapublishinghouse.com

- *या पुस्तकातील लेखकाची मते, घटना, वर्णने ही त्या लेखकाची असून त्याच्याशी प्रकाशक सहमत असतीलच असे नाही.*

ANTARAL SPARDHA by ATUL KAHATE
**अंतराळ स्पर्धा : अतुल कहाते** / विज्ञान

Email : author@mehtapublishinghouse.com
प्रकाशक : सुनील अनिल मेहता, मेहता पब्लिशिंग हाऊस,
१९४१, सदाशिव पेठ, माडीवाले कॉलनी, पुणे -४११०३०.

मुद्रक : ट्रिनिटी ॲकॅडमी फॉर कॉर्पोरेट ट्रेनिंग लिमिटेड

मुखपृष्ठ : चंद्रमोहन कुलकर्णी

प्रथमावृत्ती : फेब्रुवारी, २०१९

किंमत : ₹ २५०

P Book ISBN 9789353172091
E Book ISBN 9789353172107
E Books available on : amazonkindle Apple Books Google Play Books

---

*माझ्या आयटी कारकिर्दीच्या सुरुवातीला*

*खूप आधार देणारे*

***अभय जुवेकर***

*यांना*

# प्रस्तावना

जीवसृष्टीची निर्मिती झाल्यापासून माणसाला अंतराळाविषयी विलक्षण कुतूहल वाटत आलेलं आहे. आकाशाकडे बघितल्यावर माणसाला दर वेळी वेगळं दृश्य दिसत असल्यामुळे तो कायमच त्याकडे काहीतरी अद्भुत बघितल्याच्या भावनेनं भारून गेलेला आहे. कधी निळंशार आकाश दिसावं, तर कधी पांढरंफटक आकाश नजरेला पडावं. कधी पावसाचे काळे ढग दाटलेले असावेत, तर कधी प्रखर सूर्याकडे बघणं अशक्य व्हावं. रात्रीसुद्धा किती वैविध्यं दिसावीत? कधी चांदण्यानं भरलेलं पांढरं आकाश दिसावं, तर अमावस्येच्या रात्री चंद्र नसल्यामुळे एकदम मोकळं आकाश दिसावं. चंद्रसुद्धा कधी पूर्ण तर कधी अर्धा. कधी त्याची कोर दिसावी, तर कधी तो दिसूच नये. इतर ग्रहतारेसुद्धा चमचमताना अगदी दिमाखात दिसावेत. कित्येक सहस्रकं आकाशाविषयीची ही वैशिष्ट्यं अचंबित होऊन बघण्यात आणि त्याविषयी कविकल्पना रचण्यातच माणसानं घालवली. त्यानंतर माणसाच्या आयुष्यात विज्ञानाचं आगमन झालं आणि आकाशामधल्या या चमत्कारांना ठरावीक नियमांमध्ये बांधण्यासंबंधीच्या संकल्पना जन्मल्या. इथून पुढे चमत्कार घडत गेले. ‘पृथ्वी स्थिर नसते आणि ती फिरते; इतकंच नव्हे, तर ती सूर्याभोवती फिरते’ या विधानामुळे अनेक शतकं नुसता गोंधळ माजला. तसंच चंद्रसुद्धा पृथ्वीभोवती फिरतो, हेही समजलं. याखेरीज इतर सगळ्या ग्रहताऱ्यांविषयी विलक्षण माहिती मिळत गेली. दुर्बिणीचा जन्म झाल्यापासून आणि माणसानं ती आकाशाकडे रोखल्यापासून या माहितीचा स्फोट झाला. खगोलशास्त्र या अत्यंत महत्त्वाच्या शाखेचा जन्म झाला.

काही शतकं आकाशाकडे बघून अवकाशाविषयीची माहिती गोळा करण्यावर माणसाचा भर होता. त्यानंतर मात्र अचानकपणे अवकाशाकडे बघण्याची माणसाची दृष्टी पार बदलली. नुसतं पृथ्वीवर बसून अवकाशाचं निरीक्षण करण्यापेक्षा चक्क अवकाशातच एखादी चक्कर मारता आली तर; या विचारानं काही लोकांना पार भारून टाकलं. याला विमानाचा शोधसुद्धा कारणीभूत ठरला. जमिनीवरून जाणाऱ्या वाहनांबरोबरच हवेत उडू शकणाऱ्या वाहनांमुळे हे घडलं. जर विमान जमिनीपासून थोड्या उंचीपर्यंत जाऊ शकत असेल, तर ते आणखी बरंच वर जाऊ शकेल आणि

थेट अंतराळात घुसू शकेल का, या भन्नाट विचारामुळे हे लोक पार वेडेच झाले. याला युद्धांचीही मदत झाली, कारण युद्धकाळात शत्रूच्या ठिकाणांवर बॉम्बहल्ले करण्यासाठी विमानांबरोबरच रॉकेट्सही बनवण्यात आली. विलक्षण वेगानं दूरपर्यंत जाऊ शकणारं असंच एखादं रॉकेट थेट अंतराळापर्यंत गेलं तर काय बहार येईल,ही कल्पनाच थरारक होती. अर्थातच यासाठी अनेक प्रश्न सोडवणं भाग होतं. मुळात 'अवकाश' नक्की कुठं असतं, तिथं जाण्यासाठी नक्की कशा प्रकारचं रॉकेट लागेल, त्यामध्ये कुठलं इंधन वापरावं लागेल, तिथली परिस्थिती नक्की कशी असेल, तिथं माणसाला जाणं शक्य होईल का, अशा असंख्य प्रश्नांची उत्तरं मिळवण्यासाठीची धडपड सुरू झाली. या धडपडीचा सगळ्यात चित्तथरारक आणि अभूतपूर्व काळ दुसऱ्या महायुद्धानंतरच्या सुमाराचा होता.

अमेरिका आणि सोव्हिएत युनियन येथे १९५७ ते १९६९ या बारा वर्षांच्या काळात अंतराळावर आपलं वर्चस्व निर्माण करण्याच्या संदर्भात घडलेल्या अत्यंत रोमहर्षक घडामोडींना ढोबळमानानं 'अंतराळशर्यत' (Space Race) असं म्हटलं जातं. १९५७ सालच्या ऑक्टोबर महिन्यात सोव्हिएत युनियननं अंतराळात सोडलेल्या 'स्पुटनिक' या उपग्रहापासून सुरू झालेलं हे युद्ध १९६९ सालच्या अमेरिकेच्या 'अपोलो ११' उपग्रहानं चंद्रावर उतरण्याच्या वेळी संपलं. दुसऱ्या महायुद्धानंतर अमेरिका आणि सोव्हिएत युनियन यांच्यामध्ये सुरू झालेल्या शीतयुद्धाचाच हा एक भाग होता. या अंतराळयुद्धामधल्या तांत्रिक, राजकीय, सामाजिक आणि वैयक्तिक घडामोडींचं वर्णन अत्यंत चित्तथरारक आहे आणि जागतिक इतिहास समजून घेण्याच्या दृष्टीनंसुद्धा ते खूप महत्त्वाचं आहे.

या अंतराळशर्यतीचे अनेक 'हीरो' असले तरी त्यामधल्या दोघांचा आपल्याला खास उल्लेख केलाच पाहिजे.

जर्मनीत जन्मलेला, नाझी राजवटीमध्ये नाइलाजानं हिटलरसमोर शरणागती पत्करून ब्रिटिशांवर बॉम्ब टाकण्यासाठी रॉकेट तयार करण्याचं काम करणारा व्हर्नर फॉन ब्राऊन हा त्यांमधला पहिला नायक होता. लहानपणापासून रॉकेट तयार करण्यासाठी धडपडणारा आणि अंतराळात माणसाला कधीतरी पाठवण्याची दुर्दम्य आशा बाळगणारा फॉन ब्राऊन अत्यंत हुशार तर होताच; पण कुठल्या परिस्थितीत कसं वागायचं याची त्याला चांगलीच जाण होती. म्हणूनच दुसऱ्या महायुद्धात जर्मनीचा पाडाव होत असताना अमेरिकेला शरण जाण्याचा शहाणपणा त्यानं दाखवला. विलक्षण धोका पत्करून आपला आणि आपल्या सहकाऱ्यांचा जीव वाचवत आणि रॉकेटसंबंधीची गुप्त कागदपत्रं कशीबशी सुरक्षित ठेवत फॉन ब्राऊननं अमेरिकेमध्ये आपलं बस्तान बसवलं. हा प्रवासही काही सोपा नव्हता. अमेरिकेमध्ये गेल्यावरसुद्धा नाझी जर्मनीमध्ये क्रूर नरसंहाराला काही प्रमाणात

कारणीभूत ठरल्याचा आरोप त्याच्यावर ठेवण्यात आला. तसंच त्याच्या अंतराळभरारीच्या स्वप्नांना वारंवार कात्री लावण्यात आली. एखादा माणूस अशा परिस्थितीत पार खचून गेला असता; पण फॉन ब्राऊन हे रसायनच काही वेगळं होतं. सगळ्या प्रतिकूल परिस्थितीचा सामना करत त्यानं शेवटी आपलं स्वप्न साकार केलंच.

दुसरीकडे सोव्हिएत युनियनच्या गळचेपी करणाऱ्या राजवटीमध्ये सर्गई पावलोव कोरेलियॉव्ह नावाचा विलक्षण माणूस खितपत पडला होता. अंतराळभरारीचं स्वप्न तोही मनाशी बाळगून असला, तरी आपल्याच लोकांकडे सातत्यानं संशयाच्या नजरेनं बघणाऱ्या सोव्हिएत राजवटीमध्ये तो पार पिचून गेला होता. सोव्हिएत युनियनच्या छळछावणीमध्ये कोरेलियॉव्हचा शारीरिक छळ होई. त्याच्यावर खोटे आरोप ठेवण्यात आले. तो सोव्हिएत युनियनच्या राजवटीच्या विरोधात कारवाया करतो, असा बनाव रचण्यात आला. यामुळे कोरेलियॉव्ह पार खचून गेला. तेवढ्यात अचानकपणे कोरेलियॉव्हच्या आयुष्यातला विझत चाललेला आशेचा किरण एकाएकी प्रखर झाला. कोरेलियॉव्हचं तांत्रिक कौशल्य किती वादातीत आहे याची सोव्हिएत अधिकाऱ्यांना जाणीव झाल्यामुळे त्याच्यावरचे सगळे आरोप रद्दबातल ठरवून त्याला रॉकेटनिर्मितीच्या कामाचा प्रमुख नेमण्यात आलं.

एकीकडे फॉन ब्राऊन आणि दुसरीकडे कोरेलियॉव्ह हेच ते दोन महामानव होते. सगळ्या अडचणींना, निराशाजनक परिस्थितीला, अपमानांना, हालअपेष्टांना, कुचेष्टेला, आर्थिक कुचंबणेला सामोरं जात, या दोघांनी आपल्या मनातली जिद्द सोडली नाही. एक ना एक दिवस माणूस अंतराळामध्ये जाईलच, हा त्यांचा विश्वास अचंबित करून सोडणारा होता. खरोखर 'कुठून येतं हे सगळं?' असं आपण स्वतःला विचारून अंतर्मुख व्हावं, असं या दोन माणसांचं व्यक्तिमत्त्व होतं. आजूबाजूला सगळीकडे निराशा दाटलेली असताना आपण मात्र आपल्या लक्ष्यावर सगळं बळ एकवटून काम करत राहण्याचा आणि शेवटी यश मिळवण्याची जिद्द बाळगण्याचा हा अभूतपूर्व प्रवास होता. या प्रवासाची कहाणी थरारक तर आहेच; पण तिची अनेक वैशिष्ट्यंही आहेत. उदाहरणार्थ, फॉन ब्राऊनच्या कामाविषयी अमेरिकेमध्ये नेहमीप्रमाणेच खूप मोकळेपणानं बोललं जाई; याउलट कोरेलियॉव्हनं इतिहास घडवूनसुद्धा त्याचा मृत्यू होईपर्यंत त्याच्याविषयी सोव्हिएत युनियननं पुरती चुप्पी साधली होती. म्हणजेच फॉन ब्राऊन हा आधीपासूनच 'हिरो' ठरला असला, तरी जिवंतपणी कोरेलियॉव्हकडे काही मोजक्या सोव्हिएत उच्चपदस्थांखेरीज आणि तंत्रज्ञांखेरीज कुणीच अशा नजरेनं बघितलं नाही. कोरेलियॉव्हच्या मृत्यूनंतर मात्र जेव्हा त्याच्याविषयीची माहिती सोव्हिएत युनियननं प्रसिद्ध केली, तेव्हा गहजबच झाला! माणसांचा महापूर कोरेलियॉव्हच्या मृतदेहाला वंदन करण्यासाठी लोटला. अर्थातच हे बघायला कोरेलियॉव्ह आता होता कुठं? याखेरीज सोव्हिएत युनियन

अंतराळभरारीविषयीच्या आपल्या प्रगतीविषयी प्रचंड गुप्तता बाळगत असली, तरी अमेरिका या संदर्भात तितक्याच खुलेपणानं बोलत असल्यामुळे विलक्षण ताणतणावाची परिस्थिती निर्माण झाली. अंतराळभरारीच्या संदर्भात आपला शत्रू आपल्यावर मात करणार अशी भीती बाळगून काम सुरू राही. ही शर्यत जिंकण्यासाठी दोघंही सतत धडपडत. काहीही करून आपणच ही शर्यत जिंकायची यासाठी फॉन ब्राऊन आणि कोरेलियॉव्ह सातत्यानं प्रयत्न करत. यामध्ये कधीकधी ईर्ष्येची भावना असली, तरी या दोघांचा मुख्य हेतू अंतराळामध्ये माणसाला पोचवण्याचा होता. हे काम आपल्याआधी आपल्या प्रतिस्पर्ध्यानं करू नये यासाठी त्यांची धडपड सुरू असली तरी त्यात विज्ञानाचा विजय व्हावा, अशीच त्यांची कायम इच्छा असे. कोरेलियॉव्हविषयी तर फॉन ब्राऊनला अर्थातच माहिती नव्हतं. कोरेलियॉव्हच्या मृत्यूनंतरच आपण कुणाचा सामना करत होतो हे फॉन ब्राऊनला उमगलं आणि त्यानं मनोमन कोरेलियॉव्हला सलाम केला! कोरेलियॉव्हला मात्र फॉन ब्राऊनच्या प्रगतीविषयी सातत्यानं समजत राही आणि आपल्या चाली तो त्या दृष्टीनं रचे.

ही सगळी कहाणी एखाद्या कादंबरीसारखी आहे. काही वेळा 'खरंच एखादा प्रसंग घडला असेल का' असं वाटेल इतका रोमांच त्यात आहे. एखाद्या लेखकानं आपली कल्पनाशक्ती लढवून रचलेल्या असाव्यात अशा घटनाही त्यात आहेत. कुठल्याही माणसाला स्फूर्ती मिळावी असे अनेक प्रसंग त्यात आहेत. जिद्दीच्या जोरावर अत्यंत निराशाजनक परिस्थितीवरसुद्धा कशी मात करता येते, याचे अनेक दाखले त्यात आहेत. आपल्या आजूबाजूला सगळे आपल्या विरोधात असले तरीसुद्धा, त्याकडे साफ दुर्लक्ष करून आपण बघत असलेल्या स्वप्नाकडे वाटचाल करत राहण्याचा निर्धार त्यात पदोपदी आहे. विसाव्या शतकातल्या अत्यंत रोमहर्षक काळात ही अंतराळस्पर्धा घडल्यामुळे त्याला आपोआपच ऐतिहासिक, सामाजिक आणि राजकीय घडामोडींच्या नाट्यांचं कोंदणही लाभलेलं आहे. एकूण काय, तर हा विषय मती गुंगवून सोडणारा आणि अनेक गोष्टींचं भान देणारा आहे.

वेगळ्या संदर्भातलं आणि वेगळ्या विषयांवरचं वाचन सुरू असताना अचानकपणे एके दिवशी माझ्या हातात डेबोरा कॅडबरी यांनी लिहिलेलं 'स्पेस रेस' हे पुस्तक पडलं. या पुस्तकामधले काही ऐतिहासिक संदर्भ वापरावेत या अत्यंत मर्यादित हेतूनं ते 'पटापट' वाचण्यासाठी म्हणून हातात घेतलं आणि भलतंच काहीतरी घडलं! या पुस्तकानं माझी पुरती पकडच घेतली. मूळ विषय पार बाजूला पडला आणि हेच पुस्तक मी अधाशाप्रमाणे वाचून काढलं. अत्यंत उत्कटपणे, अंगावर रोमांच उठतील अशा प्रकारे कॅडबरी यांनी अंतराळशर्यतीचं केलेलं वर्णन वाचून काही दिवस तर नुसत्या भारावलेल्या अवस्थेतच गेले. पानोपानी त्यांनी या प्रवासाचा मांडलेला लेखाजोखा थक्क करून सोडणारा होता. हे काहीतरी अद्भुत

आहे, अशा भावनेनं मन भरून गेलं. साहजिकच या विषयानं मनाची पुरती पकड घेतली. त्यासरशी या विषयावर शक्य तितकं वाचलं. यूट्यूबवर त्यासंबंधीच्या काही उत्कृष्ट डॉक्युमेंट्रीज आहेत; त्याही बघितल्या. काही तांत्रिक संकल्पना नीटपणे समजत नसल्यामुळे येत असलेला अस्वस्थपणा जगलो आणि काही काळानंतर त्यांचा उलगडा झाल्यावर होणारा अपूर्व आनंदही अनुभवला.

याचबरोबर डॉक्टर श्रीराम लागू या थोर विचारवंत-अभिनेत्यानं काही वर्षांपूर्वी केलेल्या एका भाष्याची आठवणही झाली. लागूंनी त्यांच्या एका वाढदिवसानिमित्त देत असलेल्या प्रतिक्रियेमध्ये 'विश्व किती महाप्रचंड आहे, त्यात आपली पृथ्वी केवढीशी आहे, त्यात आपलं अस्तित्व किती अतिसूक्ष्म आहे याची जाणीव झाल्यानंतर स्वतःविषयीच्या सगळ्या कल्पनांचे मुखवटे गळून पडतात' अशा अर्थाचं विधान केलं होतं. ते किती खरं आहे याची जाणीव तेव्हा तर झाली होतीच; पण या पुस्तकाच्या लिखाणाच्या निमित्तानं त्याची परत एकदा आठवण झाली. या विश्वाच्या अफाट पसाऱ्यासमोर नतमस्तक होण्याशिवाय आणि त्यामधली अद्‌भुत रहस्यं उलगडून आपल्यासमोर ठेवणाऱ्या सगळ्या थोर शास्त्रज्ञांबरोबरच फॉन ब्राऊन आणि कोरेलियॉव्ह यांच्यासारख्या आधुनिक काळातल्या तंत्रज्ञांनाही नव्यानं सलाम ठोकण्याखेरीज दुसरं आपण काहीच करू शकत नाही. अनेक सुटे धागे जुळवत, असाध्य कोडी सोडवत, असंख्य शक्यतांमधून निवडक तेवढ्या निवडून त्यांच्या आधारे अफाट कामगिरी करून दाखवत या दोघांनी माणसाला अंतराळात नेण्याची किमया अखेर करून दाखवलीच. आता आपण चंद्रावर तसंच मंगळावर जाण्याच्या मोहिमा आखत असलो आणि त्यात यश मिळवल्यावर रास्तपणे जल्लोष करत असलो तरी, या यशोगाथांची मुहूर्तमेढ कुणी आणि कशी रचली हे आपण वाचलं तर नक्कीच थरारून जाऊ!

थक्क करून सोडणारा आणि माणसाच्या कल्पकतेला सलाम ठोकावा असं वाटायला लावणारा हा रोमांचक प्रवास मराठी वाचकांसमोर शक्य तितक्या सोप्या भाषेत मांडावा यासाठी प्रामाणिकपणे केलेला हा प्रयत्न आहे. वैज्ञानिक संकल्पना आणि किचकट माहिती यांच्या जंजाळात स्वतःसकट इतरांनाही गुंतवत जाण्यापेक्षा आवश्यक तेवढ्याच वैज्ञानिक संकल्पना मांडून या प्रवासामधली जिद्द सगळ्यांसमोर आणणं, हा या पुस्तकाचा मुख्य उद्देश आहे. कदाचित यातून प्रेरणा घेऊन एखाद्या छोट्या वाचकाला आपणही अंतराळभरारीच्या संदर्भात काहीतरी करावं असं वाटलं, तर फारच उत्तम!

या पुस्तकाच्या लिखाणामध्ये आणि त्याच्या निर्मितीमध्ये हातभार लावणाऱ्या असंख्य जणांचा मी ऋणी आहे. माझे बाबा शशिकांत कहाते यांच्या नेहमीच्या शाबासकीच्या नजरेबद्दल आणि प्रोत्साहनाबद्दल त्यांचे आभार मानणं त्यांनाच

आवडणार नाही. माझी आई मीना कहाते आता या जगात नसली, तरी तिचे ऋण मी कधीच फेडू शकणार नाही, याची मला कल्पना आहे. अनिता, जुई, हर्षू यांना रोजचं आयुष्य नीरस न बनवता त्यात भरपूर मजा आणल्याबद्दल आणि त्यामुळे लिखाणासाठी माझा मूड कायम ताजातवाना ठेवल्याबद्दल धन्यवाद. केदार आणि गौरी कहाते या माझ्या भाऊ-वहिनी यांनाही धन्यवाद.

याशिवाय सुलभा पिशवीकर, पुष्पा आगरकर, वैशाली गोडबोले, अच्युत-शोभा गोडबोले, चेतन-अमृता भागवत, पुष्पा-वसंत कुलकर्णी, नरेंद्र कुलकर्णी, भरत-प्रियांका कुलकर्णी, रंजना शेंबेकर, प्रसाद-हर्षा शेंबेकर, श्याम-ज्योती कहाते, प्राची कहाते, सौमित्र कहाते, विकास-मेघना म्हस्कर, मुकुंद-प्रतिभा रहाळकर, शुभदा गुंडेवार, सुरेश-संगीता कंदकूर, राम-सविता काप्रतवार, प्रवीण-पूजा गुंडेवार या सगळ्या घरच्या मंडळींचे मनःपूर्वक आभार. माझे सगळे सहकारी-मित्र आणि त्यातही उल्लेख करावा असे नरेंद्र-स्मिता लिमये, उदय-अपर्णा भालेराव, महेश-जया कटारे, किरण कनाळे, रूपेश दिकोंडा, अमोल कवठेकर, अमित-वैशाली कन्नल, जयकुमार पाठक, महेश दंडवते, उमेश आहेरवाडीकर, पराग चिंचोळकर, मनोज आपटे, अभिजीत नातू, केदार कुलकर्णी, दिनेश सामंत, ओंकार कुलकर्णी, प्रेरणा पाटील या सगळ्यांचे मनःपूर्वक आभार. विनायक गोडबोले आणि शरद पिशवीकर यांच्या स्मृतीला वंदन.

या पुस्तकावर परिश्रम करणारे 'मेहता पब्लिशिंग हाऊस'चे संचालक अनिल मेहता आणि सुनील मेहता, संपादन करणारे, शुद्धलेखन तपासणारे, उत्कृष्ट मुखपृष्ठ बनवणारे, या सगळ्यांचे आणि इतर सहकाऱ्यांचे मनःपूर्वक आभार.

■

# अनुक्रमणिका

# विषयप्रवेश...

ढोबळपणे अवकाशाच्या अभ्यासाला 'ॲस्ट्रॉनॉमी' (खगोलशास्त्र) असं म्हणतात. हा शब्द 'ॲस्ट्रन' (म्हणजे तारा) आणि 'नेमेन' (म्हणजे नामकरण) यांच्या एकत्रीकरणातून जन्मला.

या पृथ्वीवर नक्की किती प्रदेश आहेत आणि इतरही कोणकोणत्या गोष्टी आहेत, याचा शोध घेऊन त्यांची नीट क्रमवार आखणी करण्यासाठी नकाशे बनवण्याची कल्पना माणसाला सुचली आणि त्यानंतर काही काळातच पृथ्वीखेरीज या विश्वात असलेल्या इतर ग्रह-ताऱ्यांचे नकाशे काढण्याचा ध्यासही त्यानं घेतला. पुराणकाळातल्या ग्रीक-रोमन काळापासूनच याची सुरुवात झाली. आकाशाचं निरीक्षण करताकरता अभ्यासकांना तारे आणि ग्रह या दोन संकल्पनांचा उलगडा झाला. याच्यामागचं कारण म्हणजे तारे कायम स्थिर असतात; पण ग्रह मात्र ताऱ्यांभोवती फिरतात, असं लक्षात येत होतं. ग्रहांसाठी वापरला जाणारा 'प्लॅनेट' हा शब्द 'प्लानेस्थाई' म्हणजे 'प्रवास करणारा' या शब्दातून जन्मला. यातूनच हवामानाशी संबंधित असलेले वेगवेगळे हंगाम, सूर्यमालिका यांच्याविषयीची माहिती मिळत गेली. सुरुवातीला टॉलेमी नावाच्या ग्रीक विद्वानाच्या म्हणण्यानुसार पृथ्वी हाच आपल्याला माहीत असलेल्या विश्वाचा केंद्रबिंदू आहे आणि सूर्यासकट सगळे ग्रह-तारे पृथ्वीभोवती फिरतात असं मानलं जाई; पण प्रामुख्यानं कोपर्निकस, केप्लर आणि गॅलिलिओ यांच्या संशोधनातून सूर्य हा केंद्रबिंदू असल्याचं लक्षात आलं. हा सूर्य तरी आला कुठून?

सुमारे ५०० कोटी वर्षांपूर्वी 'बिग बँग' म्हणून ओळखल्या जाणाऱ्या विलक्षण अद्‌भुत स्फोटातून जीवसृष्टीची निर्मिती झाली. सुरुवातीला खूप जुने तारे नष्ट झाले. त्या वेळी खूप मोठ्या प्रमाणावर उष्ण वायू आणि धुळीसारखे पदार्थ बाहेर फेकले

गेले. त्यांचा एक अजस्त्र ढगच बनला. या ढगाजवळच्या एका ताऱ्याचा स्फोट झाल्यावर निर्माण झालेल्या हालचाली या ढगात शिरल्या आणि त्यांनी या ढगात खूप खळबळ माजवली. ढगामधले वायू आणि धूळ हे पदार्थ त्यामुळे पार घुसळून निघाले आणि  हळूहळू एकत्र आले. आता गुरुत्वाकर्षणाची शक्तीही जन्मली होती. वायू आणि धूळ एकत्र येत असताना त्यांच्यावर प्रक्रिया झाल्या आणि ते एकमेकांना घट्ट चिकटत गेले. त्याचबरोबर हे मिश्रण कुंभाराच्या चाकावर माती फिरते तसं फिरत गेलं आणि एकमेकाच्या आणखी जवळ येत गेलं. त्यातून एक चकतीसारखा पदार्थ तयार होत गेला. हाच आपला सूर्य. हे सगळं व्हायला एक कोटी वर्षं लागली! त्यानंतर या मिश्रणातून उरलेले जड वायू, कण आणि इतर पदार्थ गुरुत्वाकर्षणामुळे एकत्र आले आणि त्यांच्यापासून सूर्यमालिकेमधले इतर ग्रह तयार होत गेले. सूर्यमालिकेमधले बुध (मर्क्युरी), शुक्र (व्हिनस), पृथ्वी आणि मंगळ (मार्स) हे ग्रह सूर्याभोवतालच्या पहिल्या पट्ट्यात असतात, तर गुरू (ज्युपिटर), शनी (सॅटर्न), युरेनस, नेपच्यून हे ग्रह सूर्याभोवतीच्या बाहेरच्या पट्ट्यात असतात.

आतल्या पट्ट्यामधले बुध, शुक्र, पृथ्वी आणि मंगळ हे ग्रह वजनाला हलके असलेले वायू आणि जाडसर पदार्थ यांच्या एकत्रीकरणातून जन्मले आणि त्यांचा पृष्ठभाग दगडांसारखा चांगला जाडजूड बनला. यांचा आकार तसा लहान आहे. त्यामधल्या सगळ्यात मोठ्या असलेल्या पृथ्वीचा परीघ १३,००० किलोमीटर्स एवढा आहे. या चौघांपैकी सूर्याच्या सगळ्यात जवळ असलेला बुध साहजिकच प्रचंड उष्ण आहे आणि त्यामुळे दिवसा तिथलं तापमान थेट ४५० अंश सेल्सियसपर्यंत जातं. त्या मानानं इतर तीन ग्रहांवरचं तापमान बऱ्यापैकी सुसह्य आहे आणि त्यांच्यात इतरही बरीच साम्यं आहेत.

बाहेरच्या पट्ट्यामधले गुरू, शनी, युरेनस, नेपच्यून हे चार ग्रह प्रामुख्यानं वायूपासून बनलेले आहेत. तिथं वातावरण अगदी जाडसर आणि भरीव असतं. त्यांचा पृष्ठभाग पृथ्वीवरच्या बऱ्याचशा भागासारखा टणक नसतो. साहजिकच या ग्रहांवर सायकल किंवा मोटार चालवणं खूपच कठीण आहे! हे ग्रह आकारानं प्रचंड मोठे आहेत याचं एक उदाहरण म्हणजे ज्युपिटरमध्ये ३१८ पृथ्वी मावतील!

सूर्यासकट या सगळ्यांविषयीची मूलभूत स्वरूपाची माहिती पुढच्या  तक्त्यात दाखवली आहे.

| तारा/ग्रह | परीघ (कि.मी.) | सूर्यापासूनचं अंतर (कि.मी.) | सूर्याभोवती एक फेरी पूर्ण करण्यासाठी लागणारा काळ |
|---|---|---|---|
| सूर्य | ३१,९१,००० | - | - |
| बुध | ४,८८० | ५७,९१०,००० | ८७.९७ दिवस |
| शुक्र | १२,१०४ | १०८,२१०,००० | २२४.७० दिवस |
| पृथ्वी | १२,७५६ | १४९,६००,००० | ३६५.२४ दिवस |
| मंगळ | ६,७९२ | २२७,९४०,००० | ६८६.९३ दिवस |
| गुरू | १४२,९८४ | ७७८,३००,००० | ११.८६ वर्षं |
| शनी | १२०,५३६ | १,४२९,३९०,००० | २९.४२ वर्षं |
| युरेनस | ५१,११८ | २,८७५,०४०,००० | ८३.७५ वर्षं |
| नेपच्यून | ४९,५३२ | ४,५०४,५००,००० | १६३.७२ वर्षं |

अशा या अंतराळाविषयी माणसाला खूप पूर्वीपासून कुतूहल वाटत आलं आहे. या संदर्भात अनेक खगोलशास्त्रज्ञांनी केलेल्या कामगिरीची दखल इतर अनेक लेखकांनी उत्कृष्ट पुस्तकांमध्ये घेतलेली असल्यामुळे त्याची पुनरुक्ती इथे टाळली आहे. त्याऐवजी इथे प्रसिद्ध विज्ञानलेखक ऑर्थर सी. क्लार्क यांच्या १९५५ सालच्या विधानाचा मात्र नक्कीच उल्लेख केला पाहिजे. दहाएक वर्षं इकडेतिकडे धरली, तर १९८० सालापर्यंत माणूस चंद्रावर पोहोचेल असं अत्यंत धाडसी मत त्यांनी मांडलं. तेव्हा माणूस अंतराळात पोहोचण्यासंबंधीच्या नुसत्या कल्पनाच रचत होता; पण क्लार्कची दूरदृष्टी सार्थ ठरली.

अंतराळप्रवासासंबंधीचा एक अत्यंत महत्त्वाचा मुद्दा असतो तो म्हणजे गुरुत्वाकर्षणाचा. सर आयझॅक न्यूटन आणि त्यानं खाली पडताना बघितलेलं सफरचंद ही कथा या संदर्भात प्रसिद्ध आहेच. ती खरंच घडली का, हा मुद्दा बाजूला ठेवला तरी कुठलीही वस्तू पृथ्वी आपल्याकडे खेचून घेते ही संकल्पना मात्र न्यूटननं जन्माला घातली, यात शंका नाही. कुठल्याही दोन वस्तू एकमेकांना आपल्याकडे खेचत असतात. तसंच पृथ्वी सूर्याभोवती आणि चंद्र पृथ्वीभोवती या गुरुत्वाकर्षणामुळेच घिरट्या घालत राहतात. जितकं एखाद्या वस्तूचं वस्तुमान जास्त, तितकी त्याची दुसऱ्या वस्तूला गुरुत्वाकर्षणाच्या ताकदीनं खेचून घेण्याची ताकद जास्त असते. याचा अर्थ कमी वस्तुमान असलेली वस्तू जास्त वस्तुमान असलेल्या वस्तूला आपल्याकडे खेचत नाही, असा मात्र अजिबातच होत नाही.

उदाहरणार्थ, पृथ्वीच्या गुरुत्वाकर्षणामुळे चंद्र तिच्याकडे जास्त प्रमाणात खेचला जातो, कारण पृथ्वीचं वस्तुमान हे चंद्राच्या वस्तुमानापेक्षा जास्त असतं; पण चंद्राचं वस्तुमान कमी असूनसुद्धा चंद्र पृथ्वीला कमी प्रमाणात आपल्याकडे खेचत असतोच. पृथ्वीवरच्या जाडसर भागांवर चंद्राच्या या गुरुत्वाकर्षणाचा प्रभाव जाणवत नाही; पण पृथ्वीवरचं पाणी हलकं असतं. साहजिकच त्यावर चंद्राच्या गुरुत्वाकर्षणाचा प्रभाव जाणवतो. म्हणूनच चंद्रोदय तसंच चंद्रास्त यांच्या वेळांनुसार पृथ्वीवरच्या समुद्रांमध्ये भरती तसंच ओहोटी जाणवतात.

आपण खूप ताकद लावून जेव्हा एखादा चेंडू वर आकाशात भिरकावतो, तेव्हा तो चेंडू काही काळ वर जात राहतो; पण त्यानंतर तो खाली येऊन जमिनीवर पडतो. यामागचं कारण अर्थातच पृथ्वीचं गुरुत्वाकर्षण हेच असतं. म्हणूनच आपण वर टाकलेला चेंडू वरवर जात राहत नाही किंवा वर पोहोचलेल्या ठिकाणी टिकून राहत नाही. तो खाली येतो. याचाच अर्थ, एखादी वस्तू पृथ्वीपासून खूपच दूर म्हणजे अंतराळात पाठवायची असेल तर ती वस्तू पृथ्वीच्या गुरुत्वाकर्षणाच्या ताकदीपेक्षा जास्त ताकदीनं वर पाठवली पाहिजे. यासाठी अनेक क्लिष्ट समीकरणं मांडण्यात आली आणि त्यातून पृथ्वीवरून किती वेगानं ही वस्तू वर पाठवली पाहिजे हे निश्चित करण्यात आलं. या वेगाला 'मुक्ती वेग (एस्केप व्हेलॉसिटी)' असं म्हणतात. या वेगानं एखादी वस्तू पृथ्वीपासून वरच्या दिशेनं पाठवण्यात आली, तर या वेगामुळे ती पृथ्वीच्या गुरुत्वाकर्षणावर मात करील आणि पृथ्वीवर येऊन पडणार नाही. अंतराळभरारीची हीच मूळ संकल्पना आहे. हा मुक्ती वेग पृथ्वीच्या बाबतीत प्रतिसेकंद ११.२ किलोमीटर्स इतका आहे. म्हणजेच पुरेश्या अंतरापर्यंत इतक्या वेगानं एखाद्या वस्तूनं पृथ्वीपासून वरच्या दिशेनं प्रवास केला तर ती पृथ्वीच्या गुरुत्वाकर्षणाची ताकद भेदून अंतराळात शिरेल आणि पृथ्वीभोवती प्रदक्षिणा घालू शकेल. यामधला आणखी एक बारकावा म्हणजे स्वतः पृथ्वी सतत सूर्याभोवती फिरते, हे आपल्याला माहीत आहेच. याचा फायदा उठवून पृथ्वी ज्या दिशेनं सूर्याभोवती फिरते, त्याच दिशेनं अंतराळभरारी मारण्यासाठीची वस्तू सोडली, तर ती थोड्या कमी वेगानं पाठवली तरी चालतं. म्हणजेच पृथ्वीच्या फिरण्याचा वेग प्रतिसेकंद ११.२ किलोमीटर्स या वेगातून कमी करायचा आणि त्या वेगानं वस्तू वर पाठवायची, असं आपण इथं ढोबळमानानं म्हणू शकतो.

त्याच प्रवासाच्या रोमहर्षक सफरीला आता आपण सुरुवात करणार आहोत ...

■

# अंतराळशर्यतीचं अनपेक्षित बीजारोपण

१९४५ सालचा हिवाळा संपायला अजून तसा अवकाश होता. दुसरं महायुद्ध आता निर्णायक स्थितीत आलं होतं. पोलंड आणि पूर्व प्रशिया पादाक्रांत करून झाल्यावर सोव्हिएत युनियनच्या लाल सेनेला जर्मनीची राजधानी बर्लिन आता खुणावत होती. रशियन सैनिकांच्या मार्गात असलेल्या पीनमुंडा नावाच्या गावात सुमारे पाच हजार शास्त्रज्ञ आणि त्यांची कुटुंबं हे सगळे अगदी गुप्तपणे राहत होते. ॲडॉल्फ हिटलरच्या इच्छेनुसार नाझी जर्मनीची 'अद्‌भुत शस्त्रं' इथंच तयार केली जायची. दाट जंगलानं घेरल्यामुळे वरवर दुर्लक्षित वाटत असलेल्या या प्रदेशात इतकी गुप्तता पाळली जायची की तिथल्या स्थानिक रेल्वे स्थानकावरच्या फलकावर सरळ 'इथे तुम्ही जे काही बघितले/ऐकले असेल ते इथून जायच्या आधी इथेच विसरून जा' असं लिहिण्यात आलं. 'पीन नदी' म्हणून ओळखल्या जाणाऱ्या एका जलाशयापलीकडे लष्करातल्या लोकांची वाटावी अशी एक वसाहत या शास्त्रज्ञांसाठी उभी करण्यात आली होती.

इथेच व्हर्नर फॉन ब्राऊन या ३२ वर्षं वयाच्या शास्त्रज्ञाच्या नेतृत्वाखाली जर्मन लष्करासाठी रॉकेटशी संबंधित असलेलं जगातलं सगळ्यात मोठं संशोधनकेंद्र सुरू होतं. आत्मविश्वासानं भारलेला आणि देखणा फॉन ब्राऊन समोरच्या माणसावर क्षणात छाप पाडे. त्याच्याकडे उत्कृष्ट व्यवस्थापनकौशल्यही होतं. अगदी सामान्य प्रकारची कामं करणाऱ्या सहकाऱ्यालाही तो मोठ्या खुबीनं प्रेरित करे. जर्मन लष्कराला शत्रूवर म्हणजेच मित्रराष्ट्रांवर बॉम्ब डागण्यासाठी फॉन ब्राऊनचं रॉकेट हवं असलं, तरी खुद्द फॉन ब्राऊनची नजर मात्र फार मोठा पल्ला गाठायची स्वप्नं बघत होती. त्याला आपलं रॉकेट थेट अंतराळात न्यायचं होतं! स्वतःला पृथ्वीच्या गुरुत्वाकर्षणाच्या पकडीतून सोडवून घेऊन इतर ग्रहांवर जाऊ शकणारं आणि तिथं

मानवी वस्ती शक्य करून देणारं रॉकेट फॉन ब्राऊनला तयार करायचं होतं. काही वर्षांनी फक्त शंभर तास प्रवास करून माणसाला चंद्रावर न्यायची स्वप्नं तो बघत होता. हिटलरच्या नाझी जर्मनीत मात्र ही भव्यदिव्य स्वप्नं बघायला कुणाला वेळ नव्हता; सगळ्यांची नजर बॉम्ब टाकू शकणाऱ्या रॉकेटकडे लागली होती.

**नाझी अधिकाऱ्यांसह फॉन ब्राऊन**

याची पार्श्वभूमी म्हणजे आपल्या नाझी राजवटीचा अंत जवळ आल्याची चाहूल हिटलरला लागली असल्यामुळे शेवटची आशा म्हणून तो फॉन ब्राऊनच्या A-4 नावाच्या रॉकेटकडे नजर लावून बसला होता. ४६ फूट उंचीचं आणि ३२० किलोमीटर्स अंतरापर्यंत हवेतून जाऊ शकणारं हे रॉकेट त्या काळात जगातलं सगळ्यात ताकदवान रॉकेट होतं. १९४३ सालच्या जुलै महिन्यात या रॉकेटसंबंधीची माहिती घेण्यासाठी फॉन ब्राऊनला खुद्द हिटलरनं बोलावून घेतलं. या बैठकीतला हिटलर बघून अनेक लोक चक्रावून गेले. अत्यंत आक्रमकपणे आपला खुनशीपणा नेहमी दाखवणारा हिटलर विलक्षण ताणतणाव आणि युद्धकाळातल्या हल्ल्यांपासून स्वतःचा बचाव करण्यासाठी भुयारांमध्ये राहावं लागणं यामुळे अशक्त, थकलेला आणि पार निस्तेज दिसत होता. खरं म्हणजे पार इंग्लंडपर्यंत जाऊ शकणारं रॉकेट तयार करणं अशक्य आहे, असं हिटलरचं सुरुवातीपासूनचं मत होतं. आता मात्र फॉन ब्राऊनन A-4 नावाच्या रॉकेटच्या उड्डाणाची चित्रफीत दाखवल्यावर हिटलर जरा उत्तेजित झाला. आपल्यावरच्या संकटातून हे रॉकेटच आपल्याला बाहेर काढू शकेल, असं त्याला वाटलं. आपण आधी या संकल्पनेविषयी उगीचच संशय

घेतला, असं तो वॉल्थर डॉर्नबर्गर या आपल्या क्षेपणास्त्रनिर्मिती विभागाच्या प्रमुखाला म्हणाला. इतर कुठल्याही युरोपीय देशाकडेच नव्हे, तर जगात कुठेच या रॉकेटला नमवू शकेल असं काही नसल्याचा आत्मविश्वास हिटलरनं व्यक्त केला. या A-4 रॉकेटची क्षमता एक टन वजन नेण्याची होती. ती वाढवून थेट दहा टनांवर न्यायची आणि दरमहा अशी दोन हजार रॉकेट्स तयार करण्याची आज्ञाच हिटलरनं तिथल्या तिथं दिली. दरम्यान, या रॉकेटचं नाव बदलून Vengeance Weapon-2 म्हणजेच V-2 असं करायचंही ठरलं. अर्थात या सगळ्याची सुरुवात A-1 नावाच्या रॉकेटपासून १९३२ साली झाली होती आणि त्यामधलं A हे अक्षर Aggregate या शब्दाचं छोटेखानी रूप होतं.

**V-2 रॉकेट**

हिटलरला भेटून साधारणपणे दीड वर्षांचा काळ उलटून गेल्यावर फॉन ब्राऊनला मात्र या रॉकेटच्या दुसरं महायुद्ध जिंकण्यासंबंधीच्या उपयुक्ततेविषयी चांगलीच शंका वाटत होती. १७ जानेवारी, १९४५ या दिवशी वॉरसॉला नाझी जोखडातून मुक्त करून लाल सेना पुढे झेपावली. बर्लिन आता जेमतेम १६० किलोमीटर्सवर होतं. हिटलरनं सुरू केलेल्या या विध्वंसाच्या आरंभी जर्मन सैन्य रशियामध्ये घुसल्यावर सुमारे २.७० कोटी नागरिक गमावलेली लाल सेना आता मागे हटायला तयार नव्हती. रशियात घुसलेल्या नाझी फौजांना रोखून उलट्या दिशेनं पुन्हा जर्मनीकडे रेटत जर्मनीपर्यंत मुसंडी मारल्यावर स्टॅलिनच्या प्रोत्साहनापोटी लाल सेना जर्मनांना मोठ्या संख्येनं ठार करत सुटली होती. जाळपोळ, अत्याचार, लुटालूट, बलात्कार यांचा वापर करून लाल सेनेनं आपल्यावरच्या जर्मन अतिरेकाला

जोरदार प्रत्युत्तर द्यायचा पुरेपूर निर्धारच केला होता. सोव्हिएत लष्कराच्या ताकदीपुढे आपला टिकाव लागणं अजिबात शक्य नाही याची फॉन ब्राऊनला जाणीव तर होतीच; पण शिवाय सोव्हिएत फौजांच्या आगमनापूर्वी पळून जाण्याचा प्रयत्न तो करण्याचीही सुतराम शक्यता नव्हती. 'शूट्झस्टॅफल' ऊर्फ 'एसएस' म्हणून कुप्रसिद्ध असलेल्या नाझी संघटनेच्या हल्लेखोरांनी असा प्रयत्न करू पाहणाऱ्यांची अजिबात हयगय केली नसती. हिटलरनं जोपासलेल्या या संघटनेचा क्रूरपणा आणि तिची अफाट ताकद यापुढे जर्मनीच्या विरोधात अवाक्षर उच्चारण्याचीही कुणाची हिंमत होत नसे. साहजिकच पळ काढण्याचा विचार फॉन ब्राऊनच्या मनात घोळत असला तरी आपण एसएसच्या तडाख्यातून वाचणार नाही, हे त्याला पुरेपूर माहीत होतं. त्याचबरोबर जर्मनीचा पराभव अटळ आहे असं मत व्यक्त करणंही कुणालाच शक्य नव्हतं. याचं उदाहरण म्हणजे फॉन ब्राऊनच्या काही सहकाऱ्यांनी रशियन लष्करापुढे आपला टिकाव लागणार नाही, असं मत व्यक्त करताच काही दिवसांनी त्यांचे मृतदेह जवळच्या झाडांवर लटकताना बघावे लागल्याचं आणि 'माझ्या मातृभूमीचं रक्षण करण्याची हिंमत माझ्यात नव्हती' असं लिहिलेल्या पाट्याही सोबत जोडल्याचं दृश्य फॉन ब्राऊन विसरू शकत नव्हता. सुमारे ६५,००० मौल्यवान कागदपत्रं आणि आपले हजारो सहकारी हे सगळं महायुद्धाच्या तडाख्यातून कसं वाचवायचं, या चिंतेनं फॉन ब्राऊनला घेरलं. महायुद्धानंतर ज्या कुणाच्या हाती यातलं काहीही लागेल, तो देश सहजपणे प्रचंड ताकदीची रॉकेट्स बनवू शकेल,त याची त्याला कल्पना होती.

आपल्या वयाच्या बाराव्या वर्षापासून रॉकेट तयार करण्याची स्वप्नं बघत असलेल्या फॉन ब्राऊनच्या खडतर परीक्षेचा हा काळ होता. आपल्या भावाच्या मदतीनं बर्लिनमध्ये राहणाऱ्या फॉन ब्राऊननं 'टीनएज'मध्ये प्रवेश करण्यापूर्वीच एक ओबडधोबड उडू शकणारं यंत्र तयार करायचा प्रयत्न केला आणि ते हवेत सोडलं. चित्रविचित्र आणि अनियंत्रित प्रकारे उडणारं हे यंत्र एका दुकानापाशी जाऊन धाडकन कोसळलं, तेव्हा आजूबाजूचे सगळे लोक पार घाबरून गेले. खानदानी जीवनशैली उपभोगणाऱ्या त्याच्या आई-वडिलांना आपल्या मुलाचं विज्ञानामधलं हे कुतूहल जरा चक्रावून सोडणारं ठरलं आणि त्यानं रॉकेट तयार करण्याचा प्रयत्न सोडून द्यावा यासाठी त्याचं मन दुसरीकडे वळवण्यासाठी त्यांनी त्याला एक दुर्बीण घेऊन दिली. याचा परिणाम भलताच झाला! दुर्बिणीतून अंतराळामधल्या ग्रह-ताऱ्यांचं निरीक्षण करताकरता तिथपर्यंत आपलं रॉकेट जाण्यासाठी काय करावं लागेल याविषयी फॉन ब्राऊनचा विचार सुरू झाला! तेवढ्यात चंद्रावर माणसाला भविष्यात जाणं शक्य आहे असं मत मांडणारं एक पुस्तक फॉन ब्राऊनच्या वाचनात आलं आणि त्यामुळे त्यानं या विषयाचा पुरता ध्यासच घेतला. जरा बारकाईनं

विचार केल्यावर यामागचं गूढ त्याच्या मनात उलगडत गेलं.

सर आयझॅक न्यूटनच्या गतीविषयीच्या जगप्रसिद्ध नियमांमधला तिसरा आणि शेवटचा To every action there is an equal and opposite reaction हा नियम याच्या मुळाशी होता. उदाहरणार्थ, जेव्हा बंदुकीतून गोळी झाडण्यात येते तेव्हा जशी गोळी बंदुकीतून वेगानं बाहेर पडते, त्याबरोबर बंदूक गोळी झाडणाऱ्या माणसाच्या खांद्यावर उलट दिशेनं जोरात आदळते. म्हणजेच गोळी समोर जाते आणि बंदूक मागे येते. तसंच रॉकेटच्या बाबतीत करता येणं शक्य आहे असा विचार सुरू झाला. रॉकेट हवेत झेपावेल आणि ते हवेत झेपावत असताना त्याच्या मागच्या बाजूनं उलट दिशेनं जोरानं वायू बाहेर टाकले जातील. म्हणजेच रॉकेट हे बंदुकीच्या गोळीसारखं पुढे जाईल, तर त्यामधून बाहेर पडणारे वायू बंदुकीप्रमाणे मागे फेकले जातील. म्हणजेच रॉकेट हवेत उडवायचं असेल तर त्यासाठी ठरावीक वेग साध्य करणं गरजेचं आहे. हा वेग मिळवायचा कुठून? तर त्यासाठी इंधन हवं. हे इंधन म्हणजे घनरूपात असलेला दारूगोळा नसावा; तर हे द्रवरूपी इंधन असावं, असं मत हर्मन ओबर्ट नावाच्या संशोधकानं मांडलं.

हवेत रॉकेट उडवण्याच्या महत्त्वाकांक्षेनं भारून गेलेल्या फॉन ब्राऊननं आपलं संशोधन सुरू ठेवलं आणि १९३२ साली आपल्या सहकाऱ्यांच्या मदतीनं एक रॉकेट १०० फूट उडवून दाखवलं. यामुळे जर्मन लष्कराच्या रॉकेटशी संबंधित असलेल्या कामकाजाचा प्रमुख असलेल्या कॅप्टन वॉल्थर डॉर्नबर्गरनं वीस वर्षं वयाच्या फॉन ब्राऊनला लष्करात भरती केलं आणि रॉकेट बनवण्यासाठीची जबाबदारी त्याच्याकडे देऊन टाकली. पुढच्याच वर्षी ॲडॉल्फ हिटलरकडे जर्मनीचं नेतृत्व आलं आणि दरम्यान फॉन ब्राऊननं काही रॉकेट्स तीन किलोमीटर्स उंचीपर्यंत उडवण्यात यश मिळवलं. हिटलरनं झपाट्यानं जर्मन लष्कराला प्रबळ करण्यासाठीची पावलं टाकल्यामुळे फॉन ब्राऊनला आणखी ताकदीचं रॉकेट बनवण्यासाठी प्रोत्साहित करण्यात आलं. लवकरच हजारो तंत्रज्ञ आणि मदतनीस यांच्या जगातल्या सगळ्यात मोठ्या रॉकेटनिर्मिती प्रकल्पाचं प्रमुखपद सांभाळणारा माणूस म्हणून फॉन ब्राऊनची ओळख निर्माण झाली. १९३७ साली फॉन ब्राऊननं हिटलरच्या नाझी पक्षाचं सदस्यत्व अधिकृतरीत्या स्वीकारलंसुद्धा. १९३९ सालच्या सप्टेंबर महिन्यात हिटलरनं पोलंडवर आक्रमण केल्याबरोबर जर्मनीला आपल्या शत्रूंवर हवाई हल्ले प्रभावीपणे करण्यासाठीची क्षमता उभी करण्याची गरज मोठ्या प्रमाणावर भासायला लागली. साहजिकच फॉन ब्राऊनच्या टीमवरचा दबाव वाढला. खूप प्रयत्न करूनसुद्धा तयार झालेल्या रॉकेट्सची क्षमता लष्कराच्या वापराला साजेशी तरी नसायची किंवा काही तांत्रिक चुकांमुळे ही रॉकेट्स लगेचच कोसळायची. ३ ऑक्टोबर, १९३९ या दिवशी मात्र A-4 रॉकेट ताशी ५,६०० किलोमीटर्स वेगानं १९२ किलोमीटर्स

अंतरापर्यंत आणि ९६ किलोमीटर्स उंचीवर पाठवण्यात फॉन ब्राऊनच्या टीमला यश आलं.

सुरुवातीला उल्लेख केल्यानुसार याविषयी १९४३ सालच्या जुलै महिन्यात डॉर्नबर्गर आणि फॉन ब्राऊन यांनी हिटलरला सांगितलं. हिटलरनं तातडीनं या प्रकल्पाचं काम पुढे न्यायचे आदेश दिल्यानंतर पुढचे अनेक महिने अपयश पचवण्याची नामुष्की स्वीकारावी लागलेल्या फॉन ब्राऊनला काही काळात यश आलं आणि ३२० किलोमीटर्स अंतरावर त्याचं रॉकेट जाऊ शकलं. ही बातमी मिळताच हिटलरच्या खास मर्जीतल्या आणि एसएस तसंच 'गेस्टॅपो' अशा दोन अत्यंत क्रूर संघटनांचा प्रमुख असलेल्या हेन्रिच हिमलरनं स्वतः फॉन ब्राऊनच्या कामात रस घ्यायला सुरुवात केली. त्याच सुमाराला फॉन ब्राऊनला तेरा वर्षं प्रोत्साहन देणाऱ्या डॉर्नबर्गरच्या ठिकाणी एसएस संघटनेमधला एक क्रूरकर्मा हॅन्स कॅमलर याची नेमणूक झाली. आपल्या वैयक्तिक प्रगतीसाठी कुठल्याही थराला जाणारा, विरोधकांना आणि ज्यू धर्मीयांना छळछावण्यांमध्ये डांबणारा आणि त्यांचा अमानवी मृत्यू घडवून आणणारा, कटकारस्थानी कॅमलर लोकांना राबवून घेण्यात तरबेज होता. लोकांकडून ते जणू गुलाम असावेत अशा प्रकारे जबरदस्तीनं काम करून घ्यायचं आणि त्यांना जवळपास अर्धमेल्या अवस्थेत ठेवायचं, अशी त्याची अमानुष कार्यपद्धती असे. नाझी पक्षाच्या अत्याचारांचे पुरावे नष्ट करण्यातही त्याचा हातखंडा होता. अशा 'कार्यकुशलते'मुळे हिमलरची मर्जी कॅमलरनं लवकरच संपादित केली आणि डॉर्नबर्गरचं स्थान त्यानं बळकावलं.

वॉल्थर डॉनबर्गर

कॅमलरनं लगोलग मोठ्या संख्येनं A-4 म्हणजेच V-2 रॉकेटची मोठ्या संख्येनं निर्मिती करण्यावर भर दिला आणि ८ सप्टेंबर, १९४४ या दिवशी लंडन शहरावर या रॉकेट्सद्वारा बॉम्बवर्षाव सुरू झाला. लंडनवर याआधीपासूनही इतर रॉकेट्सद्वारा बॉम्बहल्ले सुरू होते; पण या नव्या रॉकेटचं वैशिष्ट्य म्हणजे त्याचा वेग ध्वनीच्या वेगापेक्षा चौपट असल्यामुळे या रॉकेटबरोबर आलेला बॉम्ब फुटल्यानंतर रॉकेटचा आवाज यायचा. साहजिकच अगदी अनपेक्षितपणे हा बॉम्बवर्षाव व्हायचा आणि त्यामुळे ब्रिटिश लोक पुरते घाबरून गेले. कुठलीही पूर्वसूचना नसताना बॉम्ब फुटायचे. तसंच बॉम्बस्फोट

होईपर्यंत त्यांच्याविषयी कसलाच अंदाज लोकांना यायचा नाही. लंडनपर्यंतचं ३२० किलोमीटर्सचं अंतर हे रॉकेट फक्त सहा मिनिटांत पार करे. साहजिकच या रॉकेटमुळे नाझी लष्कराकडे एक प्रचंड ताकदवान शस्त्र उपलब्ध झाल्याची सगळ्यांना जाणीव झाली. दरम्यान मित्रराष्ट्रांनीही जर्मनीवर सुरू असलेल्या हल्ल्यांचं प्रमाण वाढवलं आणि रशियाचं सैन्य तर जर्मनीच्या अगदी दारी येऊन ठेपलं. कॅमलरची नजर चुकवून निसटून जाणं अशक्य आहे, याची कल्पना असलेला फॉन ब्राऊन आता पुरता गोंधळून गेला. तेवढ्यात ३१ जानेवारी, १९४५ या दिवशी रॉकेटनिर्मिती सुरू असलेला परिसर सगळ्यांनी सोडून दुसरीकडे मुक्काम हलवण्याचा आदेश कॅमलरनं दिल्याचं फॉन ब्राऊनला समजलं आणि त्याला हायसं वाटलं. तेवढ्यात रशियाच्या लष्कराचा सामना करण्यासाठी लढण्याचे म्हणजेच परपस्परविरोधी आदेश फॉन ब्राऊनला थेट हिमलरकडून मिळाले आणि तो चक्रावूनच गेला. हिमलर हा कॅमलरहून जास्त वरिष्ठ असल्यामुळे आता हिमलरचं म्हणणं ऐकणं भाग होतं. दुसरीकडे या युद्धामध्ये मरण पत्करायची फॉन ब्राऊनची तसंच त्याच्या सहकाऱ्यांची अजिबात इच्छा नव्हती. उलट आपल्या रॉकेटचं संशोधन पुढे न्यायचं आणि ते अंतराळात पोहोचवायचं, असं त्यांचं स्वप्न होतं. यासाठी युद्ध संपल्यावर सगळ्यात प्रबळ ठरू शकणारा देश अमेरिका असल्यामुळे आपण जिवंत राहून अमेरिकी सैनिकांच्या हाती लागलो पाहिजे, अशी व्यूहरचना आखण्याची स्वप्नं फॉन ब्राऊन बघत होता.

आता संधी साधून आपला मुक्काम हलवायचा आणि अमेरिकी सैनिकांकडून संरक्षण मिळवायचं, यासाठी फॉन ब्राऊननं प्रयत्न सुरू केले. अर्थातच हे एसएस संघटनेला कळून चालणार नव्हतं; अन्यथा फॉन ब्राऊनला जागीच ठार करण्यात आलं असतं. त्यामुळे मोठ्या मुष्किलीनं मोटारगाड्यांपासून खेचरांपर्यंत मिळतील ती वाहनं गोळा करून फॉन ब्राऊननं आपल्या सहकाऱ्यांसह आणि आपल्या सगळ्या रॉकेटनिर्मितीसाठीच्या सामग्रीसह स्थलांतर करायला सुरुवात केली. आपण एसएसच्या म्हणजेच हिमलरच्या आदेशावरूनच हे करत असल्याचं भासवण्यासाठी त्यानं योग्य अशी लेबलंही छापून घेतली आणि ती सगळीकडे चिकटवली. खरं म्हणजे हिमलरच्या संघटनेचं नाव BZBV असं होतं आणि छपाईतल्या चुकीमुळे याऐवजी VZBV अशी अक्षरं असलेली लेबलं छापून आली. ती बदलण्यासाठी अजिबात पुरेसा वेळ शिल्लक नसल्यामुळे तीच वापरण्याचा निर्णय फॉन ब्राऊननं घेतला. अर्थातच मध्ये त्यांना कुणी थांबवलं असतं आणि हे स्थलांतर अधिकृत आहे का, याची एसएसच्या वरिष्ठांकडे चौकशी केली असती, तर फॉन ब्राऊन मोठ्या अडचणीत सापडला असता. तशी वेळ एकदा आलीसुद्धा; पण ऐन वेळी प्रसंगावधान बाळगून फॉन ब्राऊननं आपल्याला अडवणाऱ्या अधिकाऱ्याला थेट

हिमलरच्या आदेशानुसारच आपण स्थलांतर करत असल्याची बात मारली आणि नशिबानं त्या अधिकाऱ्यानं यावर विश्वास ठेवला म्हणून फॉन ब्राऊन बचावला. हा अधिकारी चांगलाच खमका होता. त्यानं फोन करून 'फॉन ब्राऊनला जाऊ देण्याची परवानगी आहे का' असं हिमलरच्या सहायकांना विचारण्याचा प्रयत्न केलासुद्धा; पण तिकडे फोन उचलला गेला नाही. यामुळे फॉन ब्राऊन आणि त्याचे सहकारी आपल्या साधनसामग्रीसह बचावले. या प्रसंगात फॉन ब्राऊन अत्यंत आत्मविश्वासानं आणि आक्रमकपणे वागला म्हणून बचावला. त्याचा खोटारडेपणा उघडा पडला असता तर तिथल्या तिथं त्याला आणि त्याच्या सहकाऱ्यांना गोळ्या घालून ठार केलं जाण्याची दाट शक्यता होती.

दरम्यान ३ फेब्रुवारी, १९४५ या दिवशी मेजर रॉबर्ट स्टेव्हर नावाच्या लष्करामधल्या इंजिनिअरला अमेरिकेनं जर्मनीच्या रॉकेटविषयीची खबरबात काढून घेण्यासाठी लंडनला पाठवलं. लंडनमध्ये अमेरिकी दूतावासामध्ये याविषयीची चर्चा सुरू असतानाच जर्मन V-2 रॉकेटमधून टाकण्यात आलेल्या बॉम्बचा शेजारी स्फोट झाला आणि हे प्रकरण किती भयंकर आहे याची जाणीव स्टेव्हरला झाली. बॉम्बस्फोटामुळे स्टेव्हर आणि त्याच्याशी चर्चा करत असलेला माणूस हे दोघं हेलपाटून जमिनीवर कोसळले. त्या खोलीच्या खिडक्यांच्या काचा फुटून इतस्ततः पसरल्या. यामुळे हादरून गेलेल्या स्टेव्हरनं आपल्या राहत्या ठिकाणी रात्री अचानकपणे झालेल्या बॉम्बस्फोटाचा अनुभव घेतला. झोपेत असलेला स्टेव्हर पलंगावरून जमिनीवर फेकला गेला. यामुळे धक्का बसलेल्या स्टेव्हरनं भराभर हालचाली करून जर्मनीच्या रॉकेटनिर्मिती प्रकल्पाची माहिती मिळवायला सुरुवात केली आणि यातून फॉन ब्राऊनचं नाव समोर आलं. त्यासरशी स्टेव्हरनं काहीही करून फॉन ब्राऊनला शोधायचा निर्धार केला. दरम्यान सोव्हिएत युनियन तर १९३५ सालापासून पीनमुंडामध्ये असलेल्या फॉन ब्राऊनचा शोध घेत असल्याचं स्टेव्हरला माहितीच नव्हतं. पोलंडमध्ये नाझी फौजांनी काही रॉकेट्स मागे सोडली होती आणि सोव्हिएत लष्कर जेव्हा पोलंडमध्ये शिरलं, तेव्हा सोव्हिएत अधिकाऱ्यांना ती मिळाली. फॉन ब्राऊनच्या नेतृत्वाखाली पीनमुंडामध्ये सुरू असलेल्या रॉकेटनिर्मिती प्रकल्पावर बॉम्बहल्ला झाल्यानंतर नाझी लष्करानं या रॉकेटच्या चाचण्या घेण्याचं काम आपल्या ताब्यात असलेल्या पोलंडमध्ये हलवलं असल्यामुळे हे घडलं. यामुळे सोव्हिएत लष्करी अधिकाऱ्यांनी लगेचच या रॉकेटच्या उगमाचा शोध सुरू केला.

खरं म्हणजे हिटलरकडे जर्मनीची सत्ता आल्याबरोबर आता आपण रशियाच्या ज्या गुप्तचर संस्थेला 'केजीबी' म्हणून ओळखतो, या तेव्हा 'एनकेव्हीडी' म्हणून ओळखल्या जाणाऱ्या गुप्तचर संस्थेनं भराभर हालचाली केल्या होत्या आणि आपला एक हेर जर्मनीत धाडला होता. या हेरानं फॉन ब्राऊनविषयीची बरीच माहिती

सोव्हिएत युनियनला कळवली; पण नंतर हे उघडकीला आलं आणि हा हेर तसंच त्याचे सहकारी यांना जर्मनीनं मृत्युदंडाची शिक्षा दिली. हा मृत्युदंड महाभयंकर होता. या सगळ्यांचे गळे जनावरांचं मांस टांगून ठेवतात त्या लोखंडी हूकला अडकवण्यात आले आणि यामुळे होणाऱ्या रक्तस्रावामुळे ते मरण पावेपर्यंत त्यांना त्याच अवस्थेत ठेवण्यात आलं! यामुळे फॉन ब्राऊनविषयीची माहिती आता सोव्हिएत युनियनपर्यंत पोहोचेनाशी झाली आणि त्यामुळे सोव्हिएत युनियनचा सर्वेसर्वा जोसेफ स्टॅलिन अस्वस्थ झाला. शेवटी त्यानं सोव्हिएत युनियनमध्येच रॉकेटनिर्मिती करण्यासाठीचे आदेश जारी केले. यासाठीच्या घटनाक्रमांमधून जर्मनीच्या तुलनेत सोव्हिएत युनियन रॉकेटनिर्मितीच्या बाबतीत कैकपटींनी मागे असल्याची जाणीव स्टॅलिनला होत गेली आणि म्हणूनच फॉन ब्राऊनसारखा मोहरा आपल्या ताब्यात आला पाहिजे, हे त्यानं ओळखलं.

अशा रीतीनं एकाच वेळी अनेक बाजूंनी फॉन ब्राऊनकडे सगळ्यांची नजर लागून राहिली होती. पराभवाच्या छायेत असलेल्या हिटलरला रॉकेटनिर्मितीचा वेग वाढवण्यासाठी आणि रॉकेटची क्षमता वाढवण्यासाठी फॉन ब्राऊन हवा होता; तर दुसऱ्या महायुद्धात जर्मनीचा पराभव होण्याची खात्री असल्यामुळे युद्ध संपल्यावर फॉन ब्राऊन त्याच्या सगळ्या तंत्रज्ञानासह आपल्याकडे आला पाहिजे यासाठी आता अमेरिका आणि सोव्हिएत युनियन यांच्यामध्ये रस्सीखेच सुरू होती. आपल्या सगळ्या सहकाऱ्यांसह मिटलवर्क या नव्या ठिकाणाजवळ मुक्काम हलवलेल्या फॉन ब्राऊनला याची कल्पना होती खरी; पण आपल्या पुढ्यात नक्की काय वाढून ठेवलं आहे याची कल्पना त्याला इतक्या अनिश्चित काळात येण्याची सुतराम शक्यता नव्हतीच!

■

# फॉन ब्राऊनसाठीची रस्सीखेच

आपल्या नव्या ठिकाणी पोचल्यावर फॉन ब्राऊन आणि त्याचे सहकारी यांना जरा हायसं वाटलं. मनातून त्यांना युद्धासाठीची रॉकेट्स बनवण्याची संकल्पना फारशी रुचली नसली, तरी अजून तरी हिटलरच्या आदेशांनुसार तेच नावडतं काम आपण पुढे नेलं पाहिजे, याची त्यांना कल्पना होती. त्यामुळे वरवर ते या रॉकेट्सच्या निर्मितीसाठी झटत असल्यासारखं दाखवत होते. दरम्यान आपण युद्धात पराभवाच्या गर्तेत खोल अडकत चालल्याची भावना हिटलरला चांगलीच सतावत होती. त्यामुळे या पराभवानंतर शत्रूच्या हाती काहीही मौल्यवान लागता कामा नये यासाठी तो प्रयत्नशील होता. साहजिकच त्यासंबंधीचे आदेश त्यानं जारी केले आणि सगळ्या महत्त्वाच्या गोष्टी नष्ट केल्या पाहिजेत, असा निरोप जर्मनीभर पसरवला. फॉन ब्राऊन आणि परत एकदा त्याच्याबरोबर असलेला डॉर्नबर्गर यांच्याकडे रॉकेटनिर्मितीच्या तंत्रज्ञानाविषयीची गुप्त माहिती असलेली तब्बल चौदा टन वजनाची कागदपत्रं होती. काहीही झालं तरी ही कागदपत्रं जपून ठेवली पाहिजेत याची त्यांना पुरेपूर जाणीव होती. साहजिकच हिटलरचा आदेश न जुमानता ही कागदपत्रं लपवून ठेवण्याचा अत्यंत धाडसी निर्णय त्यांनी घेतला. जर कॅमलरला हे समजलं तर आपली खैर नाही याची त्यांना जाणीव असली तरी इतर अनेक नव्या जबाबदाऱ्यांमुळे कॅमलर बांधल्यासारखा झाला आहे, हेही त्यांना उमगलं होतं. यासाठी एखादी जुनाट आणि आता वापरात नसलेली खंदकासारखी जागा शोधायची जबाबदारी फॉन ब्राऊननं आपल्या दोन सहकाऱ्यांना दिली. मोठ्या हिकमतीनं आणि एसएसच्या शिपायांची नजर चुकवून अशी जागा शोधण्यात त्यांनी यश मिळवलं आणि ही सगळी कागदपत्रं त्या खाणीसारख्या जागेत हलवण्यात आली.

**हॅन्स कॅमलर**

दरम्यान कावेबाज कॅमलरच्या डोक्यात वेगळीच योजना थैमान घालत होती. नाझी साम्राज्याचा अंत जवळ आल्याचं तर त्याला स्पष्टपणे दिसत होतंच; पण शिवाय आपल्यावर चाल करून येत असलेल्या अमेरिकी सैनिकांच्या ताब्यात आपण स्वतः जाण्याची शक्यताही त्याला स्पष्टपणे दिसत होती. अशा वेळी आपली सुटका करून घेण्याच्या बदल्यात अमेरिकेच्या दृष्टीनं अत्यंत महत्त्वाच्या असलेल्या आपल्या रॉकेट तंत्रज्ञानाच्या संशोधनावर काम करणाऱ्या साधारण पाचशे तंत्रज्ञांना अमेरिकेच्या हवाली करता येईल, असं त्याला वाटत होतं. समजा ते शक्य झालं नाही, तर त्यांना ठार करायचं आणि स्वतःही जिवंत स्थितीत अमेरिकी सैनिकांच्या हाती लागायचं नाही, असा त्याचा विचार होता. यासाठी फॉन ब्राऊन आणि त्याचे सगळे सहकारी यांना आणखी वेगळ्या ठिकाणी हलवणं गरजेचं होतं. त्याआधी त्यानं फॉन ब्राऊनवर रॉकेटनिर्मितीच्या कामात वेग आणण्यासंबंधी प्रचंड दबाव टाकला. आपलं काम रॉकेटच्या तंत्रज्ञानाच्या संशोधनाचं असून आपल्याला रॉकेटच्या निर्मितीसंबंधी काही ठाऊक नसल्याचा बचाव फॉन ब्राऊननं करून बघितला खरा; पण कॅमलरनं तिथल्या तिथं त्याच्या संशोधनाचं काम थांबवण्याचे आदेश दिले आणि रॉकेटनिर्मितीचा वेग वाढवून दिवसाला ३५ रॉकेट्सवरून दुप्पट करायला सांगितलं. हे अगदी थोडा काळच टिकलं.

काही काळानंतर स्वतः हिटलर आणि एसएसचे सर्वोत्तम योद्धे बॅव्हेरियन पर्वतराशींच्या ठिकाणी आहेत असं फॉन ब्राऊनला सांगून त्यानं फॉन ब्राऊन आणि त्याचे पाचशे मुख्य सहकारी यांना त्या ठिकाणी आपला मुक्काम न्यायचे आदेश

दिले. तसंच रॉकेटशी संबंधित असलेली सगळी कागदपत्रं नष्ट करण्याचे आदेशही त्यानं दिले. अर्थातच जर्मनीचा पराभव झाल्यानंतर शत्रूच्या हाती हा ऐवज पडू नये असा त्यामागचा स्पष्ट हेतू होता. फॉन ब्राऊनचा तरुण सहकारी हेल्मट ग्रॉट्रप याला मात्र हा सगळा ताण असह्य झाला आणि शिवाय फॉन ब्राऊनच्या नेतृत्वावर त्याला विश्वासही उरला नाही. त्यामुळे या सगळ्या मंडळींना घेऊन जात असलेल्या रेल्वेतून त्यानं एसएसच्या सुरक्षारक्षकांची भेदक नजर भेदून उडी मारली आणि तो लपतछपत आपल्या आधीच्या ठिकाणी परत निघाला.

दरम्यान अमेरिकी सैनिकांनी मुसंडी मारून पूर्वी ज्या पर्वतराशींमधल्या ठिकाणी रॉकेटनिर्मितीचं काम सुरू असायचं, त्या ठिकाणावर आपला कब्जा केला. एकंदर पाच हजार V-2 रॉकेट्स तिथं तयार करण्यात आली होती. तिथं अजूनही रॉकेटनिर्मितीचं काम सुरू होतं. ते करणारे लोक म्हणजे माणसं नसून इतर कुठले तरी प्राणी असावेत अशी त्यांची अत्यंत दीनवाणी अवस्था होती. विलक्षण कृश शरीर, भावनाशून्य चेहरा, जेमतेम काही फूट चालू शकण्याची ताकद, तोंडून शब्दही फुटू शकणार नाही इतकी खंगलेली अवस्था, आजूबाजूला घाण आणि मलमूत्र यांची असह्य दुर्गंधी अशी जमिनीखालच्या काळोख्या भुयारांमधली परिस्थिती बघून अमेरिकी सैनिक थक्क झाले. नाझी अत्याचारांची भीषणता त्यांना बघवत नव्हती. त्यातही शक्य तितक्या लोकांना वाचवण्याचे प्रयत्न त्यांनी केले. तिथेच रॉकेटचे काही अवशेषही होते. हे समजताच त्यासंबंधीची सगळी सामग्री गोळा करण्यासाठी आणि शक्यतो फॉन ब्राऊनला ताब्यात घेण्यासाठी आधी उल्लेख केलेला अमेरिकी रॉबर्ट स्टेव्हर उत्सुक होता. या ठिकाणाच्या जवळच रॉकेटनिर्मितीच्या कामासाठी गुलाम पुरवण्यासाठी नाझींनी उभ्या केलेल्या छळछावणीचा अमेरिकी सैनिकांना पत्ता लागला. इथं तब्बल सहा हजार गुलामांचे क्षीण मृतदेह कुजत पडले होते! यानंतर अमेरिकी सैनिकांनी तिथं पुरण्यात आलेल्या मृतदेहांचा शोध घेतल्यावर हा आकडा पंचवीस हजारांवर गेला!

तिकडे आपल्या नव्या ठिकाणी पोहोचलेल्या फॉन ब्राऊनच्या लक्षात खरी परिस्थिती आता कुठं येत होती. या नव्या ठिकाणी हिटलर तर नव्हताच; पण कॅमलरचाही तिथं कुठेच पत्ता नव्हता. एसएसचे सुरक्षारक्षक मात्र चहूबाजूंनी पहारा देत होते. कुणी निसटून जाऊ नये यासाठी तिथं तारांची जाडसर कुंपणंही घालण्यात आली होती. एक प्रकारे तिथं मोठी तटबंदीच करण्यात आली होती. आपण इथं शास्त्रज्ञ किंवा तंत्रज्ञ म्हणून ओळखले जात नसून, आपल्याला फक्त कैद्याचा दर्जा देण्यात आला असल्याच्या वास्तवामुळे फॉन ब्राऊन पुरता हताश झाला. काही दिवसांनी कॅमलर तिथं आला आणि त्यानं फॉन ब्राऊनला भेटायला येण्यासाठी निरोप धाडला. फॉन ब्राऊनची भेट घेण्यापूर्वी कॅमलर आपल्या एका लष्करी

सहकाऱ्याशी गप्पा मारत होता. दारूचे पेले रिचवत असताना ते दोघं आपले नाझी गणवेष नष्ट करून तिथून निसटून जाण्याचे बेत हसतखेळत आखत होते. फॉन ब्राऊनला हे ऐकू जात असल्याची त्यांना कल्पनाच नव्हती. त्या रात्री खरंच कॅमलर तिथून गायब झाला आणि तो कुठे गेला हे कुणालाच समजलं नाही. आता मात्र आपण पुरते घेरले गेलो असल्याची आणि अत्यंत बिकट परिस्थितीत सापडल्याची जाणीव फॉन ब्राऊनला झाली. बेचैनीत काही काळ घालवल्यानंतर त्याच्या डोक्यात एक योजना शिजली. कॅमलर गेल्यानंतर नेमणूक झालेल्या अधिकाऱ्याला भेटून सगळेच्या सगळे रॉकेट तंत्रज्ञ आणि इंजिनिअर्स अशा प्रकारे एके ठिकाणी असण्यात मोठा धोका असल्याचं त्यानं त्या अधिकाऱ्याला पटवलं. शत्रूच्या बॉम्बहल्ल्यात जर्मनीचं रॉकेटसंबंधीचं सगळंच्या सगळं ज्ञान एका झटक्यात नष्ट होऊ शकतं, अशी भीती व्यक्त करून या सगळ्यांनी निरनिराळ्या ठिकाणी राहणं गरजेचं असल्याची थाप त्या अधिकाऱ्याच्या गळी उतरवण्यात फॉन ब्राऊनला यश आलं. त्यानुसार फॉन ब्राऊन आणि त्याचे सहकारी तिथून जवळच्या भागांमध्ये विखुरले; पण तिथंही अर्थातच एसएसवाल्यांचा कडा पहारा होता. दरम्यान एका अपघातात फॉन ब्राऊनच्या हाताला पूर्वी झालेलं फ्रॅक्चर बरं तर झालं नव्हतंच; पण उलट त्याची अवस्था आणखी खराब होऊन त्याचा हात कापण्याची वेळ येते का काय असं वाटायला लागलं. साहजिकच फॉन ब्राऊन एका जुजबी रुग्णालयात भरती झाला खरा; पण सगळीकडे शत्रूच्या बॉम्ब्जचा वर्षाव सुरू असल्यामुळे आपली काही खैर नाही, असं मनोमन समजून हताशपणे फॉन ब्राऊन जागीच पडून राही. तेवढ्यात एका माणसानं त्याची सुटका केली आणि त्याला तो डॉर्नबर्गरकडे घेऊन गेला.

फॉन ब्राऊन आणि डॉर्नबर्गर यांच्याभोवतालचं एसएसचं दुष्टचक्र दूर होत नसल्यामुळे ते काळजीत होते. शेवटचा प्रयत्न म्हणून डॉर्नबर्गरनं नव्या स्थानिक प्रमुखाला भरपूर दारू पाजली आणि त्याच्याकडून सगळं रहस्य काढून घेतलं. त्यानुसार फॉन ब्राऊन आणि डॉर्नबर्गर यांना मित्रराष्ट्रांपासून वाचवण्याची जबाबदारी त्याच्यावर असली तरी ते न जमल्यास त्यांना ठार करण्याचे आदेश त्याला देण्यात आले होते. असं करण्याऐवजी जर त्या प्रमुखानं आपल्या सगळ्या सहकाऱ्यांसह एसएसचे नाझी गणवेष जाळून टाकले आणि आपल्याला पकडायला येणाऱ्या शत्रूसमोर फॉन ब्राऊन तसंच डॉर्नबर्गर यांच्यासकट शरणागती पत्करली, तर आपण सगळेच जिवंत राहू, असं डॉर्नबर्गरनं त्याला सुचवलं. आश्चर्य म्हणजे त्या प्रमुखाला हा सल्ला आवडला आणि दुसऱ्याच दिवशी त्यानं आपल्या सगळ्या सहकाऱ्यांसकट स्वतःचा गणवेष जाळून टाकला. आता मित्रराष्ट्रं किंवा अमेरिका यांच्यापैकी कुणीतरी येऊन आपली सुटका करेल याची आशा ते लावून बसले. तिकडे

आपला उजवा हात हिमलर मित्रराष्ट्रांना शरण जाण्याच्या बेतात असल्याची धक्कादायक आणि अत्यंत निराशाजनक बातमी हिटरला समजली आणि त्याच्या पायाखालची आधीच सरकलेली जमीन पुरती उद्ध्वस्त झाली. शेवटी आपली प्रेयसी इव्हा ब्राऊन हिच्याशी त्यानं लग्न केलं आणि दोघांनी आपलं जीवन संपवलं. ही बातमी समजल्यावर तर फॉन ब्राऊन पुरता खचून गेला. हिटलरच्या शेवटानंतर युद्ध संपलेलं नसल्यामुळे बिथरलेले नाझी सैनिक आपल्या स्वतःच्या शेवटापूर्वी रॉकेट तयार करणाऱ्या मंडळींना संपवण्याचा खूप प्रयत्न करतील, याची त्याला जाणीव होती.

आपला दुखरा हात सांभाळत पुढे काय करायचं या विचारात असलेल्या फॉन ब्राऊनला एक युक्ती सुचली. बऱ्यापैकी इंग्रजी बोलू शकणाऱ्या आपल्या धाकट्या भावाला आपल्या अगदी जवळ येऊन ठेपलेल्या अमेरिकी सैनिकांकडे पाठवायचं आणि आपली सुटका करायची विनंती त्यांच्यापर्यंत पोहोचवायची, असा हा बेत होता. त्यानुसार सायकलवर टांग मारून फॉन ब्राऊनचा भाऊ अमेरिकी सैनिकांचा शोध घेत निघाला. काही अंतरापर्यंत गेल्यावर त्याला अमेरिकी सैनिकांची चाहूल लागली. अमेरिकी सैनिकांनी सुरुवातीला संशयानं आणि नंतर उत्साहानं फॉन ब्राऊनच्या भावाशी चर्चा केली. त्याच्या बोलण्यात दम वाटल्यामुळे अमेरिकी सैनिकांनी फॉन ब्राऊन आणि त्याचे काही मोजके सहकारी यांची सुटका केली आणि त्यांच्याभोवती संरक्षकांचं एक कडं उभं केलं. यामुळे सुटकेचा निःश्वास सोडणाऱ्या फॉन ब्राऊनला आता आपण नाझी संकटातून पुरते वाचलो असं वाटलं. तेवढ्यात त्या ठिकाणच्या भोजनालयात काम करणाऱ्या एका पोलीश माणसानं या घटनाक्रमामुळे भडकून फॉन ब्राऊन आणि इतर जर्मन तंत्रज्ञ यांना ठार करायचं ठरवलं आणि रात्रीच्या अंधारात एक बंदूक घेऊन तो त्यासाठी चाल करून आलासुद्धा. फॉन ब्राऊनच्या सुदैवानं अमेरिकी सैनिक जागरूक असल्यामुळे हा कट त्यांच्या लक्षात आला आणि त्यांनी तो हाणून पाडला. पुढच्या काही दिवसांमध्ये अमेरिकी सैनिकांनी फॉन ब्राऊनच्या इतरत्र विखुरलेल्या सहकाऱ्यांचीसुद्धा सुटका केली. तिकडे अमेरिकेमध्ये किंवा रशियामध्ये जायचं नाही, असा निर्धार मनाशी करून एसएसच्या कचाट्यातून सुटण्यासाठी रेल्वेतून उडी मारून पसार झालेला हेल्मट ग्रॉट्रप आपल्या मूळ घरी परतला होता. युद्धपश्चात उजाड आणि नेतृत्वहीन जर्मनीत रॉकेटशी संबंधित असलेलं संशोधन पुढे जाण्याची सुतराम शक्यता नसूनही आपण मायदेशीच राहायचं, असं त्यानं आपल्या मनाशी पक्कं ठरवलं होतं.

हिटलरच्या मृत्यूनंतर जर्मनीचं उरलंसुरलं अवसान गळालं आणि काही आठवड्यांमध्येच तिनं मित्रराष्ट्रांपुढे शरणागती पत्करली. ८ मे, १९४५ या ऐतिहासिक दिवशी दुसरं महायुद्ध संपुष्टात आलं. किमान पाच कोटी युरोपीय लोकांचा मृत्यू आणि सुमारे तीन कोटी लोक निर्वासित होणं याखेरीज विलक्षण

नासधूस, असं विदारक चित्र सहा वर्षांच्या या अभूतपूर्व कालखंडानं मागे ठेवलं होतं. यापूर्वीच म्हणजे फेब्रुवारी महिन्यात याल्टा इथं भरलेल्या एका परिषदेत ब्रिटिश पंतप्रधान विन्स्टन चर्चिल, अमेरिकी राष्ट्रपती फ्रँकलिन रुझवेल्ट आणि सोव्हिएत सर्वेसर्वा जोसेफ स्टॅलिन यांनी युद्धपश्चात जर्मनीच्या काही भागांचे वाटे करून घ्यायचं ठरवलं होतं. यातला आश्चर्याचा भाग म्हणजे या देशांनी ज्या जर्मन भागांवर वर्चस्व मिळवलं होतं, त्या भागांचा आणि प्रत्यक्षातल्या त्यांच्या वाट्यांचा फारसा भौगोलिक संबंध नव्हता. उदाहरणार्थ, अमेरिकेनं अपेक्षेपेक्षा बऱ्याच आतपर्यंत मुसंडी मारून जर्मन प्रदेश काबीज केलेला असला तरी सुमारे ६४०X१९२ आकाराच्या या प्रदेशावर याल्टा करारानुसार सोव्हिएत युनियनचा ताबा असणार होता. जर्मनीच्या मध्यापाशी असलेल्या या भागामधल्या मिटेलवर्क इथं रॉकेटसंबंधीची माहिती मिळवण्यासाठी उत्सुक असलेला अमेरिकी मेजर रॉबर्ट स्टेव्हर त्या वेळी होता. १ जून, १९४५ या दिवशी या भागाचं पालकत्व सोव्हिएत युनियनकडे जाणार याची कल्पना असल्यामुळे त्यापूर्वी वेगानं हालचाली करून जर्मन रॉकेट तंत्रज्ञानाची सगळी गुपितं आपण मिळवली पाहिजेत यासाठी स्टेव्हरची जोरदार धडपड सुरू होती. यासाठी आपल्या वरिष्ठांशी संपर्क साधून स्टेव्हरनं तातडीची मदत मागितली. त्यात यश आल्यामुळे जर्मनीच्या रॉकेट संशोधनासंबंधीची कागदपत्रं, तसंच रॉकेटनिर्मितीमध्ये वापरल्या जाणाऱ्या यंत्रसामग्रीमधला बराचसा भाग अगदी युद्धपातळीवरच्या हालचाली करून हस्तगत करणं अमेरिकेला शक्य झालं. याच्या जोडीला फॉन ब्राऊन, डॉर्नबर्गर आणि त्यांचे सहकारी यांचं नक्की काय करायचं हे ठरवण्यासाठी एक छोटीशी समिती जर्मनीत दाखल झाली. तिच्या सदस्यांनी फॉन ब्राऊन आणि त्याचे सहकारी यांच्याकडे खोदून चौकशी केली; पण फॉन ब्राऊननं फार उघडपणे सगळी माहिती न देण्याचे आदेश आधीच आपल्या सहकाऱ्यांना दिले होते. 'आपल्याकडून सगळी माहिती मिळवून अमेरिकेनं जर आपल्यालाच बाजूला केलं तर काय?' असा प्रश्न फॉन ब्राऊनला पडला होता. त्यामुळे अमेरिकेकडून आपल्याला भविष्यातल्या मनसुब्यांविषयी जोपर्यंत ठोस माहिती मिळत नाही किंवा

फॉन ब्राऊन आपल्या भावासमवेत

आश्वासनं दिली जात नाहीत, तोपर्यंत सावधपणे वागायचं, असं त्यानं सुज्ञपणे ठरवलं होतं. प्रश्नकर्त्यांना विज्ञान आणि त्यातही रॉकेटविज्ञान याविषयी अजिबातच माहिती नसणं आणि गुन्हेगारांची उलटतपासणी घ्यावी अशा प्रकारे त्यांनी आपल्याला प्रश्न विचारणं, यामुळे फॉन ब्राऊन वैतागून गेला. यामुळे त्यानं सरळ एक आठ-पानी अहवाल लिहून त्यात रॉकेटमुळे भविष्यात काय काय चमत्कार घडू शकतील याची एक भव्य यादीच अमेरिकी लोकांच्या हाती ठेवली. त्यात अमेरिका ते युरोप हा अॅटलांटिक समुद्रापारचा प्रवास हवेतून फक्त चाळीस मिनिटांमध्ये करणं, अंतराळात रॉकेट सोडणं आणि तिथून पृथ्वीवर बारकाईनं लक्ष ठेवणं, रॉकेटला प्रचंड मोठ्या आकाराचा आरसा लावून ते रॉकेट अंतराळात सोडणं आणि याचा वापर पृथ्वीवरच्या अंधाऱ्या भागांपर्यंत सूर्यप्रकाश प्रतिबिंबित करण्यासाठी करणं, चंद्रावर तसंच इतर ग्रहांवर जाणं अशा अनेक भन्नाट संकल्पनांचा समावेश होता. तसंच 'आज आपल्या संकल्पना म्हणजे काही जणांना स्वप्नातल्या भराऱ्या' वाटत असल्या, तरी १८९५ साली हवाई प्रवासाविषयी काही जणांनी केलेली भाकितंसुद्धा तेव्हाच्या लोकांना अशाच स्वरूपाची वाटली असतील, असं त्यानं नोंदवून ठेवलं.

एकीकडे फॉन ब्राऊन अमेरिकेत जाऊन आपल्या रॉकेटविषयीच्या स्वप्नांना मूर्त स्वरूप देण्याचे बेत रचत असला, तरी प्रत्यक्षात अमेरिकेत मात्र वेगळ्याच मुद्द्यावर घोडं अडून बसलं होतं. हिटलरच्या नाझी पक्षाच्या सत्तेच्या काळात खास करून ज्यू धर्मीयांवर अनन्वित अत्याचार केल्याची प्रकरणं उघडकीला येत होती. तिथल्या छळछावण्यांमधले महाभीषण प्रकार मानवतेला काळिमा फासणारे असल्याचे नवनवे पुरावे सापडत होते. अशा परिस्थितीत जर्मनीमधल्या रॉकेट शास्त्रज्ञांना आणि तंत्रज्ञांना अमेरिकेमध्ये सन्मानानं आणून त्यांच्याकडून या संदर्भातलं पुढचं काम करून घ्यायचं म्हणजे एक प्रकारे नाझी अत्याचारांना पाठिंबा देण्यासारखं असल्याचं काही जणांचं मत होतं. फॉन ब्राऊन आणि त्याचे सहकारी यांनी हिटलरच्या आदेशांनुसार रॉकेटची निर्मिती केली आणि या रॉकेटच्या निर्मितीसाठी हजारो निरपराध लोकांना अमानवी पद्धतीनं राबवून घेण्यात आलं, ही दुर्लक्षणीय गोष्ट नव्हती. त्यातच फॉन ब्राऊननं नाझी पक्षाचं सदस्यत्व का स्वीकारलं होतं, याची तपासणी करणंही गरजेचं होतं. नाझी छळछावण्यांमधल्या अक्षम्य कृत्यांची फॉन ब्राऊनला कल्पना होती का किंवा त्याहून भयंकर म्हणजे त्याचा त्यात प्रत्यक्ष-अप्रत्यक्ष सहभाग होता का, हे सगळं अमेरिकेला तपासायचं होतं. याविषयीची पृच्छा वारंवार झाल्यानंतर १९४७ मध्ये फॉन ब्राऊननं अमेरिकेला एक हमीपत्र दिलं. त्यात आपण नाझी पक्षाच्या विचारसरणीशी कधीच सहमत नसल्याची ग्वाही त्यानं दिली. कुठल्याही राजकीय हेतूनं आपण नाझी पक्षाचं सदस्यत्व स्वीकारलेलं नसून, केवळ आपल्या रॉकेट तंत्रज्ञानाच्या कामाला खीळ बसू नये या एकमेव

कारणासाठी आपण कागदोपत्री नाझी पक्षाचे सदस्य बनलेलो असल्याचं त्यानं नमूद केलं. या संदर्भात आवर्जून उल्लेख करण्यासारखी एक गोष्ट म्हणजे डॉर्नबर्गरसकट फॉन ब्राऊनच्या इतर अनेक सहकाऱ्यांनी नाझी पक्षाचं सदस्यत्व कधीच स्वीकारलं नाही. तसंच कहर म्हणजे एसएस या कुख्यात संघटनेचाही फॉन ब्राऊन सदस्य होता. इतकंच नव्हे, तर त्याला तिथं जवळपास दर वर्षी बढती मिळत गेली. या गोष्टीचं स्पष्टीकरण देताना दस्तुरखुद्द हिमलरनं यासाठी आपल्यावर दबाव टाकला असल्याचा आणि एसएसचं सदस्यत्व नाकारल्यास रॉकेटप्रकल्प कायमसाठी विसरून जावा लागेल, अशी धमकी दिल्याचा दावा फॉन ब्राऊननं केला. यांपैकी खरं किती आणि खोटं किती हे सांगणं अवघड आहे; पण एकदा गेस्टॅपो या नाझींच्या उपद्रवी दलानं फॉन ब्राऊनला पकडून हिमलरसमोर उभं केलं असल्याची नोंद मात्र सापडते. फॉन ब्राऊनला जर्मन लष्कराच्या विजयासाठी रॉकेट बनवण्यात फारसा रस नसून, अंतराळातल्या रॉकेटच्या काल्पनिक भराऱ्यांमध्ये तो जास्त रमतो, असा आरोप त्याच्यावर ठेवण्यात आला होता. एक प्रकारे जर्मन लष्कराला सहकार्य न करणं आणि म्हणूनच लष्कराविरोधी कट रचणं, असा त्याचा अर्थ लावण्यात आला होता. डॉर्नबर्गरनं खूप प्रयत्न करून कशीबशी फॉन ब्राऊनची या दिव्य प्रसंगातून सुटका करून घेतली होती. अन्यथा फॉन ब्राऊन या कचाट्यातून जिवंत बाहेर पडणं अवघडच होतं. या घटनाक्रमावर विश्वास दर्शवत आणि रॉकेटशी संबंधित असलेल्या तंत्रज्ञानाचं महत्त्व जाणत अमेरिकेनं काही काळासाठी तरी फॉन ब्राऊनच्या तथाकथित नाझी इतिहासाकडे दुर्लक्ष करायचं ठरवलं.

तिकडे खूप खटाटोप करून रॉबर्ट स्टेव्हरनं जर्मन तंत्रज्ञांनी लपवून ठेवलेली रॉकेटसंबंधीची कागदपत्रं मिळवली. सोव्हिएत युनियनचे सैनिक याल्टा करारामधल्या तरतुदींनुसार संबंधित भागाचा ताबा घेण्याआधी हे काम पूर्ण करण्याचं शिवधनुष्य स्टेव्हरनं उचललं होतं आणि या कामात त्यानं यश मिळवलं. अगदी नाट्यमयरीत्या त्यानं यासाठी झपाट्यानं चाली आखल्या आणि सोव्हिएत युनियनवर मात केली. जर्मन सैन्याच्या रॉकेटनिर्मिती प्रकल्पाची माहिती सोव्हिएत युनियनला होती, याचा उल्लेख मागे आलाच आहे. साहजिकच जर्मनीमध्ये घुसल्यावर या प्रकल्पाच्या तंत्रज्ञानाशी संबंधित असलेले महत्त्वाचे दुवे आपल्या हाती लागतील अशा आनंदात असलेल्या सोव्हिएत युनियनला मोठा धक्काच बसला. अमेरिकेनं मोठ्या शिताफीनं आपल्यावर मात केली असल्याचं लक्षात येताच सोव्हिएत अधिकारी पार भडकले. तरीही जे काही शिल्लक असेल ते आपल्या ताब्यात घेण्यासाठीच्या हालचाली त्यांनी सुरू केल्या. यासाठी रॉकेट तंत्रज्ञानाची माहिती असलेल्या लोकांची गरज होती. स्टॅलिननं दुसरं महायुद्ध सुरू होण्यापूर्वी घेतलेल्या निर्णयांमुळे सोव्हिएत युनियनचा रॉकेटनिर्मिती प्रकल्प केव्हाच थांबला होता. साहजिकच रॉकेटविषयी

जाणणारे खूप कमी लोक आता सोव्हिएत युनियनकडे होते. त्यांना तातडीनं जर्मनीला धाडण्यात आलं. त्यांनी जर्मनीच्या रॉकेटनिर्मितीचं रहस्य जाणून घेण्यासाठीची धडपड सरू केली. काही महिन्यांनी ६ आणि ९ ऑगस्ट, १९४५ या दिवशी अमेरिकेनं जपानच्या अनुक्रमे हिरोशिमा आणि नागासाकी इथं अणुबॉम्ब टाकून प्रचंड खळबळ माजवल्यामुळे सोव्हिएत युनियनलाही अगदी तातडीनं आपल्या तांत्रिक प्रगतीकडे नव्यानं लक्ष देणं भाग पडलं. साहजिकच जर्मनीमधल्या रॉकेटनिर्मितीच्या कामाच्या शोधाला अजून महत्त्व मिळालं. दुसऱ्या महायुद्धानं सोव्हिएत युनियनच्या २.७० कोटी लोकांचा बळी घेतला तर होताच; पण अमेरिकेच्या अण्वस्त्रापुढे आपलं काहीएक चालणार नाही, याचीही स्टॅलिनला पुरेपूर जाणीव होती. त्यामुळे लाव्रेन्ती पावलोविच बेरिया या सोव्हिएत युनियनच्या गुप्त आणि कुप्रसिद्ध पोलीस यंत्रणेच्या प्रमुखाकडे त्यानं अणुबॉम्बच्या निर्मितीच्या प्रकल्पाची जबाबदारी दिली. तसंच नुसता अणुबॉम्ब तयार करून भागणार नाही, तर त्याच्या जोडीला अणुबॉम्ब दूरपर्यंत नेण्यासाठी आणि ईप्सित ठिकाणी टाकण्यासाठी क्षेपणास्त्रंही तयार करायला हवीत, ही गोष्ट एका चाणाक्ष सोव्हिएत अधिकाऱ्याच्या लक्षात आली. अमेरिकेकडे अणुबॉम्ब होता आणि तो टाकण्यासाठी लागणारी क्षेपणास्त्रं हे दोन्ही होतं; सोव्हिएत युनियनकडे त्यातलं काहीच नव्हतं. साहजिकच अगदी युद्धपातळीवर आपण V-2 रॉकेटच्या निर्मितीचं काम हाती घेतलं पाहिजे, असं सोव्हिएत युनियनला वाटायला लागलं. यासाठी आपल्याला फॉन ब्राऊनची गरज भासणार हे त्यांना माहीत होतं. त्यामुळे फॉन ब्राऊनला अमेरिकेच्या ताब्यातून सोडवायचं आणि त्याचं चक्क अपहरण करायचं, असा बेत काही जणांच्या डोक्यात घोळायला लागला; पण तो फार धोकादायक स्वरूपाचा असल्यामुळे नंतर मोडीत काढण्यात आला. त्याऐवजी इतर तज्ज्ञ जर्मन रॉकेट तंत्रज्ञांचा शोध घेण्याकडे सोव्हिएत युनियननं आपला मोर्चा वळवला. यासाठी याल्टा करारानुसार अमेरिकेच्या ताब्यात आलेल्या भागात काही सोव्हिएत हेर घुसले. त्यांनी अमेरिकी सीमारक्षकांना लाच देऊन सीमेपलीकडे प्रवेश मिळवला.

फॉन ब्राऊनच्या टीममधून बाहेर पडून आणि चालत्या रेल्वेमधून उडी मारून आपली सुटका करून घेतलेल्या हेल्मट ग्रॉट्रपशी संपर्क साधण्यात सोव्हिएत हेरांना यश आलं. अमेरिकेकडून आपल्याला फारसं काही मिळणार नाही आणि जर्मनीत राहून तर आपली कारकीर्द पूर्णपणे संपेल, अशा दुहेरी चक्रात सापडलेल्या ग्रॉट्रपला आता सोव्हिएत युनियनकडून कुठला प्रस्ताव मिळतो याची उत्सुकता लागून राहिली होती. अर्थातच अत्यंत गुप्ततेत ही चर्चा सुरू होती; कारण अमेरिकेच्या ताब्यातला हा भाग होता. ग्रॉट्रपच्या पत्नीनं सुरुवातीला सोव्हिएत हेरांशी बोलणी केली. सतत च्युईंगगम चघळणाऱ्या आणि अत्यंत गुर्मीत बोलणाऱ्या

अमेरिकी अधिकाऱ्यांनी आपल्या नवऱ्याला एकट्यालाच अमेरिकेला नेलं जाईल असं सांगितल्याचं तिनं सोव्हिएत हेरांना सांगितलं. हा प्रस्ताव आपल्याला नामंजूर असल्यामुळे सोव्हिएत युनियनकडून चांगली आश्वासनं मिळणार असतील तर आपला नवरा सोव्हिएत युनियनसाठी काम करायला तयार होईल, असं ती म्हणाली. तसंच पुढच्या दोन आठवड्यांत आपल्या नवऱ्याला अमेरिकेला धाडलं जाण्याची दाट शक्यता असल्यामुळे सोव्हिएत अधिकाऱ्यांनी त्यांचा जो काही प्रस्ताव असेल, तो अगदी लगेचच आपल्यासमोर मांडावा, असंही तिचं म्हणणं पडलं. अर्थातच नाझी सत्तेचा अंत झाल्यावरच्या अस्थिर परिस्थितीत जर्मनीत अडकून पडण्याचा धोका न पत्करता अमेरिका किंवा सोव्हिएत युनियन या नव्या महासत्तांपैकी एकीशी संधान बांधण्यासाठी ती प्रयत्नशील होती, हे उघडच होतं. तिचा निरोप घेऊन सोव्हिएत हेर आपल्या वरिष्ठांकडे गेले आणि काही दिवसांमध्येच परतले. हेल्मट ग्रॉट्रपला सोव्हिएत युनियनच्या क्षेपणास्त्रनिर्मिती प्रकल्पाचा अधिकारी म्हणून नेमलं जाईल आणि ग्रॉट्रप कुटुंबाला हालअपेष्टांचं आयुष्य जगायला न लावता जास्त सुविधा पुरवल्या जातील, असं सांगण्यात आलं. यामुळे आनंदित झालेल्या ग्रॉट्रप कुटुंबानं लपूनछपून रात्रीच्या अंधाराचा फायदा घेत अमेरिकेच्या ताब्यातल्या भागातून आपली सुटका करून घेतली आणि ते सोव्हिएत कळपात सामील झालं.

हेल्मट ग्रॉट्रप

ग्रॉट्रपला आपल्या बाजूला खेचून घेतल्याच्या आनंदात असलेल्या सोव्हिएत युनियननं आता 'बिग फिश'ला म्हणजेच फॉन ब्राऊनला आपल्या जाळ्यात ओढण्यासाठीचे प्रयत्न सुरू केले. ही मोहीम अत्यंत धोकादायक आणि खर्चीक असेल याची सोव्हिएत अधिकाऱ्यांना कल्पना होती. त्यामुळे फॉन ब्राऊनला तसंच तो जिथं होता त्या भागाचं रक्षण करणाऱ्या अमेरिकी सुरक्षारक्षकांना लाच देण्यासाठी म्हणून महागडी घड्याळं आणि महागडी व्होड्का अशा इतर वस्तू हे सगळं गोळा करण्यात आलं. त्या घेऊन जाणाऱ्या हेरानं मोठ्या शिताफीनं अमेरिकी भागात प्रवेश तर मिळवला; पण फॉन ब्राऊनला जिथं ठेवण्यात आलं होतं, त्या ठिकाणच्या अमेरिकी अधिकाऱ्यानं मात्र त्याला फॉन ब्राऊनपर्यंत पोहोचू दिलं नाही. त्या अमेरिकी अधिकाऱ्याला फॉन ब्राऊनच्या रॉकेटनिर्मितीशी संबंधित असलेल्या कौशल्याशी

काही देणंघेणं नसावं, असं त्याच्या बोलण्यावरून सोव्हिएत हेराला वाटलं. उलट अमेरिकेच्या नजरेतून फॉन ब्राऊन हा इतर नाझी लोकांप्रमाणेच एक गुन्हेगार असल्यामुळे त्याला कडेकोट बंदोबस्तात ठेवण्यात आल्याचं आणि त्याच्यावर खटला भरला जाण्यात काही हयगय होऊ नये यासाठी ही गुप्तता पाळली जात असल्याचं त्या अमेरिकी अधिकाऱ्यानं सोव्हिएत हेराला सांगितलं. निराश झालेला हा हेर परत आला खरा; पण त्याच्याशी बोलताना कुठल्याही परिस्थितीत फॉन ब्राऊन हा सोव्हिएत युनियनशी सहकार्य करेल, असं आपल्याला वाटत नसल्याचं स्पष्ट मत ग्रॉट्रपनं व्यक्त केलं.

फॉन ब्राऊन आपल्या हाती लागणार नाही, हे लक्षात आल्यावर सोव्हिएत युनियननं उपलब्ध असलेलं मनुष्यबळ आणि शोधून हाती लागलेली यंत्रसामग्री यांच्या साहाय्यानं जर्मनीमध्येच V-2 रॉकेटच्या निर्मितीचं काम हाती घेतलं. यासाठी आवश्यक असलेल्या गोष्टींची पूर्तता करण्यात आली. विखुरलेली माहिती एकत्र करणं, उपलब्ध असलेल्या तंत्रज्ञांच्या अनुभवांचा वापर करून रॉकेटनिर्मितीसाठीच्या गोष्टी करणं वगैरे प्रकार सुरू झाले. ग्रॉट्रप आपल्या हाती लागल्यामुळे उत्साही झालेल्या सोव्हिएत अधिकाऱ्यांना अजूनही फॉन ब्राऊनची अनुपस्थिती खटकत होती. फॉन ब्राऊनमध्ये असलेलं कौशल्य, त्याचा दांडगा अनुभव आणि इतरांकडून काम करून घेण्याची त्याची हातोटी या सगळ्या गोष्टींना आपण मुकलो असल्याची भावना त्यांना बेचैन करत होती. ग्रॉट्रपसकट इतर कुणामध्ये फॉन ब्राऊनइतकी क्षमता आहे का याविषयी त्यांच्या मनात सतत शंका होती. त्यामुळे आपण सोव्हिएत युनियनमधून फॉन ब्राऊनच्या तोडीस तोड असा एखादा माणूस या प्रकल्पावर काम करण्यासाठी जर्मनीत आयात करावा, असं एका सोव्हिएत अधिकाऱ्याला वाटत होतं. अन्यथा हा प्रकल्प दिशाहीन होईल आणि त्यातून शेवटी काहीच निष्पन्न होणार नाही, असं त्याचं मत होतं. आता असा माणूस मुळात सोव्हिएत युनियनमध्ये आहे का, याचा शोध घेणं भाग होतं. त्यासाठी या अधिकाऱ्यानं आपल्या मायदेशी निरोप धाडल्यावर खरंच असा एक माणूस हे काम करू शकेल, असं आशादायी उत्तर त्याला मिळालं. या माणसाच्या कौशल्याविषयी कुणाच्याच मनात शंका नसली, तरी त्याचं नाव घेण्याची हिंमत मात्र जवळपास कुणीच करत नव्हतं. ते नाव होतं सर्गेई पावलोव कोरेलियॉव्ह याचं.

■

# कोरेलियॉव्हची अविश्वसनीय कथा

जोसेफ स्टॅलिनच्या कारकिर्दीत सोव्हिएत युनियनमध्ये उभ्या करण्यात आलेल्या पोलादी पंज्याविषयी बऱ्याच जणांनी लिहिलं आहे. सातत्यानं देशद्रोही किंवा साम्यवादविरोधी कारवाया केल्याचे ठपके ठेवून अनेक जणांचा छळ करण्याची मोहीमच जणू या काळात उघडण्यात आली होती. आपल्या नागरिकांवर बारीक नजर ठेवणारी गुप्तचर यंत्रणा उभी करून स्टॅलिननं सगळ्यांच्या मनात प्रचंड दहशत निर्माण केली. १९३१ साली त्यानं केलेल्या कायद्यानुसार सोव्हिएत युनियनचा शत्रू असल्याचा आरोप सहजपणे कुणावरही ठेवण्यात येई. त्यानंतर त्या माणसाला अटक करून त्याच्यावर एकतर्फी खटला चालवला जाई. याचा शेवट हमखास त्या माणसाला मृत्युदंड देण्यात होई. निर्णयाविरुद्ध दाद मागण्याची सोय तर अजिबातच नसे. अशा प्रकारे १९३०च्या दशकात सोव्हिएत युनियनमध्ये लाखो लोकांना देशद्रोहाच्या आरोपांवरून ठार करण्यात आलं. त्यांपैकी किती जण खरंच सोव्हिएत युनियनच्या विरोधात कारवाया करत होते, ही माहिती दडवून ठेवण्यात आलेली असली, तरी त्यामधले बहुसंख्य लोक निरपराध असणार, तसंच वैयक्तिक सूडापोटी, आकसापोटी किंवा निव्वळ आपलं स्थान भरभक्कम करण्याच्या हेतूनं स्टॅलिन तसंच त्याच्या मर्जीतले लोक यांनी हा नरसंहार घडवून आणला याविषयी मात्र इतिहासकारांना अजिबातच शंका वाटत नाही.

याचे परिणाम थोरामोठ्यांना भोगावे लागत. २७ जून, १९३८ या दिवशी अटक करण्यात आलेल्या सर्गेई पावलोविच कोरेलियॉव्ह या सोव्हिएत युनियनमधल्या रॉकेटशास्त्रज्ञाची अवस्थाही याहून वेगळी नव्हती. आपली पत्नी झेनिया आणि तीन वर्षं वयाची नताशा ही मुलगी यांच्यासह कोरेलियॉव्ह मॉस्को शहरातल्या एका घरसंकुलाच्या सहाव्या मजल्यावरच्या घरात राहत असे. झेनियाच्या आधी घरी

परतलेला कोरेलियॉव्ह रात्रीचे नऊ वाजलेले असताना तिची वाट बघत होता. तितक्यात जिन्यातून अगदी घाईघाईनं पळत आलेल्या झेनियाची चाहूल लागल्यामुळे कोरेलियॉव्हनं घराचं दार उघडलं. पळत जिना चढून आल्यामुळे वेगानं श्वासोच्छवास सुरू असलेली झेनिया एकदम घाबरली होती. आपल्या इमारतीच्या खाली काही माणसं काही चौकशा करत असल्याची बातमी तिनं कोरेलियॉव्हला सांगितली. काही दिवसांपूर्वीच कोरेलियॉव्हचा सहकारी व्हॅलेंटिन पेत्रोविच ग्लुश्को याला अटक करण्यात आलेली असल्यामुळे आता आपल्या नवऱ्याचा नंबर लागू शकतो याची तिला पुरेपूर कल्पना होती. साहजिकच हे लोक त्याला घेऊन जाण्यासाठीच आले असावेत, या भीतीनं तिला पार घेरलं. जर्मनीत गेस्टॅपो ही संघटना अशाच प्रकारे मध्यरात्री कुणाचंही दार ठोठावून त्या माणसाला कायमसाठी घेऊन जाण्यासाठी कुख्यात होती. सोव्हिएत युनियनमध्ये ज्या लोकांना याच धर्तीवर 'चौकशी'साठी नेल्यानंतरही जिवंत राहण्याचं भाग्य लाभे, त्यांना 'गुलॅग' म्हणून ओळखल्या जाणाऱ्या छळछावण्यांवजा तुरुंगांमध्ये ठेवलं जाई. तिथल्या दडपशाहीमुळे आणि मानसिक तसंच शारीरिक हालअपेष्टांमुळे या कैद्यांना मरणाची आस लागत असे. दर वर्षी गुलॅगमधले किमान एक दशांश लोक मरण पावत.

झेनियाला वाटत असलेल्या भीतीमध्ये तथ्य असल्याची कोरेलियॉव्हला जाणीव होती. तिचे थरथरते हात आपल्या हातांमध्ये घेत आपल्याला अटक होण्याची शक्यता त्यानं बोलावून दाखवली आणि अलीकडेच आणलेली संगीताची एक रेकॉर्ड लावली. काही न बोलता ते दोघं काही मिनिटं त्या संगीताचा आस्वाद घेत राहिले. लवकरच दारावरच्या थापेमुळे कोरेलियॉव्हला दार उघडणं भाग पडलं. आलेल्या तीन जणांनी कोरेलियॉव्हच्या घराची झडती घेण्याचे परवाने दाखवले आणि त्याच्यावर देशद्रोहाचे आरोप असल्याचं सांगितलं. त्यानंतर त्यांनी कोरेलियॉव्हच्या घराची झडती घेतली. पहाट उजाडेपर्यंत सुरू असलेल्या या जीवघेण्या घटनाक्रमाचा शेवट सकाळी सहा वाजता त्या तिघांनी कोरेलियॉव्हला त्याचं थोडंफार सामान घेऊन आपल्याबरोबर येण्याचे आदेश देण्यात झाला. अर्थातच कोरेलियॉव्हला

**सर्गई कोरेलियॉव्ह**

अटक झाली होती. झेनियानं भानावर येत त्याचं जुजबी सामान एका बॅगेत भरून दिलं. घर सोडताना झेनियाला कवेत घेत 'मी निर्दोष आहे हे तुला माहीत आहेच' असं म्हणून निरोप दिला. आपल्या नवऱ्याला एका मोटारीत बसताना बघणाऱ्या झेनियाला हताशपणानं घेरून टाकलं.

सोव्हिएत युनियनच्या विरोधात कारवाया करण्याचे आरोप कोरेलियॉव्हवर ठेवण्यात आले. त्याची उलटतपासणी घेण्यात आली. त्याला मारहाण झाली. जर त्यानं आपल्यावर ठेवण्यात आलेल्या आरोपांची कबुली दिली नाही, तर त्याच्या कुटुंबीयांना धोका पोहोचेल, असं त्याला सांगण्यात आलं. कोरेलियॉव्हच्या दोन वरिष्ठांना अशाच प्रकारे अटक करून त्यांनाही जबरदस्तीनं कोरेलियॉव्ह तसंच त्याचा सहकारी ग्लुश्को यांच्या विरोधात खोट्या जबान्या द्यायला भाग पाडण्यात आलं होतं. सगळाच खेळ खोटा असला तरी कुणाचंच या जुलमी राजवटीपुढे काहीएक चालत नव्हतं. देशद्रोही कटांचे काल्पनिक आरोप इतरांप्रमाणेही कोरेलियॉव्हच्या वरिष्ठांपासून कोरेलियॉव्हपर्यंत सगळ्यांवर ठेवण्यात आले. हे आरोप किती बुनबुडाचे आणि हास्यास्पद असावेत याची एक झलक म्हणजे कोरेलियॉव्हनं एक रॉकेट नष्ट केल्याचा आरोप त्याच्यावर होता; पण हे रॉकेट अजूनही त्याच्या कामाच्या ठिकाणी सुस्थितीत उभं होतं! एकूणच सोव्हिएत युनियनच्या लष्कराला रॉकेट तंत्रज्ञानामध्ये प्रगती करता येऊ नये यासाठी घातपात केल्याचे आरोप या सगळ्या मंडळींवर होते. हतबल झालेल्या कोरेलियॉव्हनं दोनच दिवसांमध्ये आपल्यावरच्या तथाकथित आरोपांची लिखित कबुली दिली. ती न देण्यात काहीच मतलब नव्हता. कोरेलियॉव्हवर खटला न भरता त्याला सरळ गुलॅगमध्ये दहा वर्षांच्या तुरुंगवासासाठी धाडण्यात आलं. तिथं गेल्यावर मात्र कोरेलियॉव्हनं आपण निरपराध असल्यामुळे आपल्यावर दया करण्यात यावी यासाठी अनेक जणांना पत्रं लिहिली. कोरेलियॉव्हच्या थकलेल्या आईनं तर थेट स्टॅलिनला उद्देशून पत्रं लिहिली. या सगळ्याचा काही परिणाम झाला नाही. लवकरच कोरेलियॉव्हला गुलॅगमधल्या नैराश्यपूर्ण वातावरणाची झळ बसायला लागली. प्रचंड थंडीमुळे सूर्याचं दर्शनही होत नसलेल्या परिस्थितीत त्याला इतरांप्रमाणेच कुडकुडत राहावं लागे. ही थंडी इतकी भीषण असे, की सगळीकडे साचलेल्या बर्फाशी किंवा थंड हवेशी त्वचेचा संपर्क जरी आला, तरी जागच्या जागी त्वचेला भेगा पडत. आता आपण काही वाचत नाही अशी कोरेलियॉव्हची खात्री पटली आणि म्हणूनच आपली आता पुन्हा भेट होणं कठीण आहे अशा अर्थाची निराशाजनक पत्रं त्यानं झेनियाला पाठवायला सुरुवात केली.

अशा या सर्गी पावलोव कोरेलियॉव्हचा जन्म १२ जानेवारी, १९०७ या दिवशी काईव्हजवळच्या भागात या एका आनंदी कुटुंबात झाला. कोरेलियॉव्हचं बालपण मजेत जायची चिन्हं असतानाच त्याच्या आई-वडिलांचं बिनसलं. कोरेलियॉव्हच्या

आईनं स्वतःच्या पायांवर उभं राहण्याचा निश्चय करून पुढचं शिक्षण घ्यायचं ठरवलं आणि आपल्या नवऱ्याला घटस्फोट दिला. कोरेलियॉव्हला तिनं आपल्या आई-वडिलांपाशी ठेवलं. आपल्या आजी-आजोबांकडे कोरेलियॉव्ह तसा मजेत राहत असला तरी त्याला एकाकी मात्र वाटे. कोरेलियॉव्ह सहा वर्षांचा असताना त्याच्या आजी-आजोबांनी त्याला विमान उडवण्याच्या एका प्रात्यक्षिकाला नेलं आणि तिथंच कोरेलियॉव्हच्या मनात उड्डाणासंबंधी रस निर्माण झाला. काही वर्षांनी कोरेलियॉव्हच्या आईनं दुसरं लग्न केलं आणि ती त्याला आपल्याबरोबर राहायला घेऊन गेली. तिथून लष्करी विमानं उडताना दिसत. ते बघून कोरेलियॉव्ह पार हरखून जाई आणि काही काळातच या विमानांची दुरुस्ती जिथं व्हायची, त्या ठिकाणी तो तास न् तास घालवत असे. एकदा त्याला विमानातून प्रवास करायची संधी मिळाल्यावर हळूहळू जमिनीवरचं सगळं दृश्य कसं छोट्या ठिपक्यांसारखं दिसतं, हे पाहून तो थक्कच झाला. यानंतर कोरेलियॉव्हनं हवाई तंत्रज्ञानाचा अभ्यास सुरू केला. शालेय शिक्षण संपल्यावर त्यानं हाच विषय पदवीच्या शिक्षणासाठी निवडला आणि याच काळात तो आपली वर्गमैत्रीण झेनिया हिच्या प्रेमात पडला. सुरुवातीच्या नकारानंतर तिनं कोरेलियॉव्हच्या हार न मानण्याच्या वृत्तीपुढे नमतं घेतलं आणि वयाच्या चोविसाव्या वर्षी दोघांचं लग्न झालं. मॉस्कोमधल्या विमानांशी संबंधित असलेल्या तंत्रज्ञानावर काम करणाऱ्या एका संस्थेत नोकरी करताकरता रॉकेटनिर्मितीच्या संदर्भातल्या एका हौशी मंडळींच्या बैठकांना कोरेलियॉव्ह हजेरी लावे.

कॉन्स्टंटिन झिओल्कोव्सकी नावाच्या भन्नाट सोव्हिएत अभ्यासकानं अंतराळात रॉकेट सोडण्यासंबंधीच्या संकल्पना मांडल्या होत्या. या नुसत्याच कल्पनेच्या भराऱ्या नव्हत्या. त्यामध्ये भौतिकशास्त्र होतं. न्यूटननं गुरुत्वाकर्षणासंबंधी बांधलेल्या सूत्रांवर या संकल्पना आधारलेल्या होत्या. त्यानुसार पृथ्वीच्या पृष्ठभागापाशी गुरुत्वाकर्षणाची शक्ती सगळ्यात जास्त असल्यामुळे आणि जसजसं आपण पृथ्वीपासून लांब जाऊ तसतसं ही शक्ती कमी होत असल्यामुळे रॉकेटच्या तंत्रज्ञानात त्यानुसार योग्य अशा तांत्रिक सोयी असल्या पाहिजेत. यासाठी रॉकेटला वर नेण्यासाठी एक इंजिन न लावता अनेक इंजिनं लावण्याची कल्पना लढवण्यात आली. ठरावीक टप्प्यापर्यंत पहिलं इंजिन रॉकेटला वर नेईल आणि त्यानंतर त्याचं काम झाल्यानंतर ते गळून पडेल; त्यानंतर दुसरं इंजिन रॉकेटला आणखी वर नेईल आणि त्यानंतर ते गळून पडेल; वगैरे. यामुळे एक तर एकाच इंजिनवर सगळा भर येणार नाही आणि दुसरं म्हणजे जसजसं रॉकेट वर जात राहील, तसतसं ते हलकं होत जाईल. तसंच इंजिनमध्ये घनरूपी पदार्थ न वापरता द्रवरूपी पदार्थ वापरण्याची टूम इथंही होती. या संकल्पनांच्या वाचनानं कोरेलियॉव्ह हरखून गेला. या विषयामध्ये रस असलेल्या इतरांच्या मदतीनं १९३३ सालच्या मार्च महिन्यात त्यानं एक रॉकेट

तयार करून १३०० फूट उंचीपर्यंत नेलंसुद्धा. यामुळे लष्कराच्या रॉकेटनिर्मिती संशोधन विभागासकट अनेक जणांचं लक्ष कोरेलियॉव्हकडे गेलं. यामुळे कोरेलियॉव्ह आनंदला. या संदर्भात थोडं काम झालंसुद्धा; पण लवकरच स्टॅलिननं अशा सगळ्या कामांवर बंदी घालून आपल्या पंचवार्षिक योजना सरू केल्या. त्यामुळे रॉकेटनिर्मितीचं काम ठप्प झालं. निरनिराळ्या संशयांमुळे लाखो लोकांना पकडून तुरुंगात टाकणं, त्यांचा अनन्वित छळ करणं, अनेक जणांना ठार मारणं यांना ऊत आला. लष्कराच्या रॉकेटनिर्मिती विभागाकडेही लवकरच स्टॅलिनचं लक्ष गेलं आणि तिथल्या वरिष्ठांना सहकुटुंब तुरुंगात डांबण्यात आलं. त्यापाठोपाठ ग्लुश्को आणि मग कोरेलियॉव्ह यांचा नंबर लागला.

आता कोरेलियॉव्ह सायबेरियामधल्या ज्या तुरुंगात होता, तिथला दिवस पहाटे चार वाजता सुरू होई. खतरनाक गुन्हेगार तिथं 'देखभालीसाठी' नेमले होते. खायला अत्यंत अपुरं आणि कुबट वास असलेलं कोबीचं सूप मिळे. सगळे कैदी कायम भुकेलेले असत. उपाशी राहून आणि हालअपेष्टा सहन करून त्यांना जगणंसुद्धा असह्य होई. या ठिकाणी आल्यापासून काही आठवड्यांमध्येच कोरेलियॉव्हचं रूप पार बदलून गेलं. नेहमीच होत असलेल्या मारहाणीमुळे त्याचे अनेक दात गायब झाले होते. त्याच्या जबड्यातून रक्त वाही. मारहाणीच्या जोडीला निकृष्ट दर्जाचं अन्न खाऊन त्याच्या दाढा सुजत आणि त्याच्या हिरड्यांमधूनही रक्तस्राव होत असे. त्याचे सगळे दात गेले आणि त्याला हृदयविकाराचा त्रास जडला. उद्या आपण जिवंत असू का याची त्याला शाश्वती नसे. सुजलेल्या पायांमुळे त्याला चालतासुद्धा येत नसे. त्याचा एक हात मोडला होता आणि त्याच्या डोक्यावर एक मोठा व्रण ठळकपणे दिसे. तरीही एके ना एके दिवशी आपली सुटका होईल या आशेपोटी कोरेलियॉव्ह सोव्हिएत अधिकाऱ्यांपासून स्टॅलिनपर्यंत सगळ्यांना पत्रं लिहीत राही. तेवढ्यात काही दिवसांनी मॉस्कोच्या विमाननिर्मिती केंद्राचा प्रमुख असलेला माणूस नवा कैदी म्हणून तिथं आला. कोरेलियॉव्हला बघितल्यावर त्याला धक्काच बसला. इतका अशक्त, दुःखी, जखमी आणि निस्तेज कोरेलियॉव्ह फार काळ जगणार नाही याची कल्पना असल्यामुळे त्यानं कसंबसं कोरेलियॉव्हला तुरुंगाच्या इस्पितळात दाखल केलं. तिथं जुजबी उपचार झाल्यामुळे कोरेलियॉव्हला जरा बरं वाटलं. १९३९ सालच्या नोव्हेंबर महिन्याच्या एका अत्यंत थंड हवामानामधल्या सकाळी कोरेलियॉव्हला स्थानिक अधिकाऱ्याकडून बोलावणं आलं. आपली शंभरी भरली असं वाटून जड अंतःकरणानं कोरेलियॉव्ह तिथं गेला खरा; पण प्रत्यक्षातलं चित्र पार वेगळं होतं. गुलॅगमधून कोरेलियॉव्हची सुटका करून त्याचा खटला मॉस्कोमध्ये चालवण्याचा निर्णय घेण्यात आला होता. यामागे ग्लुश्कोचा हात होता. फॉन ब्राऊन आपल्या हातून निसटणार हे जवळपास निश्चित असल्यामुळे त्याच्याऐवजी

आपल्यासाठी कोण रॉकेट तयार करू शकेल या प्रश्नाचं उत्तर शोधताना सोव्हिएत अधिकाऱ्यांना ग्लुश्कोविषयी समजलं. ग्लुश्कोला त्यांनी 'सोव्हिएत युनियनमध्ये रॉकेटनिर्मिती प्रकल्पाची जबाबदारी कुणाकडे सोपवणं योग्य ठरेल?' असा प्रश्न विचारला. तेव्हा ग्लुश्कोनं कोरेलियॉव्हचं नाव घेतलं आणि म्हणूनच कोरेलियॉव्हची तुरुंगातून सुटका होऊ शकली.

मॉस्कोला जाण्यासाठी काही सोय उपलब्ध नसल्यामुळे एका ट्रक ड्रायव्हरला आपला कोट देण्याच्या मोबदल्यात मॉस्कोजवळच्या एके ठिकाणी कोरेलियॉव्ह त्या ट्रकमधून गेला. त्या ठिकाणाहून मॉस्कोला जलमार्गानं जाण्यासाठीची त्या हंगामातली शेवटची बोट नुकतीच गेल्याचं समजताच कोरेलियॉव्ह पुरता हताश झाला. खायला-प्यायला काही नाही आणि कडाक्याची थंडी या दुहेरी संकटामुळे कोरेलियॉव्ह पुन्हा आजारी पडला. मृत्यूला सामोरं जाण्याची मानसिक तयारी केलेल्या कोरेलियॉव्हला अचानकपणे एका म्हाताऱ्या माणसानं आश्चर्यकारकरीत्या वाचवलं आणि कोरेलियॉव्ह मॉस्कोलाही जाऊ शकला. तिथं त्याच्या शिक्षेची मुदत घटवून आठ वर्षांवर आणण्यात आली आणि हळूहळू त्याला बॉम्बनिर्मितीचं काम देण्यात आलं. त्यानंतर तो पुन्हा एकदा रॉकेटनिर्मितीच्या प्रकल्पावर रुजू झाला. १९४५ सालच्या ऑगस्ट महिन्यात जर्मनीच्या रॉकेटनिर्मिती प्रकल्पाविषयीचं रहस्य समजून घेण्यासाठी बर्लिनला जायचं असल्याचा निरोप कोरेलियॉव्हला मिळाला. देशद्रोह केल्याच्या आरोपांवरून अत्यंत हालअपेष्टांनी भरलेला तुरुंगवास सोसलेल्या कोरेलियॉव्हच्या आयुष्यातला नवा अध्याय अशा प्रकारे अत्यंत अनपेक्षितपणे सुरू झाला. व्हर्नर फॉन ब्राऊननं रॉकेटनिर्मितीच्या संदर्भात मिळवलेल्या यशाहून उत्कृष्ट कामगिरी करून दाखवण्यासंबंधीचे स्पष्ट आदेश कोरेलियॉव्हला देण्यात आले. मॉस्कोहून वॉरसॉला आणि तिथून बर्लिनला कोरेलियॉव्ह रवाना झाला. तिथं त्याची भेट ग्लुश्कोशी झाली आणि ज्या माजी सहकाऱ्याच्या खोट्या जबानीमुळे आपल्याला इतका त्रास सहन करावा लागला त्याच्याबरोबरच आपल्याला पुन्हा काम करावं लागणार, हेही त्याला समजलं.

दरम्यान फॉन ब्राऊन आणि त्याचे सहकारी यांचा वापर जपानविरुद्ध सुरू असलेल्या दुसऱ्या महायुद्धाच्या अखेरचा टप्पा लवकर संपावा, अशी अमेरिकेची इच्छा होती. म्हणजेच फॉन ब्राऊन आणि त्याचे सहकारी यांनी तयार केलेल्या रॉकेटचा वापर जपानवर ताकदवान बॉम्ब डागण्यासाठी करता येईल का, याविषयी अमेरिका प्रयत्नशील होती. आपल्याबरोबर पाचशे रॉकेटनिर्मिती तंत्रज्ञांना न्यायची मागणी फॉन ब्राऊननं अमेरिकेकडे केली असली, तरी त्याच्या फक्त एक पंचमांश तंत्रज्ञांना अमेरिकेला नेण्यासाठीची परवानगी अमेरिकी अधिकाऱ्यांनी दिली. त्यामुळे फॉन ब्राऊन जरा वैतागून गेला असला, तरी त्याचं या निर्णयापुढे काहीच चालण्यासारखं

नव्हतं. अमेरिकेनं घातलेल्या काही अटीसुद्धा फॉन ब्राऊन आणि त्याचे सहकारी यांना जाचत होत्या. उदाहरणार्थ, अमेरिकेनं आपल्याबरोबर किमान तीन वर्षांचा करार केला पाहिजे, अशी त्यांची रास्त इच्छा होती. अन्यथा अमेरिका आपला वापर करून घेईल आणि त्यानंतर आपल्याला डच्चू देऊन टाकेल, अशी भीती त्यांना सतावत होती. प्रत्यक्षात अमेरिका त्यांच्याशी फक्त सहा महिने मुदतीचा करार करायची तयारी दखवत होती. याखेरीज या शास्त्रज्ञांनी आणि तंत्रज्ञांनी आपली कुटुंबं जर्मनीत मागे ठेवून अमेरिकेला जावं अशी अमेरिकेची अपेक्षा होती. हेही खूप धोकादायक आहे, असं फॉन ब्राऊन आणि त्याचे सहकारी यांना वाटत होतं. फॉन ब्राऊन आणि अमेरिका यांच्यामधली चर्चा लांबत चालली, तसं सोव्हिएत युनियन फॉन ब्राऊन तसंच त्याचे सहकारी यांना आपल्या जाळ्यात ओढून घेईल, अशी भीती अमेरिकेला सतावायला लागली. म्हणूनच या प्रकरणाचा सोक्षमोक्ष लवकर लावला पाहिजे, असं जर्मनीमधले अमेरिकी अधिकारी म्हणायला लागले.

दरम्यान फॉन ब्राऊन आणि डॉर्नबर्गर यांना ब्रिटिशांनी युद्धपश्चात परिस्थितीविषयी चर्चा करण्यासाठी म्हणून इंग्लंडला नेलं. तिथून त्यांनी फॉन ब्राऊनला सन्मानानं परत जर्मनीला धाडलं खरं; पण डॉर्नबर्गरला मात्र त्यांनी सरळ डांबूनच ठेवलं. नाझी राजवटीमध्ये झालेल्या अनन्वित अत्याचारांची आणि छळछावण्यांची जबाबदारी कुणाची यासंबंधीचा तपास ब्रिटिश लोक करत होते. त्यात डॉर्नबर्गरवरही आरोप ठेवण्यात आले. शिवाय गायब झालेल्या कॅमलरचा शोध घेण्यासाठीसुद्धा डॉर्नबर्गरची मदत होईल, असं त्यांना वाटत होतं. जर कॅमलरचा शोध लागला नाही, तर त्याच्याऐवजी डॉर्नबर्गरलाच आरोपीच्या जाळ्यात उभं करायचं, असं त्यांनी ठरवलं. यामुळे डॉर्नबर्गर हादरून गेला. कॅमलर ब्रिटिशांच्या हाती लागणार नाही, असं त्याला वाटत होतं. कॅमलरच्या मृत्यूविषयीही अनेक उलटसुलट अफवा पसरल्या होत्या. आपल्या विश्वसनीय सूत्रांच्या माहितीनुसार प्रागमध्ये कॅमलर आपल्या दोन डझन एसएस सहकाऱ्यांबरोबर लपून बसलेला असताना झेक सैनिकांनी त्याच्यावर हल्ला करून त्याला ठार केलं असल्याचं डॉर्नबर्गरला समजलं होतं. त्यामुळे आता आपण इथंच खितपत राहणार किंवा आपल्यावर खटला भरला जाऊन मृत्युदंडाची शिक्षा होणार, अशा भीतीनं तो पार हैराण झाला. याशिवाय खरं म्हणजे आपणही रॉकेटनिर्मितीचं काम हाती घ्यावं, असं ब्रिटिशांना वाटत होतं आणि त्या दृष्टीनं त्यांचे प्रयत्नही सुरू झाले होते; पण त्यासाठी फॉन ब्राऊनला इंग्लंडमध्ये अडकवून ठेवणं परवडण्यासारखं नाही, याची त्यांना जाणीव होती.

दरम्यान फॉन ब्राऊन आणि त्याचे शंभरहून जास्त सहकारी यांना अमेरिकेमध्ये नेण्यासाठीची परवानगी जर्मनीमधल्या अमेरिकी अधिकाऱ्यांना मिळाली. हे शास्त्रज्ञ-तंत्रज्ञ आपली कुटुंबं जर्मनीतच ठेवणार असले, तरी त्यांच्या संपूर्ण संरक्षणाची

जबाबदारी अमेरिकी लष्कर घेईल असं ठरलं. सहा महिन्यांच्या करारावर ७ सप्टेंबर १९४५ या दिवशी अतिशय गुप्तपणे फॉन ब्राऊन अमेरिकेला रवाना झाला. आपल्यासमोरची ही सुवर्णसंधी असल्याची त्याला पुरेपूर कल्पना होती. त्यामुळे काहीही झालं तरी या सहा महिन्यांचा वापर केला पाहिजे, असं त्यानं स्वतःला बजावलं.

नियतीचा विचित्र योगायोग म्हणजे ज्या दिवशी फॉन ब्राऊन अमेरिकेला रवाना झाला, त्याच्या पुढच्याच दिवशी कोरेलियॉव्ह जर्मनीत दाखल झाला. अधिकृतपणे फॉन ब्राऊनचं जण V-2 रॉकेट तयार करण्याची जबाबदारी कोरेलियॉव्हच्या खांद्यांवर होती; पण प्रत्यक्षात या रॉकेटपेक्षा आणखी पुढचं रॉकेट तयार करण्याची इच्छा गुप्तपणे मनात बाळगून कोरेलियॉव्ह बर्लिनमध्ये दाखल झाला. त्यानं तिथं आल्याआल्या जर्मनीच्या रॉकेटनिर्मितीच्या कार्यक्रमाविषयीची माहिती गोळा करायला सुरुवात केली. सोव्हिएत युनियनमधल्या आपल्या अलीकडच्या भयावह अनुभवांच्या पार्श्वभूमीवर मिळालेलं हे स्वातंत्र्य अत्यंत आनंदानं उपभोगण्यासाठी आतूर असलेला आणि त्याच्या जोडीला आपल्या आवडत्या विषयामध्ये काम करायला मिळणार असल्यामुळे नवनव्या संकल्पना रचण्याची स्वप्नं बघत असलेला कोरेलियॉव्ह आता फॉन ब्राऊनवर बाजी मारणार का, हा खरा प्रश्न होता.

■

# पायाभरणीचे दिवस

सोव्हिएत युनियनच्या हाती काही V-2 रॉकेट्स लागलेली असली तरी त्यासंबंधीची तांत्रिक माहिती त्यांच्याकडे अजिबातच नव्हती. फॉन ब्राऊनच्या सांगण्यानुसार त्याच्या एका साथीदारानं ही माहिती असलेली कागदपत्रं जर्मनीमध्ये लपवून ठेवलेली असल्यामुळे, तसंच या प्रकल्पावर काम केलेला कुठलाच माणूस हाताशी नसल्यामुळे नुसत्या रॉकेट्सच्या आधारे नव्यानं रॉकेटनिर्मिती करण्याचं काम शक्य नसल्याचं कोरेलियॉव्हचं रास्त मत होतं. नुसती रॉकेट्स बघून त्यांचं कामकाज कसं चालतं, तसंच नव्यानं ती कशी बनवायची, हे कसं काय ठरवणार याचं सोव्हिएत उच्चपदस्थांना काही देणंघेणं नव्हतं. त्यांनी काहीही करून हे काम सुरू करायला कोरेलियॉव्हला सांगितलं. यामुळे आपल्यापुढे काय वाढून ठेवलं आहे याची कोरेलियॉव्हला कल्पना आली. तरीही आधीच्या संकटांपेक्षा हे संकट परवडलं, असं म्हणून आणि शिवाय आपल्या आवडत्या कामाकडे नव्यानं वळता येईल या आशेमुळे त्यानं जिद्दीनं हे काम हाती घ्यायचं ठरवलं. दरम्यान सोव्हिएत अधिकाऱ्यांनी जर्मनीमध्ये रॉकेटनिर्मिती प्रकल्पाचं काम सुरू असलेल्या ठिकाणाच्या आसपास जाहीर घोषणा देणाऱ्या गाड्या फिरवल्या. याद्वारा रॉकेटनिर्मितीच्या कामात आधी सहभागी असलेल्या लोकांनी आता आपल्यासाठी काम करावं, असं आवाहन त्यांनी केलं. याच्या मोबदल्यात त्यांना उत्तम आर्थिक मोबदला तसंच सोयीसुविधा पुरवल्या जातील, असं आश्वासन देण्यात आलं. याला प्रतिसाद देत काही जर्मन लोकांनी सोव्हिएत अधिकाऱ्यांची भेट घेतली आणि या प्रकल्पामध्ये सहभागी व्हायची तयारी दाखवली.

लवकरच कोरेलियॉव्हनं जर्मनीच्या रॉकेटनिर्मिती प्रकल्पाची सखोल माहिती मिळवली. काही काळानंतर ब्रिटिशांनी आपल्याकडच्या V-2 रॉकेट्सचं प्रात्यक्षिक

मित्रराष्ट्रांसाठी आयोजित केलं. याला जास्तीत जास्त तीन रशियन अधिकाऱ्यांना उपस्थित राहण्याची परवानगी ब्रिटिशांनी दिली आणि त्यात कोरेलियॉव्हचा समावेश होऊ शकला नाही. यामुळे कोरेलियॉव्ह अर्थातच खूप निराश झाला. काहीही करून या प्रात्यक्षिकांना हजेरी लावायचीच, असा निर्धार त्यानं आपल्या मनाशी केला आणि एका रशियन अधिकाऱ्याच्या गाडीचा चालक असा बनाव करून इंग्लंडला जाण्याचा बेत त्यानं आखला. यावर आपण विमानानं प्रवास करणार असल्यामुळे आपल्याबरोबर चालक कशाला आला, असा प्रश्न ब्रिटिश लोक उपस्थित करतील असं संबंधित अधिकाऱ्याचं रास्त मत होतं. तेव्हा विमानप्रवासाचं ठीकच आहे; पण विमानातून उतरल्यावर तरी गाडीनंच फिरणं भाग असल्यामुळे आपण येऊ शकतो असं कोरेलियॉव्हनं त्याला सुचवून बघितलं. हे त्या अधिकाऱ्याला पटलं आणि शेवटी चालकाचा पोशाख घालून कोरेलियॉव्ह त्या अधिकाऱ्यासह इंग्लंडला रवाना झाला. तीन रशियन अधिकाऱ्यांसाठी ब्रिटिशांनी विमानतळावरच गाडी पाठवली होती.

विमानातून उतरल्यावर आपण रशियन अधिकाऱ्याचे चालक म्हणून आलेलो असल्याचं नाटक करण्यासंबंधी स्वतः कोरेलियॉव्ह आणि तो अधिकारी या दोघांनाही पूर्ण विसर पडला. म्हणूनच त्या अधिकाऱ्याला घ्यायला आलेल्या गाडीच्या चालकानजीकच्या म्हणजेच पुढच्या सीटवर तो अधिकारी बसला आणि कोरेलियॉव्ह गाडीच्या मागच्या सीटवर बसला. गाडी चालवण्याचा प्रसंग कोरेलियॉव्हवर आला नसला तरी सर्वसाधारणपणे अधिकारी किंवा साहेब गाडीच्या मागच्या सीटवर बसण्याची प्रथा असते, हे ते दोघं पार विसरून गेले. तसंच गाडी थांबल्यानंतर खरं म्हणजे चालकाचं सोंग करणाऱ्या आणि चुकून मागच्या सीटवर बसलेल्या कोरेलियॉव्हनं आपलं दार पटकन उघडून पुढचं चालकाशेजारचं दार उघडून रशियन अधिकाऱ्याला सन्मानानं बाहेर येऊ द्यायला हवं होतं. तसं न घडता त्या अधिकाऱ्यानं स्वतःच आपलं दार उघडलं आणि कोरेलियॉव्हलाही या सगळ्या अपेक्षांचा पुरता विसर पडला. ब्रिटिशांच्या लक्षात या गोष्टी नक्कीच आल्या असाव्यात; पण त्यांनी तसं काही वरवर तरी दाखवलं नाही. ब्रिटिशांशी रॉकेटविषयी झालेल्या चर्चेदरम्यान रशियन अधिकाऱ्यापेक्षा त्याचा चालक खूप जास्त माहीतगार असल्याचं बघून ब्रिटिश अधिकारी जरा सर्दच झाले! तसंच एकूणच आपल्या ज्ञानापेक्षा रशियन अधिकारी खूपच जास्त तयारीचे दिसतात, हे त्यांना उमगलं.

अशा काही प्रसंगांमधून कोरेलियॉव्हला फॉन ब्राऊनच्या नेतृत्वाखाली तयार करण्यात आलेल्या V-2 रॉकेटविषयीची माहिती मिळत गेली. त्यामुळे कोरेलियॉव्ह खूश झाला असला, तरी काही बाबतींमध्ये मात्र त्याची निराशा झाली. सगळ्यात महत्त्वाचा मुद्दा म्हणजे उपलब्ध तंत्रज्ञानाचा पुरेपूर फायदा करून घेण्यात जर्मन तंत्रज्ञ

अयशस्वी ठरले असल्याचं त्याचं ठाम मत झालं. एखादी गोष्ट साध्य करण्यासाठी अनेक पर्याय उपलब्ध असताना त्यांनी पटकन उपलब्ध होईल तो पर्याय स्वीकारला असल्याचं आणि म्हणूनच तंत्रज्ञानाच्या दर्जाच्या संदर्भात काही बाबतींमध्ये दुर्लक्ष केल्याचं त्याचं मत झालं. उदाहरणार्थ, रॉकेटचं वजन शक्य तितकं कमी असणं अत्यावश्यक असताना इंधन कुठं भरायचं यासाठीच्या पर्यायांचा पुरेसा अभ्यास झाला नव्हता, असं कोरेलियॉव्हचं मत होतं. एकूणच हे रॉकेट चांगलं असलं, तरी सर्वोत्तम नाही आणि म्हणूनच आपण याहून कैक पटींनी चांगल्या दर्जाचं रॉकेट तयार करू शकू असा आत्मविश्वास त्याला वाटत होता. साहजिकच आपल्या सहकाऱ्यांना त्यानं याची कल्पना दिली आणि नव्यानं रॉकेटनिर्मितीचा प्रकल्प हाती घ्यायचं ठरवलं. आपल्या रॉकेटनं जर्मन रॉकेटपेक्षा खूप लांबवर प्रवास केला पाहिजे, असा ध्यास घेत या अंतराचं लक्ष्य त्यानं किमान ६४० किलोमीटर्सवर नेलं.

दरम्यान कोरेलियॉव्ह जरी मोठी स्वप्नं बघत असला तरी या स्वप्नांच्या पूर्ततेसाठी आपल्याकडे सध्या पुरेशी यंत्रसामग्री नसल्याचं सोव्हिएत अधिकाऱ्यांच्या लक्षात आलं. जेमतेम डझनभर रॉकेट्स तयार होण्याइतका 'कच्चा माल' त्यांच्याकडे होता. तसंच हा प्रकल्प साधासुधा नसून त्याची व्याप्ती खूप असल्याची जाणीवही त्यांना झाली. म्हणूनच त्यांनी या कामासाठी एक नवी संस्थाच उभी केली आणि कोरेलियॉव्हचा झपाटा बघून त्याला या नव्या संस्थेच्या उपप्रमुखपदी नेमलं. १९४६ साली आजूबाजूच्या गावांमधून सुमारे सात हजार जर्मनांना या कामावर नेमण्यात आलं. अर्थातच रशियन आणि जर्मन लोक यांच्यामधले संबंध ताणलेले असत. जर्मन लोक दगाफटका करतील अशी भीती रशियनांना वाटे, तर आपला नुसता वापर करून नंतर आपल्याला दूर केलं जाईल, अशी भीती जर्मनांना वाटे. हेल्मट ग्रॉट्रप मात्र रशियनांना खूप मदत करत असे. जर्मनीमधलं युद्धपश्चात् वातावरण इतरत्र अत्यंत निराशाजनक आणि हलाखीचं असलं, तरी ग्रॉट्रप कुटुंब मात्र एकदम मजेत होतं. राहायला आलिशान बंगला आणि उत्तमोत्तम सुखसोयी असलेल्या ग्रॉट्रपला आपली नवी जबाबदारीसुद्धा खूप आवडत होती. त्याच्या हाताखाली आता पाचशेच्या वर लोक काम करत.

आंतरराष्ट्रीय पातळीवरच्या राजकारणामधली उलथापालथ मात्र अजून स्थिरावायची होती. युद्धकाळात हिटलरला नमवण्यासाठी एकत्र आलेली मित्रराष्ट्रांची भांडवलशाही आणि सोव्हिएत युनियनचा साम्यवाद, यांचं एकत्रीकरण युद्ध संपल्यावर टिकून राहणं शक्य नव्हतं. तसंच आपल्या सीमारेषा नुसत्या राखण्यातच नव्हे, तर त्या विस्तारण्यातही स्टॅलिनला रस होता. दुसऱ्या महायुद्धानंतरच्या परिस्थितीचा फायदा घेऊन आपण सोव्हिएत युनियनच्या भौगोलिक सीमा विस्तारल्या पाहिजेत, असं

त्याला वाटत होतं. म्हणून ५ मार्च, १९४६ या दिवशी ब्रिटिश पंतप्रधान विन्स्टन चर्चिल यांनी प्रथमच सोव्हिएत युनियनचा 'पोलादी पडदा (Iron Curtain)' युरोपभर पसरत चालल्याचं विधान केलं आणि त्यानंतर या 'पोलादी पडद्या'ची संज्ञा सोव्हिएत युनियनच्या दडपशाहीनं भरलेल्या कारभाराचं वर्णन करण्यासाठी खूप मोठ्या प्रमाणावर वापरण्यात आली. लवकरच रशियन हेरांनी अणुबॉम्बसंबंधीची गुपितं अमेरिकेकडून मिळवली असल्याचं अमेरिकेच्या लक्षात आलं आणि त्यामुळे सोव्हिएत युनियनकडे संशयानं बघण्याची पाश्चिमात्य देशांची दृष्टी अजूनच कडवी होत गेली. साम्यवादाचा युरोपमध्ये वाढत असलेला प्रभाव क्षीण करण्यासाठी त्याच्या विरोधात जर्मनीला पुन्हा ताकद प्राप्त करून द्यावी अशी अमेरिकेची इच्छा होती; तर हीच संधी साधून जर्मनीला शक्य तितकं वाकवावं, असं स्टॅलिनच्या मनात होतं. अमेरिका आणि सोव्हिएत युनियनमधल्या शीतयुद्धाची ही नांदी होती. अशा प्रकारच्या अविश्वासाच्या वातावरणात सोव्हिएत युनियवर कोणत्याच बाबतीत भरवसा टाकता कामा नये, असं ठरवून २९ एप्रिल, १९४६ या दिवशी मित्रराष्ट्रांनी जर्मनीमधल्या इथून पुढच्या लष्करी कामांसाठीच्या रॉकेट तंत्रज्ञानासंबंधीच्या संशोधनावर बंदी घालण्याचा निर्णय घेतला. साहजिकच सोव्हिएत युनियनच्या बेतांवर पुरतं पाणी पडलं. आता काय करायचं अशा विवंचनेत असलेल्या सोव्हिएत युनियनच्या अधिकाऱ्यांनी थेट स्टॅलिनशी संपर्क साधला. स्टॅलिनला अणुबॉम्बनिर्मितीच्या कामामध्ये होत असलेल्या प्रगतीमुळे अणुबॉम्ब वाहून नेण्यासाठी क्षेपणास्त्र आणि रॉकेट यांची निर्मिती करण्याची घाई झाली होती. साहजिकच जर्मनीमधल्या आपल्या लोकांकडून मिळत असलेल्या बातम्या आणि मित्रराष्ट्रांची नवी घोषणा यामुळे स्टॅलिन वैतागून गेला; पण त्यानं सरळ हा प्रकल्प रशियामध्ये न्यायचं ठरवलं. यासाठी मॉस्कोनजीकची एक जागा ठरवण्यात आली.

जर्मनीहून रशियामध्ये परतताना आपली कारकीर्द बहरत असल्याच्या खुशीत असलेल्या कोरोलियॉव्हला आपल्या खासगी आयुष्यामधल्या अडचणींमधून मात्र अजिबातच बाहेर पडता येत नव्हतं. उलट त्याचे आपली पत्नी आणि मुलगी यांच्याशी असलेले संबंध अजूनच खराब झाले. सोव्हिएत सरकारच्या जुलमांपासून सुटका झालेली असली तरी कोरोलियॉव्ह आपल्या घरापासून प्रदीर्घ काळासाठी लांब असल्यामुळे त्यानं खरं म्हणजे आपली पत्नी झेनिया आणि अकरा वर्षांची मुलगी नताशा यांची जर्मनीला येण्याची व्यवस्था केली. जर्मनीत कोरोलियॉव्ह आपल्या कामात प्रचंड व्यग्र होता आणि झेनिया मॉस्कोमधल्या एका रुग्णालयाच्या अतिदक्षता विभागात काम करत होती. त्यांच्यामधला दुरावा पूर्वीपेक्षा वाढला होता. साहजिकच झेनिया नताशासह जर्मनीत आल्यावर आपले संबंध जरा सुधारतील अशी आशा कोरोलियॉव्हला लागून राहिली होती. ते तिघं भरपूर भटकले. त्यातही खास करून

नताशाचे कोरेलियॉव्ह खूपच लाड करत होता. असं असूनही आपल्या आई-वडिलांमध्ये अजिबातच जिव्हाळा नाही हे नताशाला अगदी स्पष्टपणे जाणवत होतं. १९४६ सालच्या सप्टेंबर महिन्यात नताशाची शाळा सुरू होत असल्याचं कारण देत झेनियानं रशियाला परतण्याचा निर्णय घेतल्यावर कोरेलियॉव्ह हताश झाला खरा; पण आपल्या पत्नीच्या ठामपणापुढे त्याचं काहीएक चाललं नाही.

कोरेलियॉव्हच्या वैयक्तिक आयुष्यात हे चढ-उतार सुरू असताना जर्मनीमध्ये रॉकेटनिर्मितीच्या कामात चांगली प्रगती होत असल्याच्या कारणावरून सोव्हिएत अधिकाऱ्यांनी एक जंगी पार्टी ठेवली. सर्वसामान्य प्रकारचं अन्नसुद्धा मुष्किलीनं उपलब्ध होत असल्याच्या परिस्थितीत हवी तेवढी उंची दारू आणि त्याच्या सोबत उत्तमोत्तम खाद्य पदार्थ हे सगळं बघून जर्मन तंत्रज्ञ आणि इंजिनिअर्स भलतेच खूश झाले. त्यांनी मस्तपैकी या सगळ्याचा आस्वाद घेतला. सोव्हिएत अधिकाऱ्यांना मात्र दारूला स्पर्शसुद्धा करण्याची परवानगी नसावी, अशा प्रकारे ते सगळे दारूपासून पार दूर होते. साहजिकच त्यांच्या चेहऱ्यावर वैताग आणि दुःख यांचं मिश्रण दिसत होतं. यामागचं कोडं काही तासांमध्येच उलगडलं. पार्टीतली मजा संपवून मस्तपैकी झोपी गेलेल्या जर्मन लोकांच्या घरांची दारं पहाटे ठोठावण्यात आली. दार उघडताच पुढच्या एका तासात आवराआवर करून आपल्याला मॉस्कोला जायचं असल्याचं सांगणारे सोव्हिएत अधिकारी त्यांना दिसले. काही कळायच्या आत ग्रॉट्रपसकट सगळ्या जर्मन तंत्रज्ञ-इंजिनिअर्सना मॉस्कोला धाडण्यात आलं. पुढच्या दोन आठवड्यांमध्ये इतर संलग्न शाखांमधल्या तब्बल सात हजार जर्मन इंजिनिअर्सनाही मॉस्कोमध्ये नेण्यात आलं. तिथलं आयुष्य फार चांगलं नव्हतंच; दुसऱ्या महायुद्धामुळे सोव्हिएत युनियनचीसुद्धा अपरिमित हानी झाली होती. साहजिकच अन्नधान्याचा तुटवडा सगळीकडे जाणवे. गळणारी छतं, विलक्षण थंडी, घरात साधं टेबल-खुर्चीसुद्धा नसणं, अशा असंख्य अडचणींना तोंड देत जर्मन तंत्रज्ञांना तिथं राहावं लागलं.

ग्रॉट्रप आणि त्याचे सहकारी निमूटपणे कामाला लागले. सुरुवातीला त्यांनी V-2 रॉकेटच्या निर्मितीचं काम हाती घेतलं. त्याच्या जोडीला G-1 नावाच्या आणखी आधुनिक स्वरूपाच्या रॉकेटचं कामही त्यांनी सुरू केलं. सगळीकडे वस्तूंचा किती तुटवडा असावा याचं एक बोलकं उदाहरण म्हणजे आपल्या रॉकेटनिर्मितीच्या कामात जेव्हा काही तंत्रज्ञांना एक स्प्रिंग हवी होती, तेव्हा तीसुद्धा कुठे मिळेनाशी झाली. शेवटी एक घड्याळ सुटं करून त्यामधली स्प्रिंग वापरण्यात आली! असे चित्रविचित्र प्रसंग वारंवार घडत असल्यामुळे जर्मन तंत्रज्ञांना शेवटी या सगळ्याचं फारसं काही वाटेनासं झालं. तितक्यात आणखी एक महत्त्वाची गोष्ट त्यांच्या लक्षात आली. जर्मन तंत्रज्ञांचं काम सुरू असताना त्यांच्यासोबत काही सोव्हिएत

तंत्रज्ञ काम सुरू करत. ते हमखास अगदी नवखे असत. त्यामुळे प्रत्यक्ष कामात त्यांची फारशी मदत होत नसे. उलट शिकाऊ तंत्रज्ञांसारखे ते जर्मन तंत्रज्ञांना असंख्य प्रश्न विचारत. सुरुवातीला यात फारसं काही वावगं नाही असं जर्मन तंत्रज्ञांना वाटे; पण लवकरच हे शिकाऊ सोव्हिएत तंत्रज्ञ बाजूला होत आणि त्यांची जागा नवेकोरे सोव्हिएत तंत्रज्ञ घेत. हे नवे सोव्हिएत तंत्रज्ञ परत एकदा पूर्णपणे नवखे असत. म्हणजेच त्यांनासुद्धा पुन्हा पहिल्यापासून सगळं शिकवण्याची पाळी जर्मन तंत्रज्ञांवर येत असे. यातून आपला वापर रॉकेटनिर्मितीच्या कामासाठी प्रामुख्यानं होत नसून, रॉकेटनिर्मितीचं तंत्रज्ञान सोव्हिएत तंत्रज्ञांना शिकवण्यासाठीचे प्रशिक्षक म्हणून होत असल्याची जाणीव जर्मन तंत्रज्ञांना झाली. म्हणजेच आपला फक्त या गरजेपुरता वापर करायचा आणि त्यानंतर आपल्याला बाजूला सारून सोव्हिएत तंत्रज्ञांकरवीच पुढचं काम करून घ्यायचं, असा स्टॅलिनचा खरा हेतू असावा अशी दाट शंका ग्रॉट्रपच्या मनात घोळायला लागली.

या काळात कोरेलियॉव्हलासुद्धा जर्मनीहून कायमसाठी आपल्या मायदेशी परतण्याची परवानगी देण्यात आली. मॉस्कोमध्ये आल्यावर कोरेलियॉव्हला आणखी बढती मिळाली आणि त्याच्या कामाचा आवाकाही वाढला. फक्त V-2 रॉकेटची निर्मिती करण्यात त्याला फारसा रस वाटत नव्हता. इतर लोकांनी तयार केलेल्या आराखड्यानुसार फक्त रॉकेटची निर्मिती करायची, हे त्याला यांत्रिक काम वाटे. म्हणूनच त्यानं याहून प्रगत असलेल्या रॉकेटच्या निर्मितीचं काम हाती घेतलं. त्याचं नाव आता R-2 रॉकेट, असं निश्चित करण्यात आलं. हे रॉकेट म्हणजे सोव्हिएत युनियनमध्ये आधीपासून स्वतंत्रपणे सुरू असलेल्या R-1 रॉकेटची पुढची आवृत्ती असणार होतं. या R-2 रॉकेटमध्ये कोरेलियॉव्हनं बऱ्याच सुधारणा करायचं ठरवलं. एक तर रॉकेटला इंधनपुरवठा करणारी यंत्रणा वजनाला जास्त हलकी आणि टिकाऊ असणार होती. या रॉकेटची उड्डाणक्षमता आणि अंतर कापण्याची क्षमता बरीच जास्त होती. तसंच रॉकेट नक्की कसं उडणार आणि ते कुठं उतरणार याविषयी आणखी अचूकपणे नियंत्रण मिळवणंही शक्य होणार होतं.

साहजिकच एकीकडे जर्मन तंत्रज्ञांचा प्रमुख असलेला ग्रॉट्रप आणि दुसरीकडे सोव्हिएत रॉकेटनिर्मिती कार्यक्रमाचा प्रमुख असलेला कोरेलियॉव्ह यांच्या कामात बऱ्यापैकी साम्य दिसायला लागलं. यातला महत्त्वाचा भाग म्हणजे जर्मन तंत्रज्ञांच्या कामाविषयीची बारीकसारीक माहिती मिळवून ती कोरेलियॉव्हपर्यंत पोहोचवण्याचं काम सोव्हिएत हेर अगदी नियमितपणे करत. त्याच्या जोडीला सोव्हिएत तंत्रज्ञांना प्रशिक्षित करण्याचं काम नाइलाजानं जर्मन तंत्रज्ञ करतच होते. याउलट कोरेलियॉव्हच्या किंवा त्याच्या कुठल्याही सहकाऱ्याच्या कामाविषयीचं अवाक्षरही जर्मन तंत्रज्ञांपर्यंत पोहोचवलं जात नसे. सोव्हिएत युनियननं अशा प्रकारे आपला पोलादी पंजा ग्रॉट्रप

आणि त्याचे सहकारी यांच्याभोवती विणायला सुरुवात केली. सर्वसाधारणपणे कुठल्याही प्रकल्पाच्या प्रमुखपदी एकच माणूस असतो. एका म्यानात दोन तलवारी राहू शकत नाहीत, असं त्या संदर्भात बोललंही जातं. तसाच काहीसा प्रकार आता सुरू होता. एकीकडे कोरेलियॉव्ह तर दुसरीकडे ग्रॉट्रप असे दोघं एकाच प्रकारचं काम करत असल्यामुळे फार काळ ते चालू राहणं शक्य नव्हतं. तसंच आपल्या रॉकेटनिर्मितीच्या कामाच्या प्रमुखपदी एका जर्मन माणसाची नेमणूक करणं स्टॅलिनच्या दृष्टीनं निव्वळ अशक्य होतं. साहजिकच लवकरच ग्रॉट्रपचा पत्ता कट व्हायची चिन्हं दिसायला लागली. कोरेलियॉव्हवर पूर्वी सोव्हिएत युनियननं देशद्रोहाचा खटला भरलेला असला तरी कुठल्याही परिस्थितीत एखाद्या जर्मन माणसापेक्षा तो स्टॅलिनच्या नजरेतून जास्त सुरक्षित असणं स्वाभाविकच होतं. यामुळे 'आता आपलं काय होणार' असा हताश विचार ग्रॉट्रप आणि त्याचे सहकारी यांच्या मनात वारंवार यायला लागला.

तिकडे ३८ वर्षं वय असलेला फॉन ब्राऊन आणि त्याचे सहकारी यांना अमेरिकेतल्या टेक्सस राज्याजवळच्या भागात नेण्यात आलं. मेक्सिकोच्या सीमेनजीकच्या या भागातून आजूबाजूला पर्वतराशी दिसत. वाळवंटी असल्यामुळे हा प्रदेश खूप ओसाड होता. जर्मनीमधल्या खडतर आणि जीवघेण्या घटनाक्रमानंतर 'आपल्या पुढ्यात आता काय वाढून ठेवलं आहे' असा विचार फॉन ब्राऊन करत होता. यातला महत्त्वाचा मुद्दा म्हणजे फॉन ब्राऊन आणि त्याचे सहकारी यांना अमेरिकेत आणण्यासाठीची अधिकृत परवानगी न घेताच अमेरिकी लष्करानं त्यांना अमेरिकेला आणलं होतं. साहजिकच त्यांना उघडपणे राहता येणं शक्य नव्हतं. म्हणून तर फॉन ब्राऊन आणि मंडळी या ओसाड भागात गुप्तपणे लपूनछपून राहत होते. त्यांना कुठे जाण्याची परवानगी नसल्यामुळे शांतपणे आहे तिथं राहावं लागे. आपल्याला इथं नक्की काय काम करायला मिळणार आहे, हे फॉन ब्राऊनला अजून समजत नव्हतं. दुसऱ्या महायुद्धामध्ये अणुबॉम्बपर्यंत मजल मारल्यामुळे अमेरिकेतलं युद्धजन्य वातावरण आता पुरतं निवळलं होतं. नव्यानं रॉकेटनिर्मितीच्या प्रकल्पाचं काम हाती घेण्याविषयी अमेरिकी अधिकारी साशंक होते. 'आपल्याकडे अणुबॉम्ब डागण्यासाठीची बॉम्बर विमानं असताना नव्यानं रॉकेटनिर्मिती कशाला करायची' असा रास्त प्रश्न काही जण विचारत. त्यामुळे अगदी घाईघाईनं अमेरिकी लष्कराच्या शस्त्रनिर्मिती विभागानं फॉन ब्राऊन आणि त्याचे सहकारी यांना अमेरिकेमध्ये आणलेलं असलं तरी त्यांच्यासमोरचं चित्र तसं पार धूसर होतं.

वेळ जात नसल्यामुळे फॉन ब्राऊन आणि त्याचे सहकारी इंग्रजी भाषा शिकण्याच्या मागे लागले. शक्य असेल तेव्हा ते इंग्रजी चित्रपट बघत. याच्या जोडीला अधूनमधून निरनिराळे खेळ खेळण्याची मिळालेली संधीही ते सोडत नसत. या

परिस्थितीत स्वतः फॉन ब्राऊन पार वैतागून गेला. आपल्याला अमेरिकी अधिकाऱ्यांनी इथं आपल्या सहकाऱ्यांसह डांबून ठेवण्यासाठी आणलं आहे का, अशा प्रश्नामुळे तो निराश होई. स्वतःचं तसंच आपल्या सहकाऱ्यांचं मनोधैर्य खचू नये यासाठी तो शक्य तितके प्रयत्न करे. तसंच अंतराळात रॉकेट सोडण्यासंबंधीच्या काल्पनिक प्रकल्पांच्या भराऱ्या तो मारत राही. अर्थात याचा फारसा उपयोग नसला तरी काहीच न करण्यापेक्षा बरं, म्हणून तो हा उद्योग करत राही. दरम्यान अमेरिकेच्या संरक्षण विभागाच्या म्हणजेच 'पेंटॅगॉन'च्या वरिष्ठ अधिकाऱ्यांसमोर V-2 रॉकेटच्या उड्डाणाचं एक प्रात्यक्षिक आयोजित करण्यात आल्यावर फॉन ब्राऊन एकदम खुशीत आला. हे प्रात्यक्षिक बघितल्यावर संबंधित अधिकारी नक्कीच खुश होतील आणि अमेरिकेच्या रॉकेटनिर्मिती प्रकल्पाला हिरवा कंदील दाखवतील, अशी आशा त्याला वाटत होती. प्रत्यक्षात मात्र त्याच्या पदरी साफ निराशाच आली; कारण मोठ्या आवाजासह दिमाखात हे रॉकेट अवकाशाकडे झेपावलं खरं; पण जेमतेम पाच किलोमीटर्सचा प्रवास करून झाल्यावर ते भरकटल्यासारखं हेलकावे खात भुईसपाट झालं. अर्थातच हे उड्डाण सपशेल फसलं आणि त्याचबरोबर अमेरिकेमध्ये रॉकेटनिर्मिती प्रकल्प प्रगतिपथावर जाण्यासंबंधीचे दरवाजेसुद्धा बंद झाले, असं फॉन ब्राऊनला वाटलं. भविष्यातल्या रॉकेट उड्डाणांसंबंधी तो आशा बाळगून होता. १९४६ सालच्या जून महिन्यात या रॉकेटच्या उड्डाणाची आणखी एक चाचणी घेण्यात आली. फॉन ब्राऊनच्या मनाची चांगली घालमेल सुरू असताना हे रॉकेट व्यवस्थितपणे वर झेपावलं आणि जवळपास १०८ किलोमीटर्स उंचीपर्यंत ते जाऊ शकलं. या रॉकेटबरोबर पृथ्वीच्या वरच्या थरांमधल्या वातावरणाची मोजमापं घेण्यासाठीची यंत्रणाही बसवण्यात आली होती. यामुळे प्रोत्साहित झालेल्या फॉन ब्राऊननं पुढच्या महिन्यात अमेरिकी लष्कराला आणखी दोन डझनच्या वर रॉकेट्सच्या उड्डाणांची चाचणी घ्यायला मदत केली. अर्थात यामुळे रॉकेटनिर्मितीच्या कामात अमेरिका उत्साह दाखवेल अशी त्याला आशा वाटत असली, तरी ती निराशेत परिवर्तित व्हायला वेळ लागला नाही. अमेरिकेकडे त्या वेळेला रॉकेटनिर्मितीसारख्या कार्यक्रमामध्ये ओतण्यासाठी पैसे किंवा वेळ यांच्यापैकी काहीच नव्हतं.

अधिकृत पातळीवर आपल्या प्रयत्नांना कसलंच यश येत नसल्याचं बघून फॉन ब्राऊननं अनधिकृतपणे आपल्या रॉकेटनिर्मिती प्रकल्पाला पुढे नेण्यासाठीची धडपड सुरू केली. १९४७ सालच्या जानेवारी महिन्यात त्यानं स्थानिक रोटरी क्लबमध्ये रॉकेटविषयी एक व्याख्यान दिलं. अर्थातच सर्वसामान्य लोकांना कळेल अशा भाषेत त्यानं याविषयीची माहिती दिली. जमिनीवरून सोडलेलं रॉकेट तब्बल १५० किलोमीटर्सपर्यंत अवकाशात झेप घेऊ शकतं, ही माहिती तिथल्या बऱ्याच जणांना नव्हती. त्यात बहुसंख्य लोक वरिष्ठ नागरिक होते. ते फॉन ब्राऊननं

दिलेल्या या माहितीमुळे अवाकच झाले. अशा रॉकेटबरोबर सोडलेलं अंतराळयान पृथ्वीच्या गुरुत्वाकर्षणाच्या विळख्यातून सुटून पृथ्वीभोवती चंद्रासारख्या प्रदक्षिणा घालू शकतं ही आता फक्त काल्पनिक गोष्ट राहिलेली नसून, ती प्रत्यक्षात येणं शक्य असल्याचं फॉन ब्राऊननं सांगताच हे लोक थक्कच झाले. अवकाशात गुरुत्वाकर्षणाचा अभाव असल्यामुळे माणसांसकट सगळेच कसे वजनहीन असल्यासारखे तरंगतील, हे ऐकल्यावर त्यांच्या चेहऱ्यावर स्मितहास्य उमटलं आणि ते कल्पनारंजनामध्ये गुंगून गेले. जसं कोलंबसाला इतिहासामध्ये अमेरिकेचा शोध लावल्यामुळे अजरामर स्थान मिळालं, तसंच स्थान चंद्र किंवा इतर कुठल्याही ग्रहावर पहिलं पाऊल ठेवणाऱ्या माणसालाही मिळेल, असं भाकीत फॉन ब्राऊननं केलं. अर्थातच तिथं उपस्थित असलेल्या कुणालाच त्याविषयी अजिबातच शंका वाटली नाही. टाळ्यांच्या कडकडाटात त्यांनी फॉन ब्राऊनच्या व्याख्यानाला दाद दिली. असं असूनही तिथल्या स्थानिक वर्तमानपत्रांनी मात्र या सगळ्या प्रकाराविषयी साशंक भूमिका तर घेतलीच; पण फॉन ब्राऊनसारख्या 'नाझी समर्थका'च्या म्हणण्याला 'किती महत्त्व द्यायचं?' असं सरळ म्हणून टाकलं. इतकंच नव्हे, तर नाझी भस्मासुराच्या काळात हिटलरसाठी गुप्त अस्त्रं तयार करणारे लोक आता अमेरिकेसाठी काम करत असल्याचा स्फोटक मथळाही एका वर्तमानपत्रानं दिला. या कार्यक्रमाला हजर असलेल्या एका माणसानंही हा प्रश्न फॉन ब्राऊनला कार्यक्रमस्थळीच विचारला. यामुळे फॉन ब्राऊनला आलेला हुरूप ओसरला.

एकीकडे फॉन ब्राऊनची अमेरिकेत अशी अवस्था झालेली असताना १४ एप्रिल १९४७ या दिवशी कोरेलियॉव्हला थेट स्टॅलिनची भेट घ्यायची संधी मिळाली. सोव्हिएत युनियनच्या लष्करासाठीच्या क्षेपणास्त्रांची तयारी कुठपर्यंत आली आहे, याची माहिती स्टॅलिनला हवी होती. सोव्हिएत युनियनविषयी इतरांच्या मनात भीती आणि दहशत निर्माण करणं खूप गरजेचं आहे, हे धूर्त स्टॅलिननं ओळखलं होतं. अमेरिकडे अणुबॉम्ब असल्यामुळे अमेरिकेच्या शत्रूंचं धाबं दणाणलं होतं. लवकरच सोव्हिएत युनियनकडेही अणुबॉम्ब येईल याविषयी स्टॅलिनला खात्री असली, तरी तेवढं पुरेसं नसल्याचं त्याचं मत होतं. सोव्हिएत युनियनच्या लष्करी ताकदीविषयी अमेरिकेसकट सगळ्यांना भीती वाटली, तरच त्याचा काहीतरी उपयोग आहे हे तो ओळखून होता. अणुबॉम्ब डागण्यासाठी प्रभावी यंत्रणा आपल्याकडे असावी यासाठी त्याची धडपड सुरू होती. सोव्हिएत युनियनला अगदी सहजपणे जिथे हवा तिथं अचूकपणे अणुबॉम्ब टाकता येतो असं सगळ्यांना समजलं, की त्यानंतर सोव्हिएत युनियनकडे वक्रदृष्टीनं बघण्याची कुणाची हिंमत होणार नाही, हे गृहीतक मांडून तो पुढच्या चाली आखत होता. हजारो किलोमीटर्स अंतरापर्यंत प्रवास करून अणुबॉम्ब अगदी हव्या त्या ठिकाणी टाकण्याची क्षमता असलेलं

आणि आपल्यावरचे हल्ले निष्प्रभ करू शकणारं क्षेपणास्त्र म्हणूनच त्याला हवं होतं. त्यासाठीच ही बैठक होती.

आयुष्यभर कोरेलियॉव्ह ही बैठक विसरू शकला नाही. स्टॅलिनविषयीच्या भीतीचं सावट त्या बैठकीत सगळीकडे पसरलं होतं. खरं म्हणजे अनेकदा आरडाओरडा करणारा आणि सगळ्यांना झापणारा स्टॅलिन त्या दिवशी जरा शांतच होता. असं असूनही कुणाच्याच चेहऱ्यावर साधी स्मितहास्याची लकेरसुद्धा उमटण्याची सुतराम शक्यता नव्हती. बऱ्यापैकी खालच्या आवाजात बोलत असलेल्या स्टॅलिनच्या आवाजातली जरबी हुकमत कोरेलियॉव्हला स्पष्टपणे जाणवत होती. अर्थात मधूनच भडकून स्टॅलिन एक-दोनदा डाफरलाही. कोरेलियॉव्हला आपले आधीचे दिवस आठवत होते. काहीही कारण नसताना आपल्याला आपल्या कुटुंबापासून दूर करण्यात आल्याची आठवण तो विसरणं शक्यच नव्हतं. गुलॅगमधल्या विलक्षण हालअपेष्टांचे दिवसही त्याच्या चांगलेच स्मरणात होते. आपल्याला ज्या माणसाच्या हाताखालच्या अधिकाऱ्यांनी काही वर्षांपूर्वी देशद्रोही ठरवून आपला अनन्वित छळ केला होता, तोच माणूस आता आपल्याला सोव्हिएत युनियनसाठी क्षेपणास्त्र बनवायला सांगतो आहे, हे त्याला जरा अविश्वसनीयच वाटत होतं. तरीही शांतपणे तो स्टॅलिनचं बोलणं ऐकत राहिला. आपल्या बाबतीत घडलेल्या दुर्दैवी प्रकाराला स्वतः स्टॅलिन जबाबदार नसावा, असं त्याचं अंतर्मन म्हणत राहिलं. त्यामुळे एकीकडे स्टॅलिनविषयी त्याच्या मनात प्रचंड संताप असला, तरी दुसरीकडे त्याचं मन स्टॅलिनची हळूच तारीफसुद्धा करत होतं. आपल्याच सहकाऱ्यांनी डाव रचून आणि आपलं यश सहन होत नसल्यामुळे आपला काटा काढायचं ठरवून आपल्याविरुद्ध मोहीम उघडली असणार, असं त्याला वाटत होतं.

नंतर स्टॅलिननं कोरेलियॉव्हचं म्हणणं ऐकून घेतलं. त्यानं कोरेलियॉव्हला अधूनमधून काही प्रश्नसुद्धा विचारले. स्टॅलिनला रॉकेटनिर्मितीच्या कामाविषयी इतकी माहिती आहे हे बघून कोरेलियॉव्हला आश्चर्यच वाटलं. स्टॅलिन विचारत असलेले सगळेच प्रश्न अगदी महत्त्वाचे आणि अभ्यासपूर्ण होते. कोरेलियॉव्हनं आपले विचार मांडले खरे; पण त्यांना स्टॅलिनच्या दृष्टीनं नक्की किती महत्त्व आहे याचा कोरेलियॉव्हला काही अंदाज येत नव्हता. स्टॅलिन म्हणेल तेच शेवटी होणार याविषयी कोरेलियॉव्हच्या मनात कुठलीच शंका नव्हती. इतर वरिष्ठ अधिकारी आणि लष्करामधले प्रमुख अधिकारी तिथं हजर होते. जर्मनीमध्ये तयार झालेलं V-2 रॉकेट कालबाह्य झालेलं असून, सोव्हिएत युनियननं त्याचा पिच्छा सोडावा आणि त्याऐवजी आपलं स्वतःचं आधुनिक असं V-2 रॉकेट बनवावं, असं मत स्टॅलिनच्या गळी उतरवण्यासाठी कोरेलियॉव्हचे भरपूर प्रयत्न सुरू होते. हे मात्र स्टॅलिनला फारसं रुचलं नाही. कोरेलियॉव्ह आणि त्याचे सहकारी मुळात रॉकेट तंत्रज्ञानाविषयी

खरंच किती जाणतात याविषयी स्टॅलिनला शंका वाटत होती. त्यामुळे सोव्हिएत युनियननं स्वतंत्रपणे स्वतःच्या नव्या रॉकेटच्या निर्मितीचं काम हाती घेण्यापूर्वी कोरेलियॉव्ह आणि त्याचे सहकारी यांनी आपल्याला जर्मनीच्या रॉकेट तंत्रज्ञानाविषयीच्या सगळ्या संकल्पना नीटपणे समजून घेतल्या आहेत याची खात्री पटवून द्यावी, अशी सावध भूमिका त्यानं घेतली. अशा रीतीनं कोरेलियॉव्हचा हा प्रस्ताव फेटाळण्यात आला असला तरी स्टॅलिनला भेटण्याची संधी मिळाली हेच खूप झालं, असं म्हणत कोरेलियॉव्हनं स्वतःची समजूत घातली!

■

# सोव्हिएत युनियनची अंतराळभरारीकडे वाटचाल

नाझी राजवटीत हिटलरच्या आदेशांनुसार ज्यू धर्मीय तसंच इतर विरोधक यांच्यावर करण्यात आलेल्या अनन्वित अत्याचारांसंबंधीचे खटले दुसऱ्या महायुद्धानंतर सुरू होते. या अत्याचारांना कोण कारणीभूत होतं हे ठरवण्यासाठी अनेक जणांच्या साक्षी घेतल्या जात. फॉन ब्राऊनवरही या अत्याचारांमध्ये सहभागी असण्याचा ठपका असल्यामुळे तो अस्वस्थ होता. फॉन ब्राऊन आणि त्याचे सहकारी यांना अडचणीत आणून स्वतः गायब झालेला हॅन्स कॅमलर अजूनही सापडलेला नसल्यामुळे नाझी अत्याचारांच्या तपासांना तशी दिशा आलेली नव्हती. इंग्लंडमध्ये गेल्यानंतर ताब्यात घेण्यात आलेला डॉर्नबर्गरही कुठलीच नवी माहिती देण्याच्या स्थितीत नव्हता. तो नाझी अत्याचारांमध्ये सहभागी नसल्यामुळे हे अपेक्षितच होतं. त्यामुळे अमेरिकेत आणल्या गेलेल्या फॉन ब्राऊनकडूनच माहिती काढून घ्यावी लागणार, असं अमेरिकी अधिकाऱ्यांना वाटत होतं. यासंबंधी फॉन ब्राऊन आणि त्याचे सहकारी यांना कधी विचारलं तर ते एक चकार शब्दसुद्धा उच्चारत नसत. आपल्याला काही माहीत नसल्याचं सांगून ते सरळ आपल्या कानांवर हात ठेवत. एकदा तर खूपच विचारणा झाल्यानंतर एका जर्मन तंत्रज्ञानं 'कैद्यांनी आपसात मारहाण केल्यामुळे अनेक जणांचा मृत्यू झाला' असं धडधडीत खोटं विधान केलं. एकूणच ही मंडळी साफ खोटं बोलत असल्याची भावना अमेरिकी अधिकाऱ्यांना भंडावून सोडत होती.

या दडपणाखाली असलेला फॉन ब्राऊन म्हणूनच आपलं अस्तित्वसुद्धा कुणाच्या नजरेत येऊ नये यासाठी अगदी सावधपणे आणि शांतपणे राहत होता. संशयाची सुई आपल्या दिशेनं वळू नये यासाठी तो प्रयत्नशील होता. आता फॉन

ब्राऊन आणि त्याचे सहकारी यांची कुटुंबं जर्मनीहून अमेरिकेला आल्यामुळे सगळ्यांनाच जरा बरं वाटत होतं. अमेरिकी अधिकाऱ्यांनी फॉन ब्राऊन आणि त्याचे सहकारी यांच्याशी केलेल्या करारांचं नूतनीकरण केलं. १९४७ सालच्या मार्च महिन्यात फॉन ब्राऊननं अठरा वर्षं वयाची आपली अत्यंत देखणी भाची मारिया फॉन क्विस्टर्प हिच्याशी लग्न केलं. जर्मनीमध्ये असल्यापासूनच त्या दोघांमध्ये परस्परांविषयी आकर्षण निर्माण झालं होतं. त्यामुळे फॉन ब्राऊननं जेव्हा मारियाच्या वडिलांना तिचा हात मागितला तेव्हा त्यांनी मारियाला याविषयी विचारणा करताच तिनं 'मी दुसऱ्या कुणाचा विचारच करू शकत नाही' असं म्हणून स्मितहास्य केलं. अमेरिकेत फॉन ब्राऊनला दरमहा ६७५ डॉलर्सचा भत्ता मिळत असे. यात ऐषआराम करणं शक्य नसलं, तरी आपल्या नववधूसह बऱ्यापैकी आरामात जगणं त्याला जमे. अमेरिकी लष्करासाठी V-2 रॉकेटची बांधणी करणं आणि त्याची चाचणी घेणं हे काम तो आपल्या सहकाऱ्यांसह करत असे. अर्थातच अजूनही या सगळ्यांविषयीची माहिती गुप्तच ठेवण्यात आली होती. १९४७ सालच्या मे महिन्यात मात्र एका V-2 रॉकेटची चाचणी घेतली जात असताना काहीतरी चुकीचं घडलं आणि हे रॉकेट त्याच्या अपेक्षित दिशेनं न जाता मेक्सिकोकडे निघालं. हा अत्यंत धोकादायक प्रकार ठरू शकतो याची कल्पना असल्यामुळे फॉन ब्राऊन आणि त्याचे सहकारी श्वास रोखून बघत राहिले. हे रॉकेट मेक्सिकोमधल्या एका गजबजलेल्या गावाच्या अगदी जवळ कोसळलं. त्याच्या जवळ स्फोटकांचा एक कारखानाही होता. म्हणजेच केवळ नशीब बलवत्तर म्हणून हे रॉकेट कुठलाही विनाश न घडवता सुरक्षित ठिकाणी पडलं. तसं घडलं नसतं, तर हे प्रकरण अक्षरशः भलतंच पेटलं असतं आणि फॉन ब्राऊन तसंच अमेरिका या दोघांनाही प्रचंड अडचणीत आणणारं ठरलं असतं. हा प्रकार पुरेसा नाही म्हणून की काय; पण काही दिवसांमध्येच नाझी अत्याचारांसंबंधीच्या चौकशीसाठी फॉन ब्राऊनची उपस्थिती आवश्यक असल्याचं नमूद करणारी एक तार जर्मनीहून आली! फॉन ब्राऊन आणि डॉर्नबर्गर यांना नाझी अत्याचारांविषयीची माहिती नव्हती, असं म्हणणं धाडसाचंच ठरेल. सुमारे तीस हजार निरपराध लोकांना V-2 रॉकेटची निर्मिती केली जात असताना अत्यंत हलाखीच्या अवस्थेत राबवून घेतल्यामुळे त्यांचा मृत्यू झाला होता. अर्थात या परिस्थितीवर फॉन ब्राऊन किंवा डॉर्नबर्गर यांचं कुठलंच नियंत्रण असण्याचा प्रश्न नव्हता. नाझी उच्चपदस्थांनी घडवून आणलेल्या या संहाराला त्यांची मूकसंमती होती असा अर्थ काढणंही चुकीचं होतं. फार तर हताशपणे आपल्या नजरेआड सुरू असलेल्या या प्रकारांकडे त्यांनी दुर्लक्ष केलं, असं आपण म्हणू शकतो.

एकीकडे फॉन ब्राऊनच्या कामात तशी जवळपास कुठलीच प्रगती होत नसल्याचं स्पष्ट असताना मॉस्कोमध्ये कोरेलियॉव्ह मात्र झपाट्यानं कामाला लागला

होता. स्टॅलिनशी झालेल्या भेटीनंतर कोरेलियॉव्हच्या नजरेत वेगळीच झाक दिसत होती. १९४७ सालच्या वसंत ऋतूपर्यंत रॉकेटनिर्मितीच्या कामात जोरदार प्रगती दिसली पाहिजे, अशी अपेक्षा स्टॅलिननं व्यक्त केलेली असल्यामुळे कोरेलियॉव्ह या लक्ष्याचा पाठलाग करायला लागला होता. कोरेलियॉव्हचा उत्साह, त्याची ऊर्जा, त्याचा कामाचा झपाटा सगळ्यांना अवाक करून सोडे. कोरेलियॉव्ह एकाच वेळी सगळीकडे असतो असं त्याच्या सहकाऱ्यांना वाटावं इतका त्याचा सगळ्यांच्या कामात प्रत्यक्ष-अप्रत्यक्ष सहभाग असे. 'तो झोपतो तरी की नाही?' असा प्रश्नही अनेक जण विचारत. कामाशी संबंधित असलेल्या बारीकसारीक तपशिलांबरोबरच आपल्या तीनशेच्या वर असलेल्या सहकाऱ्यांच्या वैयक्तिक आयुष्यातल्या अडचणी सोडवण्यालाही तो महत्त्व देई. गुरुवारचा दिवस तर त्यानं यासाठी राखूनच ठेवला होता. कुणाला राहण्यासाठी तातडीनं घर हवं असे, तर कुणाच्या घरी कुटुंबातला एखादा सदस्य आजारी असल्यामुळे औषधाची गरज असे. या सगळ्या गोष्टींमध्ये कोरेलियॉव्ह जातीनं लक्ष घाले.

आश्चर्याची गोष्ट म्हणजे पूर्वीच्या आरोपांमधून कोरेलियॉव्हची अधिकृत पातळीवर सुटका झालेली नव्हती. म्हणजेच तो देशद्रोही नाही असं कुणी अधिकृतपणे म्हटलेलं नव्हतं. याचा फायदा त्याचे विरोधक घेत. त्यातलाच एक ग्लुश्को होता. सोव्हिएत युनियनमध्ये रॉकेटच्या इंजिनासंबंधीच्या तंत्रज्ञानामधला तो सगळ्यात तज्ज्ञ माणूस मानला जाई. खरं म्हणजे तो आता स्वतंत्रपणे एका वेगळ्या प्रकल्पावर काम करे. त्याचे कोरेलियॉव्हशी संबंध अजूनही दुरावलेलेच होते. तरीही ते विसरून आपण दोघांनी आता सोव्हिएत युनियनसाठीच्या रॉकेटनिर्मितीच्या कामात एकत्र काम केलं पाहिजे, असं त्याला वाटत असे. रॉकेटच्या उड्डाणाच्या वेळी दोन वेगळ्या इंधनांचं मिश्रण होणं गरजेचं असे. ते नीटपणे झालं नाही, तर या इंधनांचा स्फोट होऊन रॉकेटच उद्ध्वस्त होण्याची दाट शक्यता होती. यावर ग्लुश्कोनं उपाय शोधला; पण कोरेलियॉव्हच्या मनातली कडवट भावना अजून तशीच होती. ग्लुश्कोनं आपल्या पाठीत सुरा भोसकला, असं त्याला वाटत होतं. हे खरं असलं तरी जसं 'ग्लुश्कोनं तुझ्या विरोधात साक्ष दिली' असं कोरेलियॉव्हला सांगण्यात आलं होतं तसंच 'कोरेलियॉव्हनं तुझ्या विरोधात साक्ष दिली' असं ग्लुश्कोलाही सांगण्यात आलं होतं, याची कोरेलियॉव्हला कल्पना नव्हती! म्हणजेच सोव्हिएत गुप्तचर संस्थांच्या कोंबड्यांची झुंज लावण्याच्या या खेळात खरं नुकसान सोव्हिएत युनियनच्या रॉकेटनिर्मिती प्रकल्पाचंच होत होतं, हे कुणाच्याच लक्षात येत नव्हतं. यात भर म्हणजे ग्लुश्कोच्या मेहुणीशी कोरेलियॉव्हचं प्रेमप्रकरण सुरू होतं.

वरवर कोरेलियॉव्ह अगदी मनापासून सोव्हिएत युनियनच्या लष्करी गरजा

भागवण्यासाठी रॉकेटनिर्मितीसंबंधीचं संशोधन करत असला, तरी त्याच्या मनात खोलवर दडून बसलेल्या अंतराळातल्या झेपेचं स्वप्न मात्र अजून टिकून राहिलेलं होतं. रॉकेटची निर्मिती लष्करी कामांसाठी करण्यापेक्षा अंतराळात ते सोडण्यासाठी झाली तर किती बरं होईल, या विचारानं तो हरखून जाई. म्हणूनच अंतराळात उपग्रह ('सॅटेलाईट') सोडण्याची स्वप्न बघणाऱ्या लोकांच्या एका गटाच्या तो संपर्कात असे. अर्थात आपण त्या कामात लक्ष घातलं आणि लष्करासाठीच्या रॉकेटनिर्मितीच्या कामात हयगय झाली, तर आपल्याला देशद्रोही ठरवलं जाईल याची कोरेलियॉव्हला पुरेपूर कल्पना होती. मिखाईल क्लावडियेविच तिखोन्राव्होव्ह नावाच्या आपल्या अत्यंत बुद्धिमान अशा जुन्या सहकाऱ्यानं याविषयी केलेल्या संशोधनाचा म्हणूनच तो जपूनच अभ्यास करे. या संशोधनातल्या इतर मुद्द्यांकडे दुर्लक्ष करून एका महत्त्वाच्या गोष्टीकडे त्याची नजर वळली. जर पृथ्वीवरून अंतराळात रॉकेटच्या मदतीनं उपग्रह सोडायचा असेल, तर त्यासाठी पृथ्वीच्या गुरुत्वाकर्षणाच्या शक्तीपेक्षा जास्त शक्तीनं हे रॉकेट उडालं पाहिजे हे तर उघड होतंच. पण एकदा रॉकेटनं हा उपग्रह गुरुत्वाकर्षणाला न जुमानता अंतराळात नेल्यानंतर तो तिथे कायम ठेवायचा कसा आणि चंद्रासारखं त्याला पृथ्वीभोवती घिरट्या घालायला लावायचं कसं? कारण पृथ्वीभोवतालच्या कक्षेत जरी उपग्रहानं प्रवेश केला, तरी तो उपग्रह आपोआप पृथ्वीभोवती फिरणार कसा? उलट तो आपल्या कक्षेतून निसटून गुरुत्वाकर्षणामुळे पुन्हा पृथ्वीवर पडणार. तसं होऊ नये म्हणून काय केलं पाहिजे? यासाठी बरोबर पृथ्वीच्या गुरुत्वाकर्षणाच्या ताकदीइतक्या पण विरुद्ध प्रकारच्या ताकदीनं उपग्रह पुढे जात राहिला तर तो पृथ्वीवर न पडता पृथ्वीच्या कक्षेत फिरत राहील. या विरुद्ध ताकदीला 'सेंट्रिपेटल फोर्स' असं म्हणतात. रॉकेट तंत्रज्ञानामधल्या प्रगतीमुळे हा नुसता कल्पनाविलास नसून प्रत्यक्षात हे घडवून आणणं शक्य आहे, असा विश्वास तिखोन्राव्होव्हला वाटत होता आणि कोरेलियॉव्हच्या मनातही त्याविषयी अजिबातच शंका नव्हती. तिखोन्राव्होव्हच्या सहकाऱ्यांनी यावर कामसुद्धा सुरू केलं; पण अर्थातच त्याच्या वरिष्ठांनी ते लगेचच थांबवलं. सोव्हिएत युनियनमध्ये त्या काळात असल्या 'भलत्यासलत्या' प्रकल्पांमध्ये वेळ आणि पैसे दवडणं परवडण्यासारखं नसल्याचं अधिकाऱ्यांचं स्पष्ट मत होतं.

एकीकडे कोरेलियॉव्ह अशा प्रकारे नाइलाजानं सोव्हिएत लष्करासाठीच्या रॉकेटनिर्मिती प्रकल्पाला पुरता बांधला गेलेला असताना त्याला अमेरिकेमध्ये फॉन ब्राऊनचं काय सुरू आहे याविषयीसुद्धा खूप कुतूहल वाटत होतं. लष्करासाठी तसंच अंतराळभरारीसाठी रॉकेटनिर्मितीच्या कामात आपल्याप्रमाणेच फॉन ब्राऊनसुद्धा गढून गेलेला असणार याविषयी त्याच्या मनात अजिबात शंका नव्हती. आणखी एक महत्त्वाचा मुद्दा म्हणजे अमेरिकेची आर्थिक ताकद सोव्हिएत युनियनपेक्षा जास्त

आहे आणि शिवाय विज्ञान-तंत्रज्ञान क्षेत्रातसुद्धा सोव्हिएत युनियनच्या तुलनेत अमेरिका पुढे आहे याची कोरेलियॉव्हला कल्पना होती. म्हणूनच फॉन ब्राऊनच्या कामाविषयी जाणून घेण्यासाठी कोरेलियॉव्ह धडपडत होता. यासाठी अमेरिकेमध्ये प्रकाशित होत असलेल्या विज्ञान-तंत्रज्ञानविषयक लेखांच्या आणि प्रबंधांच्या वाचनाचा सपाटाच त्यानं लावला. यातली मुख्य अडचण भाषेची होती. कोरेलियॉव्हला इंग्रजीचा गंधसुद्धा नव्हता. त्यामुळे त्यानं अनुवादकाचा शोध सुरू केला. कोरेलियॉव्ह काम करत असलेल्या प्रकल्पामध्ये नीना इव्हानोव्हा ही एकमेव अनुवादक उपलब्ध होती. तिला कोरेलियॉव्हनं बोलावणं धाडलं. कोरेलियॉव्हनं हाती ठेवलेले वैज्ञानिक लेख बघितल्यावर नीना पार चक्रावून गेली; कारण या लेखांमध्ये किचकट समीकरणं, आकृत्या, गूढ वाटावी अशी वैज्ञानिक भाषा हे सगळंच तिच्या परिचयाचं नसलेलं होतं. याचा अनुवाद नक्की कसा करावा, हे तिला समजेना. शेवटी तिनं जवळपास यांत्रिकपणे आपला अनुवाद सुरू केला. काही काळानंतर हा अनुवाद आपल्याला वाचून दाखवण्याची कोरेलियॉव्हनं तिला विनंती केल्यावर मात्र ती बिचकली. आपण अगदीच काहीतरी अनुवाद केलेला आहे याची तिला जाणीव होती. त्यामुळे तिनं कोरेलियॉव्हला सुरवातीला आपला अनुवाद वाचून दाखवायला सरळ नकार दिला. नाइलाजानं तिनं रशियन भाषेमधला आपला अनुवाद वाचून दाखवल्यावर कोरेलियॉव्हच्या चेहऱ्यावरची माशीसुद्धा हलली नाही. अजून बोलायला येत नसलेल्या छोट्या मुलाच्या अगम्य बडबडीसारखं त्याला हे लिखाण वाटलं. अर्थातच नीनाला विज्ञान-तंत्रज्ञान विषयामधलं अजिबातच काही माहिती नसण्याचा हा उघड परिणाम होता. इथून पुढे आपल्याला या लेखांचे अनुवाद करायचे असतील, तर हा विषय समजावून सांगू शकणाऱ्या तंत्रज्ञाची मदत लागेल, असं तिनं कोरेलियॉव्हला सांगून टाकलं. असा तंत्रज्ञ मदतीला आल्यावर मात्र नीनाच्या कामाचा दर्जा बराच सुधारला. अमेरिकी तंत्रज्ञांच्या प्रगतीविषयी कोरेलियॉव्हला यातून महत्त्वाची माहिती मिळायला लागली. यामुळे प्रोत्साहित होऊन त्यानं नीनाला आणखी झपाट्यानं इंग्रजी भाषेतले लेख अनुवादासाठी पाठवायला सुरुवात केली. काही काळातच आपण या लेखांपेक्षा नीनाकडेच जास्त आकर्षलो जात असल्याची जाणीव कोरेलियॉव्हला झाली. तास न् तास ते दोघं अमेरिकेच्या रॉकेटनिर्मिती प्रकल्पाच्या प्रगतीविषयी बोलायला लागले खरे; पण कोरेलियॉव्हचं निम्मं लक्ष नीनाकडेच असे. शेवटी एके दिवशी त्यानं आपल्याला नीनाविषयी वाटत असलेल्या आकर्षणाची कबुली तिच्यापाशी दिली. नीनासुद्धा तोपर्यंत कोरेलियॉव्हमध्ये चांगलीच गुंतली होती. त्या दोघांनी लवकरच एकत्र राहायला सुरुवात केली आणि लग्नाच्या आणाभाका घेतल्या. सोव्हिएत युनियनमधल्या युद्धोत्तर काळातल्या अनंत अडचणींना तोंड देत देत एकाकी आयुष्य जगणाऱ्या कोरेलियॉव्हला अचानकपणे भेटलेल्या या

साथीदारामुळे खूप उत्साही वाटायला लागलं.

आपली पत्नी झेनिया आपल्यापासून मनानं कायमस्वरूपी लांब गेली असल्याची खंत कोरेलियॉव्हला तोपर्यंत खूप सतावत असे. आपली पत्नी आणि आपली मुलगी यांच्यापासून दूर राहणं तर त्याला जड जाईच; पण शिवाय आपलं हे नातं पुन्हा कधीच पूर्ववत् होऊ शकणार नाही, हा विचार त्याला प्रचंड बेचैन करून सोडे. साहजिकच नीनाच्या रूपानं कोरेलियॉव्हच्या रखरखत्या वाळवंटासारख्या आयुष्यात परत एकदा हिरवळ फुलली. नीनाशी लग्न करायचं तर आधी झेनियाला घटस्फोट देणं भाग असल्यामुळे त्यानं यासाठीची तयारी सुरू केली; पण झेनियानं कोरेलियॉव्हला घटस्फोट द्यायला साफ नकार दिला. तिच्या दृष्टीनं यामागचं कारण म्हणजे आपण ज्या माणसाची वाट बघत दहा वर्षं एकाकी अवस्थेत घालवली, त्याला आपल्याविषयी काहीच वाटत नसल्याचं आणि आपल्याहून तरुण मुलीशी लग्न करण्यासाठी तो उत्सुक असल्याचं होतं.

दुसरीकडे २६ ऑगस्ट, १९४७ या दिवशी आदल्या रात्रीच्या बहारदार मेजवानीनंतर पहाटे अचानपणे उचलबांगडी करण्यात आलेल्या जर्मन शास्त्रज्ञांचा प्रमुख हेल्मट ग्रॉट्रप आपल्यापुढे काय वाढून ठेवलं आहे या विचारात पडला होता. रशियाच्या दक्षिण भागातल्या ॲस्ट्रॅखन या वैराण भागात त्याला त्याच्या सहकाऱ्यांबरोबर नेण्यात आलं. कोरेलियॉव्हकडे रशियन रॉकेटनिर्मितीच्या कार्यक्रमाची सगळी सूत्रं आल्यामुळे ग्रॉट्रपला दुसरं एखादं काम दिलं जाणार हे उघडच होतं. त्यानुसार V-2 रॉकेटच्या चाचण्या घेण्याचं काम ग्रॉट्रपला मिळालं. सुमारे आठ हजार लष्करी अभियंते या चाचण्यांसाठीचं केंद्र उभं करण्यासाठी अहोरात्र झटत होते. वाळवंटी प्रदेशातल्या उन्हामुळे त्यांचं काम अगदी जिकिरीचं झालं होतं. कहर म्हणजे दिवसा तप्त असलेला हा प्रदेश रात्री गोठून जाण्याइतका थंड असे. तसंच अधूनमधून तिथं चक्क आडवा वाटावा असा पाऊस पडे आणि असा पाऊस झाल्यानंतर तिथं चिखलाचं थैमान माजे. उंटांवरूनच सामानाची ने-आण केली जाई. दूरपर्यंत ओसाड प्रदेशाशिवाय दुसरं काही दिसत नसे. अगदी पाणीसुद्धा दुर्मिळ असे. हा सगळा प्रकार बघून जर्मन तंत्रज्ञ पार वैतागले. त्यातच रॉकेटची चाचणी घेण्यासाठी उभ्या केल्या जाणाऱ्या केंद्राचं बांधकाम सुरू असताना अपघात घडून काही सोव्हिएत तंत्रज्ञ तसंच मजूर ठार होत किंवा जखमी होत. यामुळे सोव्हिएत अधिकाऱ्यांना कुठलीही काळजी वाटत असल्याचं जाणवत नसे. या सगळ्याकडे दुर्लक्ष करून V-2 रॉकेटच्या चाचण्या यशस्वीरीत्या पार पाडण्याच्या जबाबदारीमुळे सोव्हिएत अधिकारीच नव्हे, तर जर्मन तंत्रज्ञसुद्धा खूप तणावाखाली होते. या रॉकेटची निर्मिती सुरुवातीला जर्मनीमध्ये झालेली असली, तरी आता सोव्हिएत युनियनमध्ये त्याचं उत्पादन करण्यात आलं होतं. १८ ऑक्टोबर, १९४७ या दिवशी पहिली चाचणी

घेण्याचं निश्चित झालेलं असलं, तरी कामात वारंवार येत असलेल्या अनंत अडचणींमुळे याची व्यवहार्यता कितपत आहे, याचा कुणालाच अंदाज येत नव्हता. ठरलेल्या दिवसाच्या अगदी अलीकडे रॉकेटच्या नियंत्रणाशी संबंधित असलेल्या यंत्रणेमध्ये जर्मन तंत्रज्ञांना एक दोष असल्याचं लक्षात आलं. त्याचं मूळ शोधणं आणि तो दोष काढून टाकणं महाकिचकट काम होतं. साहजिकच वातावरण खूप तापलं. जर्मन तंत्रज्ञ मुद्दामच आपल्याशी असहकार्याची भूमिका घेत असून कदाचित त्यांनी जाणूनबुजून रॉकेट यंत्रणेमध्ये हा दोष पेरला असेल, असं सोव्हिएत अधिकारी पुटपुटायला लागले. कोरेलियॉव्हचा संताप तर बघवत नव्हता! जर्मन तंत्रज्ञांनी प्रयत्नांची पराकाष्ठा करून या दोषाचं मूळ कारण हुडकून काढलं आणि अगदी वेळेत दुरुस्ती केली.

शेवटी एकदाचा रॉकेटच्या उड्डाणाच्या चाचणीचा दिवस उजाडला. नशिबानं आकाश निरभ्र होतं आणि सूर्य तळपत होता. ठरल्या वेळेनुसार रॉकेटच्या उड्डाणाआधीचे 'काऊंटडाऊन' सुरू झाले. रॉकेटच्या उड्डाणाला 'दहा ... नऊ ... आठ ...' असं करत पाच सेकंदांच्या आकड्यापर्यंतचा वेळ शिल्लक असताना अचानकपणे ज्या पायावर हे रॉकेट उभं करण्यात आलं होतं, तो पायाच किंचित खचला. त्याबरोबर ही यंत्रणा आणि त्याबरोबर त्याच्यावरचं रॉकेट हे दोन्ही खाली कोसळले. यामुळे स्फोट होण्याच्या भीतीनं जर्मन तंत्रज्ञ वेगानं बाजूच्याच सुरक्षित बंकर्समध्ये घुसले. रशियन कामगारांना मात्र त्याची कसलीच पर्वा नव्हती. ते आरामात रॉकेटपाशी गेले, त्यांनी रॉकेट आणि ते ज्यावर उभं केलं होतं ती यंत्रणा हे सगळं पूर्ववत् केलं. हे बघून जर्मन तंत्रज्ञ अवाक झाले. पुन्हा एकदा 'काऊंटडाऊन' सुरू झालं आणि या खेपेला मात्र कुठल्याही अडचणीविना रॉकेट हवेत उडालं. प्रचंड मोठा आवाज आणि आगीचा जाळ मागे टाकत हे रॉकेट जेव्हा यशस्वीरीत्या जमिनीवरून वरच्या दिशेनं उड्डाण करत गेलं, तेव्हा क्षणभर सगळे अवाक्च झाले. त्यानंतर मात्र भानावर आल्यावर आपण एक मोठा पराक्रम केला असल्याची सगळ्यांना जाणीव झाली. आपलं राष्ट्रीयत्व आणि आपला हुद्दा वगैरे सगळं विसरून प्रत्येक जण दिसेल त्या माणसाला आनंदानं मिठी मारायला लागला. कोरेलियॉव्हनं ग्रॉट्रपला मिठी मारली. हॅट्स हवेत भिरकावण्यात आल्या. अनेक लोकांच्या डोळ्यांमधून आनंदाश्रू वाहत होते, तर काही जण बेभान होऊन नाचतच सुटले! आपल्या लक्ष्याच्या साधारण तीस किलोमीटर्स परिसरात हे रॉकेट जाऊन पडल्याचं लवकरच त्यांना समजलं. याचाच अर्थ ही चाचणी बऱ्यापैकी यशस्वी ठरली होती.

या यशामुळे उत्तेजित झालेल्या मंडळींनी रॉकेटची पुढच्या दोन दिवसांनंतर घेतलेली चाचणी मात्र पुरती फसली. या खेपेला उड्डाण करत असलेलं रॉकेट अचानक डावीकडे झुकल्यासारखं झालं आणि दाट लोकवस्ती असलेल्या एका

भागाच्या दिशेनं निघालं. त्याबरोबर कोरेलियॉव्ह, ग्रॉट्रप आणि इतर अधिकारी मंडळी हे सगळे जागीच थिजून गेले. 'आता काय होणार...' ही कल्पनासुद्धा त्यांना सहन होत नव्हती. नशिबानं हे रॉकेट त्या दाट वस्तीच्या भागाच्या ठिकाणी न पडता एका निर्जन ठिकाणी कोसळलं आणि त्यामुळे कसलीच जीवितहानी झाली नाही. या प्रकारामागे जर्मन तंत्रज्ञांचा हात असावा असा संशय सोव्हिएत अधिकाऱ्यांना वाटत असल्यामुळे ते ग्रॉट्रपकडे संतप्त नजरेनं बघत होते. अर्थातच त्यात काही तथ्य नव्हतं. अशा प्रत्येक चुकीमधून आपल्याला खूप नवं असं शिकायला मिळतं असं कोरेलियॉव्हचं मत होतं. त्यामुळे तो अशा अपघातांमुळे खचून जात नसे. उलट त्यातून पुढच्या चाचणीसाठी आणखी काय काळजी घ्यायची, याचं प्रशिक्षण मिळतं, असं तो मानत असे. सोव्हिएत लष्करी अधिकाऱ्यांना मात्र अशा मतांशी काही देणंघेणं नव्हतं. मुळात 'एवढ्या मोठ्या चुका या कामात होतातच कशा?' असा त्यांचा सवाल असे. साहजिकच यातून काही धडा घेण्याचा वगैरे त्यांच्या दृष्टीनं प्रश्नच उद्भवत नसे. अशा प्रसंगी दूर असलेल्या नीना इव्हानोव्हाच्या आठवणीनं कोरेलियॉव्ह बेचैन होऊन जाई. तिची खूप आठवण येत असल्याची भावुक पत्रं तो लिहीत असे. अर्थात झेनियानं घटस्फोटाला नकार दिला असल्यामुळे अजून तरी कोरेलियॉव्हला कायदेशीररीत्या नीनाशी लग्न करता येत नव्हतं.

हळूहळू सोव्हिएत युनियनच्या क्षेपणास्त्रनिर्मिती प्रकल्पाच्या कामात फॉन ब्राऊनच्या नेतृत्वाखाली जर्मनीमध्ये तयार झालेल्या रॉकेटची चाचणी घेण्याचं काम कोरेलियॉव्ह बऱ्यापैकी यशस्वीरीत्या करत असला तरी स्वतः फॉन ब्राऊन मात्र अमेरिकेत दयनीय स्थितीत होता. नाझी दुष्कृत्यांची छाया त्याच्यावरून हटत नव्हती. संशयाचं त्याच्याभोवतीचं जाळं अजूनच दाट होत चाललं होतं. रॉकेटनिर्मितीच्या कामात जुंपण्यात आलेल्या लोकांवर करण्यात आलेल्या अनन्वित अत्याचारांमध्ये आपला अजिबात सहभाग नसल्याचं स्पष्टीकरण त्यानं दिलं खरं; पण त्याची उलटतपासणी सुरूच राहिली. कॅमलरच्या सूचनांनुसार रॉकेटनिर्मितीच्या कामाचं व्यवस्थापन केलं जाई आणि त्यात आपला तांत्रिक कौशल्यापुरता सहभाग असे, असं फॉन ब्राऊनचं म्हणणं होतं. शेवटी १९४७ सालच्या सप्टेंबर महिन्यात या प्रकरणाचा तपास करत असलेल्या अमेरिकी लष्कराच्या अधिकाऱ्यांनी फॉन ब्राऊनवर नाझी अत्याचारांमध्ये सहभागी असल्याचा आरोप ठेवणं मुष्कील असल्याचं मत व्यक्त केलं. फॉन ब्राऊन नाझी पक्षाचा आणि कुप्रसिद्ध एसएस संघटनेचा सदस्य असला, तरी त्याचा कुठल्याही अमानवी कृत्यामध्ये थेट सहभाग असल्याचे पुरावे मिळाले नसल्याचा स्पष्ट उल्लेख त्यात होता. असं असूनही अमेरिकी लष्करासाठी आणि एकूणच अमेरिकेच्या भवितव्याच्या दृष्टीनं फॉन ब्राऊनवर पूर्णपणे विश्वास टाकणं धोक्याचं आहे, असं मत या अहवालात मांडण्यात आलं. एका बाजूनं फॉन

ब्राऊनला या अहवालानं निर्दोष ठरवलं असलं, तरी दुसरीकडे त्याच्याकडून अमेरिकेला धोका असू शकतो, असं मतही हा अहवाल मांडत होता. साहजिकच यामुळे फॉन ब्राऊनच्या प्रकरणाचा निकाल लावण्याची जबाबदारी असलेला वरिष्ठ अमेरिकी अधिकारी गोंधळात पडला. त्यानं फॉन ब्राऊनविषयी एकच सुस्पष्ट निकाल देण्यासाठी चौकशी समितीसमोर आग्रह धरला. त्यातून फॉन ब्राऊनवरचे सगळे ठपके दूर करण्यात आले आणि फॉन ब्राऊन एकदाचा या कचाट्यातून मुक्त झाला. अर्थात ही सगळी माहिती अमेरिकी लष्करानं अजिबातच खुली केली नाही. अनेक दशकं फॉन ब्राऊनच्या इतिहासाविषयीचे सगळे तपशील गोपनीय ठेवण्यात आले. यामागचं मुख्य कारण म्हणजे फॉन ब्राऊनला निर्दोष ठरवण्यात आलेलं असलं, तरी त्याचा अमेरिकेच्या रॉकेटनिर्मितीच्या कामात सहभाग असणं काही जणांना खटकणारं होतं. न जाणो फॉन ब्राऊनला निर्दोष ठरवण्यामध्ये काही चूक झाली असेल आणि ती चूक नंतर लक्षात आली तर या प्रकरणाचा किती बभ्रा होईल याची संबंधित अधिकाऱ्यांना पुरेपूर कल्पना असल्यामुळे, ही खबरदारी घेण्यात आली.

सोव्हिएत युनियनमध्ये अनेक अडचणींना तोंड देत आणि युद्धोत्तर खडतर परिस्थितीचा सामना करत कोरेलियॉव्ह आणि त्याचे सहकारी यांनी रॉकेटच्या चाचण्यांच्या कामात बऱ्यापैकी यश मिळवून दाखवल्यामुळे सोव्हिएत अधिकाऱ्यांनी १९४८ सालच्या एप्रिल महिन्यात R-1 रॉकेटच्या निर्मितीचं काम करण्याची अधिकृत परवानगी कोरेलियॉव्हला दिली. याखेरीज या रॉकेटची पुढची आवृत्ती असलेल्या R-2 रॉकेटच्या निर्मितीचं कामसुद्धा सुरू करता येईल, असं त्याला सांगण्यात आलं. फॉन ब्राऊनच्या V-2 रॉकेटच्या तुलनेत R-2 रॉकेट बरंच प्रगत होतं. याच रॉकेटमध्ये आपलं भवितव्य दडलेलं आहे, असं कोरेलियॉव्हला वाटत होतं. ५७ फूट उंचीचं हे रॉकेट V-2 रॉकेटपेक्षा आकारानं दुप्पट मोठं तर होतंच; शिवाय ते दुप्पट अंतरही पार करू शकेल अशी त्याची रचना करण्यात आली होती. असं असूनही त्याचं वजन मात्र खूप कमी होतं आणि त्याची लक्ष्याचा वेध घेण्यासंबंधीची अचूकताही जास्त होती. यामागचं मुख्य रहस्य म्हणजे जास्त इंधन साठवण्यासाठीची क्षमता वाढवण्यासाठी या रॉकेटच्या रचनेत मोठ्या खुबीनं नव्या सोयी करण्यात आल्या होत्या. यामुळे रॉकेटचं वजन कमी ठेवूनसुद्धा लांब पल्ल्यावर जाण्यासाठीची ताकद त्याच्यामध्ये होती. अर्थात यामुळे रॉकेटच्या एकूण आराखड्यामध्ये बरेच बदल करावे लागले. तसंच या रॉकेटचा क्षेपणास्त्र म्हणून वापर करण्याचा सोव्हिएत अधिकाऱ्यांचा विचार असल्यामुळे रॉकेट आणि त्याला जोडण्यात येणारा बॉम्ब या दोघांची जोडणी नक्की कशी करायची, हा एक मोठा प्रश्नच होता. तो सोडवणं कोरेलियॉव्हच्या दृष्टीनं महत्त्वाचं होतं. याखेरीज

कोरेलियॉव्हच्या समोरचा मोठा पेच म्हणजे सोव्हिएत युनियनमधली आर्थिक संकटाची परिस्थिती, हा होता. सुटे भाग, कच्चा माल या सगळ्यांचा प्रचंड तुटवडा असे. त्यामुळे रॉकेटनिर्मितीचं काम कागदी आराखड्यांवरून प्रत्यक्षातल्या कामापर्यंत कसं न्यायचं, हे त्याला समजत नव्हतं.

आत्तापर्यंत सोव्हिएत तंत्रज्ञांनी जर्मनीहून आणण्यात आलेल्या तंत्रज्ञांकडून जे काही शिकायचं होतं ते शिकून घेतलं असल्यामुळे, या जर्मन तंत्रज्ञांची फारशी गरज सोव्हिएत अधिकाऱ्यांना वाटत नव्हती. त्यामुळे ग्रॉट्रपकसट सगळ्या जर्मन तंत्रज्ञांची उचलबांगडी करून त्यांना एका दुर्गम बेटावर नेण्यात आलं. तिथलं वातावरण अत्यंत उदास होतं. ग्रॉट्रपचा हुद्दा आता बराच खालचा होता. त्याचा पगार, त्याला दिल्या जाणाऱ्या सुखसोयी, त्याला मिळणारे भत्ते या सगळ्यांमध्ये खूप कपात करण्यात आली. एखाद्या झोपडीवजा खुराड्यात ग्रॉट्रपला आपल्या कुटुंबासमवेत राहावं लागे आणि त्याच्या पत्नीला काही अंतरावरून बादल्यांमधून पाणी भरून आणावं लागे. लवकरच R-1 रॉकेटच्या निर्मितीचं काम पूर्ण झाल्यानंतर त्याच्या उड्डाणाच्या चाचण्या सुरू झाल्या. त्या वेळी उपस्थित राहण्याचं आमंत्रण जर्मन तंत्रज्ञांना नव्हतं. या रॉकेटच्या उड्डाणाच्या चाचण्यांचं काम सुरुवातीला फारसं आशादायक वाटत नव्हतं. रॉकेटच्या यंत्रणेमधल्या तांत्रिक अडचणींमुळे पहिल्या दोन चाचण्या पार अयशस्वी ठरल्या आणि रॉकेट जागेवरून उडूच शकलं नाही. यामुळे सोव्हिएत उच्चपदस्थांचा कोरेलियॉव्ह आणि त्याचे सहकारी यांच्यावरचा दबाव प्रचंड वाढला. 'या अपयशासाठी नक्की कुणाला जबाबदार धरायचं?' असा धारदार प्रश्न ते कोरेलियॉव्हला विचारायला लागले. दोन वर्षं सोव्हिएत युनियनमध्ये रॉकेटनिर्मितीच्या कामामध्ये खर्चूनसुद्धा जर्मन तंत्रज्ञांनी काहीच लक्षणीय प्रगती साधली नसल्याची खरमरीत टीका त्यांनी केली आणि कोरेलियॉव्ह तसंच त्याचे सगळे तंत्रज्ञ यांना यामुळे चांगलंच धमकावलंसुद्धा.

तिसऱ्या चाचणीच्या वेळी रॉकेट हवेत झेपावलं खरं; पण आपल्या अपेक्षित दिशेनुसार जाण्याऐवजी ५० अंश कोनात ते हेलपाटलं आणि जेमतेम दहा किलोमीटर्स अंतर पार करून गेल्यावर त्याचा हवेत स्फोट होऊन ते कुठंतरी आपटलं. यानंतरच्या आणखी एका अपयशी चाचणीनंतर १० ऑक्टोबर, १९४८ या दिवशी घेण्यात आलेली चाचणी मात्र यशस्वी ठरली आणि रॉकेट जवळपास तीनशे किलोमीटर्सचं अंतर पार करून गेलं. यानंतरही काही चाचण्या झाल्या आणि त्या बऱ्यापैकी यशस्वी आहेत असं चित्र वरवर निर्माण झालं. प्रत्यक्षात मात्र हे फसवं चित्र होतं; कारण रॉकेट आपल्या अपेक्षित ठिकाणापासून कित्येक किलोमीटर्स दूरवर जाऊन पडे. अशा प्रकारे अचूकपणे आपल्या लक्ष्याचा वेध घेऊ न शकणारं रॉकेट आपल्या काही कामाचं नाही, याची सोव्हिएत अधिकाऱ्यांना जाणीव होती.

दर अपयशाबरोबर ते कोरेलियॉव्हवरचा दबाव आणखी वाढवत नेत. काही काळानंतर तर स्टॅलिनच्या अत्यंत महत्त्वाच्या माणसांपैकी एक म्हणून ओळखल्या जाणाऱ्या बेरियाकडून कोरेलियॉव्हला आपल्याला भेटण्यासाठी येण्याचा थेट आदेश आला!

कोरेलियॉव्ह जेव्हा बेरियाला भेटायला गेला, तेव्हा आपल्यासमोर काय वाढून ठेवलं आहे याची त्याला अर्थातच कल्पना नव्हती. येईल त्या प्रसंगाला सामोरं जायचं इतकंच मनाशी ठरवून तो बेरियाकडे गेला. कोरेलियॉव्ह जेव्हा बेरियाच्या दालनात शिरला तेव्हा, काही वेळ कोरेलियॉव्हकडे बेरियानं ढुंकूनसुद्धा बघितलं नाही. तो कागदांच्या थप्प्यांमध्ये गढून गेला होता. काही काळानंतर बेरियाची मान वर झाली खरी; पण कोरेलियॉव्हला त्याच्या मनात काय चाललं आहे याचा थांगपत्ता लागला नाही. शेवटी थोडा काळ तंगवून बेरियानं आपला हेतू कोरेलियॉव्हसमोर स्पष्ट केला. कोरेलियॉव्ह आणि त्याचे सहकारी करत असलेल्या कामाच्या दर्जावर आणि वेगावर बेरिया नाखूश होता. कोरेलियॉव्ह त्याच्यावरची जबाबदारी नीटपणे पार पाडू शकला नाही, तर सोव्हिएत युनियनला मोठा धक्का बसला असता. हा धोका टाळण्यासाठी बेरियानं स्वतंत्रपणे कोरेलियॉव्हच्या धर्तीवर काम करणाऱ्या एका वरिष्ठ माणसाच्या नेतृत्वाखाली कोरेलियॉव्हकडे होती तशाच प्रकारच्या लोकांची एक टीम उभी केली असल्याची धमकी दिली. या धमकीत कितपत तथ्य आहे याची कोरेलियॉव्हला कल्पना नसली, तरी बेरियापुढे अवाक्षरसुद्धा काढणं त्याला शक्य नव्हतं. भडकलेल्या बेरियानं कोरेलियॉव्हची चांगलीच खरडपट्टी काढली. कोरेलियॉव्हला काही वर्षांपूर्वीचे प्रसंग आठवले. आपल्याला देशद्रोही ठरवून आपले कसे हाल करण्यात आले याच्या आठवणी वेगानं त्याच्या नजरेसमोरून तरळल्या. आपण अत्यंत असहाय असल्याची आणि सत्ताधारी लोक अत्यंत नियमबाह्य पद्धतीनं सर्वसामान्य लोकांशी वागत असल्याची चीड त्याला मनातून आली; पण याचा काहीएक उपयोग नाही हे त्याच्याहून अधिक चांगल्या पद्धतीनं इतर कुणाच्या डोक्यात शिरणं शक्यच नव्हतं. निमूटपणे तो बेरियाचा अंगार सहन करत राहिला.

बेरियानं घेतलेल्या झाडाझडतीमधून कोरेलियॉव्हला मिळालेल्या धमक्यांचा शेवट लवकर झाला नाही. आता कोरेलियॉव्हला रात्री-अपरात्री अचानकपणे कधीही फोन येत. पलीकडचा माणूस 'रॉकेटचं नवं उड्डाण पुन्हा अयशस्वी ठरलं असं कळलं ... असं का झालं? याला कोण कारणीभूत आहे?' असे प्रश्न विचारे. यामुळे कोरेलियॉव्हची भीतीनं गाळण उडे. एकदा तर हद्दच झाली. अनपेक्षितपणे अशाच प्रकारे आलेल्या एका फोनकॉलच्या वेळी पलीकडच्या बाजूनं एक अस्पष्ट पण कायम स्मरणात राहील असा आवाज होता. तिकडून बेरिया बोलत असल्याचं कोरेलियॉव्हला लगेचच समजलं. बेरियानं 'कॉम्रेड कोरेलियॉव्ह ... ताज्या चाचणीचा

अहवाल मी बघितला आहे ... परत एकदा तू अपयशी ठरलास ... तरीही नेहमीप्रमाणे कुणाचीच यात चूक नाही असं आम्ही समजायचं असं तुला वाटतं की काय? ... काही लोक तुझी पुरस्कारासाठी शिफारस करत असले, तरी माझ्या मते तुझ्याकडे अटकेचा वॉरंट धाडणं जास्त योग्य ठरेल ...' अशा दाहक शब्दांमध्ये कोरेलियॉव्हला सरळसरळ धमकीच दिली. यानंतर बेरियानं विकट हास्य केलं आणि कोरेलियॉव्ह चिडीचूप झाला. आपल्यासाठी ही शेवटची संधी आहे आणि त्यात आपण अपयशी ठरलो, तर आपले दिवस भरले या कटू सत्याची कोरेलियॉव्हला जाणीव झाली. आता रॉकेटच्या उड्डाणाच्या चाचण्यांमध्ये चूक होऊन चालणार नाही, हे त्याला पुरतं उमगलं. कसंबसं उसनं अवसान आणून 'आम्ही आमच्या बाजूनं शक्य तितके प्रयत्न अगदी प्रामाणिकपणे करत आहोत ...' असं बेरियाला सांगायचा त्यानं प्रयत्न केला खरा; पण त्याचं बोलणं मध्येच तोडत 'हे सिद्ध होणं गरजेचं आहे ... तुला वॉरंटबद्दल मी काय म्हणालो ते नीट समजलं आहे ना?' असं म्हणून बेरियानं फोन ठेवून दिला. त्या रात्रीच्या अंधारात कोरेलियॉव्हचे दोन्ही हात भीतीनं थरथरत होते आणि त्याचा मेंदू काम करणं सोडून दिल्यासारखा शून्यात बुडून गेला होता!

रॉकेटच्या उड्डाणासंबंधीच्या चाचण्यांमध्ये येत असलेल्या अपयशाखेरीज कोरेलियॉव्हला आणखी एका गोष्टीची भीती सतावत होती. सोव्हिएत युनियनच्या लष्करी गरजा भागवण्यासाठी रॉकेटनिर्मिती करण्यापेक्षा त्याला अंतराळात झेपावू शकणारं रॉकेट बनवण्याच्या ध्यासानं अजूनही पछाडलं होतं. अर्थातच दुसऱ्या महायुद्धानंतरच्या काळात सगळीकडे टंचाईची परिस्थिती असताना अशा प्रकारच्या 'चैनी' करणं सोव्हिएत युनियनलाच काय; पण बहुधा कुठल्याच देशाला परवडण्यासारखं नव्हतं. कोरेलियॉव्हचा या बाबतीतला मित्र असलेला तिखोन्राव्होव्हसुद्धा अंतराळभरारी मारण्याची स्वप्नं बघत असला, तरी त्याला याविषयी जाहीरपणे बोलण्याचीसुद्धा परवानगी नव्हती. अंतराळात भरारी मारण्याची क्षमता सिद्ध करून दाखवण्यापेक्षा आपली लष्करी ताकद दाखवून देणं सोव्हिएत युनियनच्या दृष्टीनं जास्त महत्त्वाचं होतं. तरीही तिखोन्राव्होव्हनं हार न मानता आपले प्रयत्न सुरूच ठेवले. आपल्या वरिष्ठ अधिकाऱ्यांचा राग ओढवून घेण्याचा धोका पत्करून त्यानं अंतराळप्रवासासाठी रॉकेट बनवण्याच्या कामाचा रेटा कायम ठेवला. शेवटी त्याच्या चिकाटीपुढे नमून सोव्हिएत अधिकाऱ्यांनी त्याला आपल्या संकल्पनेविषयी एक सादरीकरण करायला सांगितलं. यामुळे तिखोन्राव्होव्ह थरारून गेला. खरं म्हणजे तिखोन्राव्होव्ह हा अत्यंत साधा आणि शांतपणे बोलणारा माणूस होता; पण अंतराळामध्ये रॉकेट पाठवण्याच्या संकल्पनेविषयी बोलायला लागल्याबरोबर त्याच्यामध्ये काहीतरी वेगळंच संचारत असे. अत्यंत उत्साहानं तो झपाटल्यासारखा त्याविषयी बोले. जर

एखादी वस्तू खूप वेगानं पृथ्वीपासून लांब न्यायचा प्रयत्न केला, तर पृथ्वीच्या गुरुत्वाकर्षणाच्या ताकदीला भेदून ती वस्तू पृथ्वीच्या गुरुत्वाकर्षणाच्या कक्षेतून बाहेर जाऊ शकेल असं केव्हापासूनच वैज्ञानिकांनी मान्य केल्याची माहिती त्यानं दिली. म्हणजेच पृथ्वीच्या गुरुत्वाकर्षणाच्या ताकदीएवढा वेग उलट दिशेनं दिला, तर ही वस्तू गुरुत्वाकर्षणाच्या ताकदीला भेदू शकते, असं त्यानं सांगितलं. ही वस्तू म्हणजे उपग्रह असू शकते असं तिखोन्राव्होव्ह म्हणत होता. असा उपग्रह अंतराळात पाठवण्यासाठी रॉकेटचा वापर करण्याची स्वप्नं तो बघत होता. अर्थात यामध्ये अनंत अडचणी होत्या. एक तर पृथ्वीच्या खूप वरच्या भागातल्या वातावरणाविषयी तिखोन्राव्होव्हला पुरेशी माहिती नव्हती. कुणीच याविषयी अजून अगदी खात्रीलायकरीत्या सांगू शकत नव्हतं. तिथे जर खूप मोठ्या प्रमाणावर किरणोत्सर्जन होत असेल तर त्यामुळे रॉकेट किंवा उपग्रह यांच्यामधले नाजूक भाग नष्ट होण्याची भीती होती. तरीही पृथ्वीच्या वरच्या जवळच्या भागातलं तापमान आणि तिथला हवेचा दाब यांच्या मोजमापांच्या आधारे खूप वरच्या भागाविषयीचे अंदाज शास्त्रज्ञ बांधू शकायचे. या सगळ्यातून प्रवास करून उपग्रहाला अंतराळात पाठवायचं असेल तर त्यासाठी एका रॉकेटची क्षमता अपुरी असेल, असं तिखोन्राव्होव्हच्या लक्षात आलं. तीन किंवा त्याहून जास्त रॉकेट्स एकत्र केली तर ताशी सुमारे ३०,००० किलोमीटर्स वेगानं ती प्रवास करू शकतील आणि पृथ्वीच्या गुरुत्वाकर्षणाची कक्षा भेदू शकतील, असं त्याला वाटत होतं.

तिखोन्राव्होव्हनं अंतराळ प्रवासाविषयी केलेल्या या सादरीकरणाकडे बहुतेक सगळे श्रोते खूप संशयाच्या नजरेनं बघत होते. तिखोन्राव्होव्ह स्वप्नांच्या भराऱ्या मारत असल्याविषयी त्यांच्या मनात अजिबातच शंका नव्हती. तसंच हा सगळा प्रकार सोव्हिएत युनियनच्या दृष्टीनं अजिबातच तारक नसून मारक असल्याचं सगळ्यांचं मत झालं. तिखोन्राव्होव्हला त्याच्या स्वप्नाळूपणाची शिक्षा लगेचच मिळाली. खऱ्या आणि महत्त्वाच्या कामांवर लक्ष केंद्रित न करता कल्पनाविलासात रमल्याबद्दल सोव्हिएत अधिकाऱ्यांनी त्याची चांगलीच खरडपट्टी काढली आणि त्याला खालच्या हुद्द्यावर काम करायला सांगितलं. कोरेलियॉव्ह मात्र तिखोन्राव्होव्हच्या सादरीकरणामुळे खूप खुश झाला. अंतराळात भरारी घेण्याची नुसती स्वप्नंच तिखोन्राव्होव्ह बघत नसून, तो त्या हेतूनं वैज्ञानिक नजरेतून सखोल विचार करत असल्याची जाणीव त्याला झाली. तिखोन्राव्होव्ह तसंच कोरेलियॉव्ह यांच्यासारख्या लोकांकडे सोव्हिएत अधिकारी अगदी कुचेष्टेच्या आणि ते जवळपास देशद्रोह करणारे असल्याच्या नजरेनं बघत असले तरी संधी साधून योग्य वेळी सर्वोच्च पातळीवर हा विषय काढायचा असा निर्धार कोरेलियॉव्हनं आपल्या मनाशी केला. १९४९ सालच्या जुलै महिन्यात पुन्हा एकदा स्टॅलिनला भेटण्यासाठीचा आदेश

कोरेलियॉव्हला मिळाला, तेव्हा अंतराळात रॉकेट सोडण्यासंबंधीचा मुद्दा उपस्थित करण्याविषयी कोरेलियॉव्हच्या मनात विचार घोळायला लागले. स्टॅलिननं अर्थातच कोरेलियॉव्हला वेगळ्याच कारणासाठी बोलावणं धाडलं होतं. सोव्हिएत युनियनच्या अणुबॉम्बच्या चाचणीला फक्त एक महिन्याचा अवधी शिल्लक होता. यामुळे अणुबॉम्बच्या निर्मितीचा कार्यक्रम, तसंच रॉकेटनिर्मितीचा कार्यक्रम या दोन्ही महत्त्वाच्या प्रकल्पांची ताजी स्थिती जाणून घेण्यासाठी स्टॅलिननं संबंधितांना बोलावलं होतं. अशा प्रसंगी अंतराळात रॉकेट पाठवण्यासंबंधीचा उल्लेख करणंसुद्धा आपल्यासाठी धोकादायक ठरू शकतं याची कोरेलियॉव्हला पुरेपूर कल्पना असल्यामुळे त्याच्या मनात विचारांचं थैमान सुरू होतं.

स्टॅलिन नेहमीप्रमाणेच आपल्या लष्करी पोषाखात धीरगंभीरपणे खोलीत येरझारा घालत असताना कोरेलियॉव्हला भेटीचं आमंत्रण आलं. रॉकेटनिर्मितीच्या प्रकल्पाविषयी त्यानं काही प्रश्न विचारले. उपस्थित असलेल्या लष्करी अधिकाऱ्यांपैकी एकानं हा प्रकल्प गुंडाळून टाकण्यातच सोव्हिएत युनियनचं हित असल्याचं मत व्यक्त केलं. यामागचं कारण देताना खूप खर्च करूनसुद्धा आपल्या अपेक्षित ठिकाणी न पडता त्या ठिकाणाच्या आजूबाजूला कुठेही पाच किलोमीटर्सपर्यंत पडू शकणारं रॉकेट तयार करून कसलाच फायदा होणार नसल्याचं मत त्यानं व्यक्त केलं. ते स्टॅलिननं ऐकून घेतलं आणि इतर कुणाला काही बोलायचं आहे का असं विचारलं. त्यावर कुणीच बोलण्याची तयारी न दाखवल्यामुळे कोरेलियॉव्हला बोलण्याचा इशारा स्टॅलिननं दिला. कोरेलियॉव्हनं आपल्याला मिळालेल्या संधीचा पुरेपूर फायदा उठवायचं ठरवून रॉकेटनिर्मितीच्या कामात खोडा घालू पाहणाऱ्या लष्करी अधिकाऱ्यावर कडाडून टीका केली. अशा प्रकारच्या मतांमध्ये दूरदृष्टीचा अभाव असून, नवनिर्मिती तसंच आधुनिक तंत्रज्ञान यांचा वापर आपण केलाच पाहिजे, असं मत त्यानं मांडलं. आपण R-2 रॉकेटच्या चाचण्या यशस्वीरीत्या करून दाखवायला जवळपास सज्ज झालेलो असून, यापुढच्या R-3 रॉकेटची उड्डाणक्षमता तर जवळपास ३००० किलोमीटर्सपर्यंतचा पल्ला गाठण्याची असेल, असं त्यानं सांगितलं. यामुळे इंग्लंडच्या लष्करी तळांवर हल्ले करण्याचं सामर्थ्य सोव्हिएत युनियनकडे येईल, असा दावा त्यानं केला. हे सगळं कोरेलियॉव्ह मोठ्या आवेशात बोलला खरा; पण ते बोलून जाताच आपण जरा जास्तच आक्रमक झालो असल्याची आणि कदाचित खूप काही बोलून गेलो असल्याची जाणीव त्याला झाली. त्याबरोबर तो एकदम गोरामोरा झाला. 'आता स्टॅलिन काय म्हणणार?' या अत्यंत महत्त्वाच्या गोष्टीकडे सगळ्यांचंच भीतियुक्त कुतूहल एकवटलेलं होतं. याची कदाचित जाणीव असल्यामुळेच बोलण्याची अजिबात घाई न करता आणि सगळ्यांचं औत्सुक्य शिगेला पोहोचवत स्टॅलिननं चुप्पी साधली. काही क्षणांनंतर

त्यानं बोलण्याची सुरुवात ज्याप्रकारे केली, त्यातून त्याला आपल्या लष्करी अधिकाऱ्यानं व्यक्त केलेली भीती खरी वाटत असल्याचं आणि कोरेलियॉव्हच्या बोलण्यात अतिउत्साह वाटत असल्याचं सूचित होत होतं. त्यामुळे कोरेलियॉव्ह निराश व्हायला लागला. तेवढ्यात अचानकपणे स्टॅलिननं आपलं म्हणणं एकदम स्पष्टपणे सांगून टाकलं. रॉकेटचं तंत्रज्ञान आपल्या दृष्टीनं अत्याधुनिक असून सोव्हिएत लष्कराला त्याची खूप गरज असल्याचं तो म्हणाला. यामुळे आपल्या देशाचं भलं होईल असा विश्वास त्यानं प्रकट केला. तसंच रॉकेटच्या उड्डाणात जास्त अचूकता आणण्यासाठी कोरेलियॉव्हला आणखी प्रयत्न करण्यासाठी प्रोत्साहित केलं पाहिजे, असंही तो म्हणाला. पुन्हा एकदा काही क्षण शांततेत गेले. आपल्या या 'पॉझेस'मुळे वातावरण अजूनच तंग होतं आणि सगळ्यांची औत्सुक्यपूर्ण भीती टोकाला जाऊन पोहोचते याची कल्पना असलेल्या स्टॅलिननं, त्यानंतर ब्रिटिश पंतप्रधान विन्स्टन चर्चिल आणि अमेरिकी राष्ट्रपती हॅरी ट्रूमन यांच्यावर कडाडून टीका केली. या दोघांनाही युद्ध छेडण्याची खुमखुमी असून, त्यांना आपले अणुबॉम्ब सोव्हिएत युनियनवर डागायचे असल्याचं मत त्यानं व्यक्त केलं. या धोक्याला सडेतोड प्रत्युत्तर देण्यासाठी सोव्हिएत युनियननं अण्वस्त्रसज्ज झालंच पाहिजे, याचा त्यानं पुनरुच्चार केला. तिथंच ही बैठक संपली.

स्टॅलिननं अशा प्रकारे कोरेलियॉव्हच्या कामाला अप्रत्यक्षपणे पावती दिली असली तरी स्टॅलिनचा हा आवेश बघून अंतराळभरारी मारू शकणाऱ्या रॉकेटची निर्मिती करण्याचा विषय काढण्याची कोरेलियॉव्हची हिंमत होणं शक्यच नव्हतं. यामुळे चालून आलेली एक सुवर्णसंधी आपल्या हातून निसटल्याची भावना कोरेलियॉव्हला लगेच खायला लागली. ही संधी दवडायची नाही असं ठरवून त्यानं स्टॅलिन नाही तर नाही; निदान त्याच्या हाताखालच्या कुणापाशी हा विषय काढायचं ठरवलं. यासाठी त्यानं सोव्हिएत लष्कराच्या शस्त्र विभागाच्या प्रमुखाला त्याविषयी लगेचच सांगितलं. हा अधिकारी आपल्या मताविषयी सहानुभूती दाखवेल अशी कोरेलियॉव्हला वाटत असलेली आशा मात्र क्षणार्धात धुळीला मिळाली. अंतराळभरारीची स्वप्नं चुकूनसुद्धा न बघण्याचा आणि 'धोकादायक स्वप्नं बघणाऱ्या' तिखोन्रोव्हपासून लांब राहण्याचा, असे दोन सल्ले त्यानं कोरेलियॉव्हला दिले. तसंच कोरेलियॉव्हनं आपला हट्ट सोडला नाही तर त्याची हकालपट्टी होण्यापासून त्याला पुन्हा देशद्रोही ठरवलं जाण्यापर्यंत काहीही घडू शकतं, असा गर्भित इशाराच त्या अधिकाऱ्यानं दिला. यामुळे निमूटपणे तो स्वीकारण्याखेरीज दुसरा मार्ग कोरेलियॉव्हला दिसत नव्हता. असं असूनही अंतराळभरारीची स्वप्नं बघणं काही सोडायचं नाही, हे त्याच्या हट्टी मनानं पक्कं केलं.

दरम्यान या घटनेला साधारण दोन महिने उलटून गेल्यावर १ सप्टेंबर १९४९

या दिवशी नीना इव्हानोव्हाशी लग्न करण्याचं कोरेलियॉव्हचं स्वप्न पूर्ण झालं. झेनिया या त्याच्या पहिल्या पत्नीनं खूप आढेवेढे घेऊन आणि आपली मुलगी नताशा आपल्याबरोबरच राहील अशी अट घालून कोरेलियॉव्हला फारकत दिली. कोरेलियॉव्हच्या दुसऱ्या पत्नीला म्हणजेच नीनाला कधीही न भेटण्याचं वचन नताशाकडून झेनियानं घेतलं. या सगळ्या घटनाक्रमामुळे आपण आतून पार उद्ध्वस्त होऊन गेलो असल्याची हतबल भावना नताशानं कित्येक वर्षांनंतर व्यक्त केली. आपल्या आईवर विलक्षण प्रेम करत असल्यामुळे आणि तिला काहीही करून दुखवायचं नसल्यामुळे तिनं हे सगळं मान्य केलं. तसंही दुसरा कुठला इलाज तिच्यासमोर नव्हताच!

नीनाशी लग्न झाल्याबरोबर कोरेलियॉव्ह पुन्हा कामात बुडून गेला आणि नीनापासून लांब राहण्याची वेळ त्याच्यावर आधीप्रमाणेच आली. आता R-2 रॉकेटच्या चाचण्या अंतिम टप्प्यात आल्या. या चाचण्यांची सुरुवात अपयशी ठरली असली तरी २५ सप्टेंबर, १९४९ या दिवशी घेण्यात आलेली चाचणी मात्र एकदम उत्साह निर्माण करणारी ठरली. याचं कारण म्हणजे संकल्पनेनुसार ५९२ किलोमीटर्स अंतरावर जाणं अपेक्षित असताना हे रॉकेट अजिबात न चुकता अगदी योग्य ठिकाणी जाऊन पडलं. ग्लुश्कोनं तयार केलेल्या नव्या इंजिनसकट या रॉकेटच्या आराखड्यामध्ये करण्यात आलेले सुयोग्य बदल अगदी व्यवस्थितपणे काम करत असल्याची एक चुणूक तरी मिळाली. या यशामुळे कोरेलियॉव्हविषयी एकदम कुतूहलमिश्रित आदराचं वातावरण निर्माण झालं. सोव्हिएत युनियनशी देशद्रोह करण्याचा आरोप ठेवण्यात आल्यापासून पाच वर्षांचा काळ उलटून जाण्याच्या सुमाराला कोरेलियॉव्हनं मिळवलेलं हे यश वाखाणण्याजोगं होतं. अमेरिकेमधल्या शास्त्रज्ञांना जे जमलं नाही ते कोरेलियॉव्हनं सोव्हिएत युनियनमध्ये करून दाखवलं होतं. रॉकेटनिर्मितीच्या क्षेत्रात आणखी प्रगती शक्य असल्याचं आणि लष्कराच्या दृष्टीनं हे सामर्थ्यवान तंत्रज्ञान अत्यंत महत्त्वाचं ठरू शकण्याची दाट शक्यता असल्याचं कोरेलियॉव्हनं दाखवून दिलं. जर्मनीच्या V-2 रॉकेटच्या तुलनेत कोरेलियॉव्हच्या टीमनं तयार केलेलं R-2 रॉकेट दुप्पट अंतर पार करू शकत होतं. तसंच याहूनही जास्त आधुनिक स्वरूपाची रॉकेट्स तयार करण्यासाठी त्याचे सहकारी अथकपणे झटत होते. ही फक्त सुरुवात असून एके ना एके दिवशी आपण अंतराळभरारी मारू शकणाऱ्या रॉकेटची निर्मिती नक्कीच करू शकू असा आत्मविश्वास, कोरेलियॉव्ह आपल्या मनात बाळगून होता. खरं म्हणजे या चाचणीच्या वेळी कोरेलियॉव्ह प्रचंड दबावाखाली होता. ही चाचणी फसली तर आपल्याला नव्यानं गुलॅगच्या छळछावणीमध्ये धाडलं जाऊ शकतं याची त्याला कल्पना होती. म्हणूनच निदान या वेळी तरी काहीही चूक होता कामा नये यासाठी तो मनापासून

प्रार्थना करत होता. कोरेलियॉव्हला अशा प्रकारे नवं रॉकेट जवळपास पूर्णपणे शून्यातून तयार करून त्याच्या उड्डाणाची चाचणी घेण्यात यश मिळाल्यामुळे आता इथून पुढे आपल्याला जर्मनीतून आणलेल्या तंत्रज्ञांची गरज नाही असं सोव्हिएत अधिकाऱ्यांना वाटलं. आपलं काम झाल्यानंतर जर्मन तंत्रज्ञांच्या हातांमध्ये नारळ देण्याचा त्यांचा आधीपासूनच बेत असावा. त्यानुसार त्यांनी ग्रॉट्रूप आणि त्याचे साथीदार यांचे पंख छाटून टाकले. काही काळातच त्यांना पूर्व जर्मनीत पाठवून देण्यात आलं आणि ते सगळे इतिहासाच्या पानांमधल्या तळटीपांसारखे दुर्लक्षित ठरले.

तिकडे अमेरिकेत फॉन ब्राऊन मात्र अगदी दुर्लक्षित ठरला. कुणीही त्याची फारशी दखल घेत नसे. फॉन ब्राऊनची स्वप्नं त्याच्यापाशीच कुजत पडल्यासारखी होती. अंतराळभरारी मारू शकणारं रॉकेट तयार करण्याविषयी तो चकार शब्दसुद्धा उच्चारत नसे. याचं मुख्य कारण म्हणजे त्याचा कसलाच फायदा नव्हता; त्यात कुणालाच रस नव्हता. अमेरिकेत आल्यापासून अशा प्रकारची उपेक्षा झाल्यामुळे फॉन ब्राऊन अगदी निराश झाला. आपला वेळ फुकट जाऊ नये यासाठी त्यानं मंगळाची सफर करणारी म्हणजेच अंतराळभरारीची कल्पना मांडणारी The Mars Project नावाची विज्ञानकथा लिहिली आणि मोठ्या उत्साहानं अनेकांना दाखवली. फॉन ब्राऊनच्या दुर्दैवानं त्यानं संपर्क साधलेल्या सतराच्या सतरा प्रकाशकांपैकी एकानंही त्याच्या या पुस्तकात अजिबात रस दाखवला नाही. 'कल्पनांच्या भराऱ्यांच्या या जगात कुठल्याही सर्वसामान्य वाचकाला रस नसेल' असं सगळ्या प्रकाशकांचं अगदी एकजात मत झालं. सगळीकडूनच फॉन ब्राऊनला अशा प्रकारे निराशेचा सामना करावा लागल्यामुळे आपल्या नशिबात नक्की काय वाढून ठेवलं आहे, याचा त्याला अजिबातच अंदाज येत नव्हता.

अंतराळभरारीच्या या युद्धाच्या पुढच्या चाली आधीच्या चालींइतक्याच रोमहर्षक आणि अनपेक्षित ठरतील याची कोरेलियॉव्ह काय किंवा फॉन ब्राऊन काय; दोघांनाही अजिबातच कल्पना नव्हती. या सनसनाटीपूर्ण नाट्यामधल्या पुढच्या चाली आणि त्या चालींचे अनेक परिणाम हा विसाव्या शतकामधल्या अत्यंत थरारक दशकामधल्या घडामोडींचा लेखाजोखा ठरला!

■

# अंतराळशर्यतीला सुरुवात

कझाकस्तानमधल्या वाळवंटी प्रदेशात १९४९ सालच्या ऑगस्ट महिन्यात सोव्हिएत युनियनच्या अणुबॉम्बची चाचणी यशस्वी ठरली आणि अमेरिकेला या घटनेचा मोठा धक्का बसला. अणुबॉम्ब फक्त आपल्याकडेच आहे, अशा समजामुळे अमेरिकेला सोव्हिएत युनियनवर वर्चस्व गाजवण्याचा आत्मविश्वास होता. आता मात्र चित्र एकदम बदललं. सोव्हिएत युनियन आपल्याशी लष्करी ताकदीच्या बाबतीत स्पर्धा तर करू शकेलच; शिवाय घायकुतीच्या वेळी आपल्यावर किंवा आपल्या छत्रछायेखाली असलेल्या कुठल्याही देशावर सोव्हिएत अणुबॉम्ब पाडू शकतो, या भीतीनं अमेरिका पार बेचैन झाली. यातूनच 'शीतयुद्ध' म्हणजेच 'कोल्डवॉर'चा जन्म झाला. आपल्या विरोधातल्या राजवटींना एकत्र आणण्यासाठी तसंच निव्वळ ताकदीची भीती दाखवूनसुद्धा सोव्हिएत युनियन अनेक देशांना साम्यवादाच्या बाजूनं झुकवेल, अशी दाट शंका अमेरिकेला वाटायला लागली. अमेरिकेचा साम्यवादाला प्रचंड विरोध होता, हे वेगळं सांगायला नकोच. अशा परिस्थितीत सोव्हिएत युनियनच्या नेतृत्वाखाली साम्यवादी देश एकत्र झाले, तर आपल्या जागतिक वर्चस्वाला तडा जाऊ शकतो, हे अमेरिका पुरेपूर ओळखून होती. एकूणच सगळ्या पाश्चिमात्य देशांनी भांडवलशाहीवादी धोरणं राबवलेली असल्यामुळे कुठेही त्याच्या विरोधात असलेली विचारसरणी फोफावू द्यायची नाही, यासाठी त्यांनी प्रयत्न करणं उघडच होतं. सोव्हिएत युनियनच्या रूपानं निर्माण झालेला साम्यवादी राक्षस कसा ठेचायचा, हा प्रश्न सोडवणं म्हणूनच त्यांच्या दृष्टीनं आता खूप गरजेचं झालं. चीनमधल्या क्रांतीनंतर माओनं तिथेही साम्यवाद रुजवला. इतरही काही आशियाई देशांमध्ये उठाव झाले आणि साम्यवाद बळावला. त्यात १९५० सालच्या जून महिन्यात साम्यवादी उत्तर कोरियानं अमेरिकावादी

दक्षिण कोरियावर घणाघाती हल्ला केला. उत्तर कोरियाच्या या आक्रमणाला स्टॅलिननंच फूस दिली असल्याच्या संशयावरून अमेरिकेच्या नेतृत्वाखालचं संयुक्त राष्ट्रसंघाचं सैन्य उत्तर कोरियापर्यंत गेलं.

सोव्हिएत युनियनच्या आकांक्षा मर्यादित ठेवण्यासाठी आणि गरज पडल्यास त्यासाठी लष्करी मदत पुरवण्यासाठी अमेरिकेनं पश्चिम युरोपीय देशांना एकत्र आणून 'नॉर्थ अॅटलांटिक ट्रिटी ऑर्गनायझेशन (नाटो)'ची स्थापना केली. वरवर याचं स्वरूप वेगळं असल्याचं भासवण्यात आलेलं असलं, तरी नाटोचा मुख्य हेतू सोव्हिएत युनियनवर अंकुश ठेवण्याचा होता, याविषयी कुणाच्याच मनात शंका नव्हती. याला उत्तर म्हणून दुसऱ्या महायुद्धानंतर आपल्या ताब्यात घेतलेल्या पूर्व युरोपीय देशांवरचा कब्जा वॉरसॉ कराराद्वारा सोव्हिएत युनियननं एकदम भरभक्कम करून टाकला. अशा प्रकारे शीतयुद्ध जास्तच तीव्र झालं. जवळपास पाठोपाठच्या दोन जागतिक महायुद्धांमधून सुटका झाल्याचा निःश्वास टाकणारं जग परत एकदा काळजीत पडलं. अमेरिकेनं आपल्या लष्करी खर्चात तब्बल साडेतीन पटींनी वाढ केली.

हे सगळं फॉन ब्राऊनच्या मात्र पथ्यावर पडलं. अमेरिकेला आता आपला अणुबॉम्ब सोव्हिएत युनियनसकट इतर कुठल्याही शत्रूवर हवा तेव्हा डागण्यासाठीची सज्जता करणं गरजेचं वाटायला लागलं. यासाठी किमान ३२० किलोमीटर्स अंतरापर्यंत अणुबॉम्ब नेऊ शकेल आणि लक्ष्यावर तो टाकू शकेल, अशा प्रकारचं रॉकेट तयार करण्याची गरज अमेरिकेला वाटली. हे काम फॉन ब्राऊनला देण्यात आलं. अशा रीतीनं एक प्रकारच्या वनवासात असलेल्या फॉन ब्राऊनची त्यातून एकदम अनपेक्षितपणे सुटका झाली. फॉन ब्राऊन आणि त्याचे सहकारी यांना आता अलाबामा राज्यातल्या लष्करी लोकांची वस्ती असलेल्या भागात पाठवण्यात आलं. आपल्या V-2 रॉकेटला अणुबॉम्ब जोडण्यासाठीची तयारी त्यांनी सुरू केली. यातला मुख्य भाग म्हणजे वजनानं जड असलेलं अण्वस्त्र अगदी अचूकपणे लक्ष्याचा वेध घेण्यासाठीचा आराखडा बनवण्याचा होता. यासाठी रॉकेटच्या रचनेत अनेक बदल करण्यात आले. त्यामधले काही बदल सोव्हिएत युनियनमध्ये कोरेलियॉव्हच्या टीमनं केलेल्या बदलांसारखे होते. यामुळे फॉन ब्राऊनला पुन्हा जरा उत्साही वाटायला लागलं खरं; पण अमेरिकेला तेव्हा तरी रॉकेटद्वारा अणुबॉम्ब डागण्याची क्षमता विकसित करण्यापलीकडे या तंत्रज्ञानाविषयी फारशी आपुलकी वाटत नव्हती. तसंच इतर अनेक लष्करी कामांकडे बराचसा निधी वळवण्यात आलेला असल्यामुळे फॉन ब्राऊनकडच्या प्रकल्पासाठीचा निधीसुद्धा जेमतेम पुरेसा होता. साहजिकच यापलीकडे जाऊन अंतराळभरारी घेऊ शकणाऱ्या रॉकेटची निर्मिती करण्याची स्वप्नं बघणं म्हणजे दिवास्वप्नच ठरणार, याची फॉन ब्राऊनला

कल्पना होती. कहर म्हणजे एकीकडे अशा प्रकारे अमेरिकेच्या लष्करी साम्राज्याच्या विस्तारासाठी फॉन ब्राऊन काम करत असला, तरी दुसरीकडे पुन्हा एकदा संशयाची सुई त्याच्या दिशेनं वळली! या खेपेला नाझी सरकारला सहकार्य केल्याचे आरोप त्याच्यावर नव्हते. उलट त्याच्या अगदी दुसऱ्या टोकाचे म्हणजेच साम्यवादी विचारसरणीला पाठिंबा दिल्याचे आणि त्यासाठी काम केल्याचे आरोप फॉन ब्राऊनवर ठेवण्यात आले. याचं कारण म्हणजे सोव्हिएत युनियननं काही जर्मन संशोधकांना हेरगिरी करण्यासाठी म्हणून अमेरिकेला पाठवलं होतं. फॉन ब्राऊनसारखेच मूळ जर्मन असलेले हे संशोधक वरवर अमेरिकेच्या अण्वस्त्रनिर्मिती कार्यक्रमामध्ये सहभागी झाले असले, तरी त्यांचा खरा हेतू वेगळाच होता. अमेरिकेच्या कामासंबंधीची माहिती गुप्तपणे सोव्हिएत युनियनला कळवण्याचं काम ते इमानेइतबारे करत. याची चाहूल लागताच अमेरिकेनं अशा काही जर्मन-सोव्हिएत तंत्रज्ञांना पकडलं. अशाच प्रकारचं काम करत असल्याचा संशय आता फॉन ब्राऊनवर घेण्यात आला. त्यातच १९५१ सालच्या जून महिन्यात अमेरिकेच्या 'फेडरल ब्यूरो ऑफ इन्व्हेस्टिगेशन्स (एफबीआय)' या गुप्तचर संस्थेला सोव्हिएत युनियन दुसऱ्या महायुद्धानंतर अमेरिकेमध्ये आलेल्या काही जर्मन तंत्रज्ञांना गळाला लावण्याचे प्रयत्न करत असल्याचा अहवाल मिळाला. त्यामुळे हे अमेरिकी अधिकारी अजूनच जास्त संशययुक्त नजरेनं फॉन ब्राऊन आणि त्याच्यासारखे काही जर्मन शास्त्रज्ञ यांच्याकडे बघायला लागले. त्यांनी फॉन ब्राऊनची कसून चौकशी केली. आता सोव्हिएत युनियनच्या ताब्यात असलेल्या पूर्व जर्मनीमध्ये फॉन ब्राऊनचा सासरा राहायचा. पूर्वी तो बर्लिन शहरातल्या एका बँकेचा अध्यक्ष होता. त्याच्याशी फॉन ब्राऊनचे कितपत आणि कशा स्वरूपाचे संबंध आहेत, याची चाचपणी संबंधित अमेरिकी अधिकाऱ्यांनी केली. खरं म्हणजे या सासऱ्याची अवस्थाच बिकट होती. सोव्हिएत युनियननं त्याला आणि त्याच्यासारख्या वरिष्ठ जर्मन बँक अधिकाऱ्यांना चलनामध्ये स्थैर्य आणण्यासंबंधीची चर्चा करण्यासाठीच्या एका बैठकीच्या निमित्तानं बोलावून घेतलं. तिथं पोहोचताच या सगळ्या जर्मन बँकर्सना अटक करून त्यांची उचलबांगडी एका सोव्हिएत छळछावणीमध्ये करण्यात आली. त्यानंतर दोन वर्षं या सगळ्यांचा ठावाठिकाणाच कुणाला लागला नाही. फॉन ब्राऊनलासुद्धा हे सगळं खूप उशिरा समजलं. त्यामुळे त्यानं आपल्या सासऱ्याच्या मदतीनं सोव्हिएत युनियनसाठी कसला कट रचण्याचा प्रश्नच नव्हता. तरीही फॉन ब्राऊनवरचा संशय काही केल्या कमी होत नव्हता. वारंवार त्याची चौकशी केली जाई. तो सोव्हिएत युनियनचा हस्तक असल्याविषयीची माहिती काढून घेण्यासाठी त्याला निरनिराळ्या प्रकारचे प्रश्न विचारले जात.

एकीकडे अंतराळामध्ये रॉकेट सोडण्याचं स्वप्न तर भंगल्यातच जमा आहे असं फॉन ब्राऊनला वाटत होतं; तर दुसरीकडे सततच्या या चौकशीनं आणि

आपल्याकडे संशयानं बघितलं जात असल्याच्या चिडचिडीमुळे फॉन ब्राऊन पार वैतागून गेला. अशा परिस्थितीत त्याचं आणि त्याच्या सहकाऱ्यांचं मनोधैर्य खचत जाण्यामध्ये आश्चर्य वाटण्यासारखं काहीच नव्हतं. शेवटी आपला वेळ सत्कारणी लागावा आणि कुठल्या ना कुठल्या मार्गानं अंतराळभरारी मारण्यासंबंधीच्या संकल्पना सर्वसामान्य लोकांपर्यंत पोहोचवाव्यात, यासाठी फॉन ब्राऊननं सोप्या भाषेत आठ लेख लिहिले. १९५२ सालच्या वसंत ऋतूमध्ये हे सदर 'कॉलियर्स' नावाच्या नियतकालिकात सुरू झालं. यात त्यानं नुसत्याच कल्पनाविश्वातल्या भराऱ्या मारण्याचं टाळून सगळ्यांना समजेल अशा स्वरूपात पण वैज्ञानिक प्रकारची माहिती दिली. हा प्रयोग चांगलाच यशस्वी ठरला. या नियतकालिकाच्या तब्बल तीस लाखांहून जास्त प्रती खपल्या आणि अखेर फॉन ब्राऊन अमेरिकी प्रकाशझोतात आला.

अर्थातच फॉन ब्राऊनच्या लिखाणाचा आस्वाद घेण्यासाठी उतावीळ झालेल्या अनेक लोकांमध्ये तेरा हजार किलोमीटर्स अंतरावरच्या कोरेलियॉव्ह आणि नीना यांचाही समावेश होता. फॉन ब्राऊननं अंतराळात रॉकेट पाठवण्यापासून प्रत्यक्षात अंतराळामधलं आयुष्य कसं असेल, तिथं काय काय अडचणी येऊ शकतील, त्यांच्यावर मात करण्यासाठी माणसाला काय करावं लागेल, अशा सगळ्या गोष्टींचं सहजसुंदर भाषेत वर्णन केलं होतं. तसंच हे लिखाण म्हणजे विज्ञानकथा किंवा कादंबरी अशा स्वरूपाचं लिखाण नसून, काही वर्षांमध्येच हे सगळं प्रत्यक्ष घडेल असा विश्वास फॉन ब्राऊननं व्यक्त केला होता. अंतराळात कृत्रिम उपग्रह पाठवणं आणि त्याचा वापर कायमस्वरूपी 'उपग्रह केंद्र (स्पेस स्टेशन)' उभं करण्यासाठी होणं आता माणसाच्या आवाक्यात आलं असल्याचा दावा फॉन ब्राऊननं केला. तसंच जो देश अशा प्रकारे अंतराळामध्ये उपग्रह सोडण्याच्या स्पर्धेत पहिला क्रमांक मिळवेल, तो पृथ्वीसुद्धा नियंत्रित करू शकेल, असं त्यानं लिहिलं. इतकंच नव्हे, तर सोव्हिएत युनियनच्या लष्करी अधिकाऱ्यांनी यासंबंधीचा विचार नक्कीच केलेला असणार आणि त्या दृष्टीनं प्रयत्नही सुरू केले असणार, अशी शंका फॉन ब्राऊननं व्यक्त केली. कोरेलियॉव्ह ज्या तिखोन्राव्होव्हच्या अंतराळभरारीच्या संकल्पनांमुळे भारावून गेला होता, त्या तिखोन्राव्होव्हचा नावानिशी उल्लेख फॉन ब्राऊननं आपल्या लिखाणात केला.

अंतराळावर कब्जा करणाऱ्या देशाला त्याचे अनेक फायदे मिळतील, असं फॉन ब्राऊननं नमूद केलं. अंतराळात असलेल्या उपग्रहावरून पृथ्वीवरच्या हालचालींवर लक्ष ठेवणं, पृथ्वीवरच्या आपल्या शत्रूंच्या दिशेनं अंतराळातून क्षेपणास्त्र सोडणं, दुरून हेरगिरी आणि टेहळणी करणं, अशा अनेक गोष्टी शक्य असल्याचंही फॉन ब्राऊनचं मत होतं. जसा चंद्र पृथ्वीभोवती ठरावीक कक्षेत फिरतो, तसंच पृथ्वीवरून

अंतराळात सोडण्यात आलेले उपग्रहसुद्धा पृथ्वीच्या कक्षेत फिरतील, असं त्याचं म्हणणं होतं. यासाठी काही गणितं मांडून त्यानं आकडेवारीसुद्धा पुरवली. त्यानुसार पृथ्वीपासून साधारणपणे १७२० किलोमीटर्स उंचीवर कुठलाही कृत्रिम उपग्रह असला पाहिजे, असं त्याला वाटलं. याचं कारण म्हणजे पृथ्वी आणि उपग्रह यांच्यामध्ये इतकं अंतर असेल तर पृथ्वीच्या वातावरणाचा कुठलाही प्रभाव अशा उपग्रहावर पडू शकत नाही असं फॉन ब्राऊनचं मत होतं. ध्वनीच्या प्रवासाच्या वेगापेक्षा साधारण वीसपट म्हणजे ताशी चोवीस हजार किलोमीटर्स वेगानं हा उपग्रह पृथ्वीभोवतालच्या कक्षेत फिरायला हवा; म्हणजे मग साधारणपणे दोन तासांच्या अवधीत तो पृथ्वीभोवतालची एक प्रदक्षिणा पूर्ण करू शकेल, असं फॉन ब्राऊनला वाटे. अर्थात मुळात असा उपग्रह पृथ्वीच्या गुरुत्वाकर्षणाच्या ओढीला बळी न पडता गुरुत्वाकर्षणाची ताकद ओलांडून अंतराळात जाण्यासाठी त्याला ताशी तब्बल २९,००० किलोमीटर्स वेगानं सोडणं गरजेचं होतं. इतकी क्षमता त्या काळातल्या रॉकेट्समध्ये नव्हती. स्वतः फॉन ब्राऊनच्या V-2 रॉकेटच्या वेगाची क्षमता याच्या फक्त एक पंचमांश होती. म्हणूनच असं एक रॉकेट न वापरता एकंदर तीन जास्त शक्तिशाली रॉकेट्सची एकत्र बांधणी करायची शक्कल फॉन ब्राऊननं लढवली. पहिलं रॉकेट उपग्रहाला थोड्या अंतरापर्यंत घेऊन जाणार आणि त्यानंतर स्वतः गळून पडणार; दुसरं रॉकेट त्याहून जास्त वेगानं उपग्रहाला वर नेणार आणि स्वतः गळून पडणार आणि त्यानंतर तिसरं रॉकेटही उपग्रहाला अशाच धर्तीवर पुढे नेणार, अशी यामागची योजना होती. तिसरं आणि शेवटचं रॉकेट अर्थातच उपग्रहाला अंतराळामध्ये पोहोचवण्याची कसरत करणार होतं. १९७७ सालापर्यंत माणसाचं चंद्रावर पाऊल पडेल, असं धाडसी भाकीतसुद्धा फॉन ब्राऊननं केलं.

हे सगळं वाचून कोरेलियॉव्ह एकीकडे प्रचंड खुश झाला खरा; पण दुसरीकडे तो काळजीतसुद्धा पडला. ज्या अर्थी फॉन ब्राऊननं रॉकेटच्या अंतराळप्रवासाविषयी इतक्या उत्साहानं आणि विस्तारानं लिहिलं आहे, त्या अर्थी तो अशा रॉकेटच्या निर्मितीच्या कामाला लागलेला असणार याविषयी कोरेलियॉव्हच्या मनात कुठलीच शंका उरली नाही. याचाच अर्थ सोव्हिएत युनियनच्या या बाबतीतल्या औदासीन्यामुळे आणि आपल्याकडे संशयाच्या नजरेनं बघितलं जात असल्यामुळे सोव्हिएत युनियन रॉकेटच्या स्पर्धेत अमेरिकेच्या मागे पडणार, याविषयी त्याच्या मनात आता कुठलीच शंका उरली नाही. अंतराळात रॉकेट सोडण्याचं अद्वितीय काम सगळ्यात पहिल्यांदा आपल्या हातून झालं पाहिजे, असं कोरेलियॉव्हला केव्हापासूनच अगदी राहून राहून वाटत होतं. आता मात्र फॉन ब्राऊनच्या लेखांनी आपलं स्वप्न भंगत चालल्याची पावतीच दिल्यासारखं कोरेलियॉव्हला वाटलं. म्हणूनच कोरेलियॉव्हनं परत एकदा

तिखोन्राव्होव्हशी संपर्क साधला आणि त्याला आपलं काम सुरू ठेवण्याविषयी प्रोत्साहित केलं. आता आपल्या काही सहकाऱ्यांसह तिखोन्राव्होव्हनं रॉकेटच्या रचनेत आणखी बदल केले. तसंच पृथ्वीच्या गुरुत्वाकर्षणाच्या शक्तीला भेदून अंतराळात मजल मारण्यासाठी रॉकेटला काय करावं लागेल यासाठीची किचकट गणिती समीकरणंसुद्धा मांडली. अर्थात जोपर्यंत सोव्हिएत लष्करासाठी बनवल्या जात असलेल्या R-3 रॉकेटचं काम जोपर्यंत आपण यशस्वीरीत्या करून दाखवत नाही, तोपर्यंत आपल्याला कुठलीच सवलत मिळण्याची सुतराम शक्यता नसल्याची जाणीव कोरेलियॉव्हला असल्यामुळे त्यानं त्या प्रकल्पामधलं आपलं लक्ष अजिबात काढून घेतलं नाही.

तरीही फॉन ब्राऊन अंतराळात रॉकेट सोडण्याच्या कामात भलतीच प्रगती करत असल्याचा आणि तो ही शर्यत जिंकण्याची दाट शक्यता असल्याचा गैरसमज कोरेलियॉव्हनं करून घेतला. आपण शक्य तितक्या वेगानं आपल्या अंतराळभरारीची स्वप्नं पूर्णत्वाला नेण्यासाठीचे प्रयत्न केले नाहीत तर खूप उशीर होईल, अशा भावनेतून कोरेलियॉव्हनं तिखोन्राव्होव्हशी अगदी घाईनं चर्चा केली. तिखोन्राव्होव्हलासुद्धा कोरेलियॉव्हचं म्हणणं पटलं आणि त्यानं आपल्या सहकाऱ्यांसह अंतराळात रॉकेट पोहोचवण्यासाठी आवश्यक असलेल्या किचकट तंत्रज्ञानामागची गणिती समीकरणं मांडणं, किती इंधन लागेल आणि ते नक्की कुठे साठवायचं हे ठरवणं, रॉकेटला अंतराळात झेपावण्यासाठी आवश्यक असलेला वेग पुरवण्यासंबंधीचे आराखडे मांडणं अशी महत्त्वाची कामं हाती घेतली. यामुळे कोरेलियॉव्हला जरा उत्साह आला खरा; पण त्याची मुख्य जबाबदारी R-3 रॉकेटचा प्रकल्प यशस्वी करून दाखवण्याची असताना त्या संदर्भात आलेल्या नव्या अडचणींमुळे तो निराश झाला. या रॉकेटचं इंजिन आधीपेक्षा तिपटीहून जास्त ताकदीनं वर झेपावेल अशी त्याची रचना करण्यात आली; पण यामुळे रॉकेटच्या रचनेत एक अडचण निर्माण झाली. जितका हा आकडा मोठा तितकं इंधन जाळण्यासाठीची जागा जास्त मोठी असावी लागणार. ही जागा जास्त मोठी केली की सुरुवातीला सुटी, स्वतंत्र असलेली इंधनं एकमेकांमध्ये नीटपणे मिसळण्यात अडचणी निर्माण होणार. यामुळे योग्य वेळेला इंधनं मिसळण्याऐवजी चुकून काही काळानंतर या इंधनांचा काही भाग एकमेकांमध्ये मिसळणार. यामुळे अचानकपणे रॉकेटला प्रमाणाबाहेर जोर तरी मिळणार किंवा मिश्र इंधन पेटणार, तसंच छोटे स्फोट घडवून आणणार. ही तांत्रिक अडचण दूर करणं खूपच अवघड होऊन बसलं होतं. त्यातच कोरेलियॉव्हला दुसरा एक जोरदार धक्का बसला. १९५२ सालच्या मे महिन्यात कोरेलियॉव्हच्या एका कनिष्ठ सहकाऱ्याला अचानकपणे खूप मोठी बढती मिळून तो आता चक्क कोरेलियॉव्हचा साहेब झाला! कोरेलियॉव्ह यामुळे सर्दच झाला. त्याच्या कामाविषयी

आणि कौशल्याविषयी कुणाच्याच मनात शंका नसताना असं का व्हावं, हे त्याला समजेना. साहजिकच आपल्यावर पूर्वीपासून ठेवण्यात आलेले देशद्रोहाचे आरोप, आपण अजूनही सोव्हिएत युनियनच्या कम्युनिस्ट पक्षाचे सदस्य नसणं किंवा आपल्या अंतराळभरारीची स्वप्नं आपल्या वरिष्ठांना न रुचणं, अशीच कारणं त्याच्या नजरेसमोर तरंगायला लागली.

कोरेलियॉव्ह अशा रीतीनं नैराश्याच्या छायेत असताना जागतिक राजकारणाच्या पटलावर झालेल्या घडामोडींनी मात्र सगळीकडे खळबळ माजली. १९५२ सालच्या नोव्हेंबर महिन्यात अमेरिकेनं हायड्रोजन बॉम्बची यशस्वी चाचणी घेतली. हिरोशिमा आणि नागासाकी या जपानी शहरांवर अमेरिकेनं अणुबॉम्ब टाकल्यानंतर तिथं झालेलं अपरिमित नुकसान किती भयंकर होतं, याची सगळ्यांना कल्पना असतानाच हा हायड्रोजन बॉम्ब तर अणुबॉम्बपेक्षा कितीतरी जास्त क्षमतेचा आहे हे ऐकल्यावर भीतीची लहर सगळ्या जगात पसरली. पॅसिफिक महासागराच्या ज्या ऐनिवेटो ॲटोल या बेटावर हायड्रोजन बॉम्बची चाचणी घेण्यात आली, ते बेटच या चाचणीदरम्यानच्या बॉम्बस्फोटामुळे इतिहासजमा झालं! यानंतर जेमतेम दोन महिन्यांच्या काळानंतर ड्वाईट आयसेनहॉव्हर या नव्या अमेरिकी राष्ट्रपतीनं चीनवर अणुबॉम्ब टाकण्याची भाषा सुरू केली. यामुळे सोव्हिएत युनियनमध्ये प्रचंड खळबळ माजली. अमेरिकेशी अण्वस्त्रयुद्ध करण्यासाठीची सज्जता आपण केली पाहिजे असं स्टॅलिनला वाटायला लागलं. तेवढ्यात आणखी एक जग बदलून टाकणारी घटना घडली. आणखी दोन महिन्यांनी म्हणजेच १९५३ सालच्या मार्च महिन्यात स्टॅलिनचं निधन झालं! आपल्याच सुमारे दोन कोटी देशबांधवांच्या मृत्यूला तसंच पावणेदोन कोटीहून जास्त देशबांधवांना गुलॅगच्या छळछावणीमध्ये धाडणाऱ्या क्रूरकर्मा स्टॅलिनच्या निधनामुळे जगानं सुटकेचा निःश्वास सोडलेला असला तरी त्याच्या अनुपस्थितीत या अशांत जगाचं काय होणार, हा प्रश्नही सगळ्यांना पडला.

स्टॅलिनचा अंतही त्याच्या आयुष्याप्रमाणेच अत्यंत नाट्यमय ठरला. आपल्या मित्रांसमवेत नेहमीप्रमाणे दारू झोडून मेजवानी घेतल्यानंतर स्टॅलिन झोपेतच मेंदूतल्या रक्तस्रावामुळे बेशुद्ध पडला असावा. दुसऱ्या दिवशी तो उठला नसला, तरी नक्की काय झालं हे बघण्याची कुणाचीच हिंमत झाली नाही. बराच वेळ झाल्यानंतर म्हणजे थेट रात्री दहा वाजता एका अधिकाऱ्यानं आपला जीव गमावण्याची तयारी ठेवत स्टॅलिनच्या खोलीत प्रवेश केला. त्याला नीटपणे भानावर नसलेला आणि काही बोलू न शकणारा स्टॅलिन स्वतःच्या मूत्रात भिजलेल्या अवस्थेत सापडला. चाचरतच तिथल्या सुरक्षारक्षकांनी स्टॅलिनला डॉक्टरांकडे नेलं आणि त्या डॉक्टरांनीही भीतभीत स्टॅलिनवर उपचार सुरू केले. त्यातून तो वाचण्याची शक्यता

धूसर असल्यामुळे खरं म्हणजे बरेच जण सुटकेचा निःश्वासच टाकत होते. स्टॅलिनविषयी अनेक लोकांच्या मनात कित्येक वर्षांपासून संताप साठून राहिलेला होता. तो हळूहळू बाहेर आला. बेरियानं बेशुद्धावस्थेत असलेल्या स्टॅलिनला रागारागानं भरपूर शिव्या घातल्या. तेवढ्यात स्टॅलिननं आपले डोळे उघडले! हे बघून बेरिया जागीच थिजला आणि त्यानं डॉक्टरांना स्टॅलिनला वाचवण्यासाठी शर्थीचे प्रयत्न करण्यासाठीचे आदेश बळेबळेच दिले. स्टॅलिनच्या नजरेतून मात्र अगतिकता अगदी स्पष्टपणे दिसत होती. शेवटी यातून तो वाचला नाहीच.

स्टॅलिनच्या मृत्यूनंतर सोव्हिएत युनियनची सूत्रं आपल्याकडे खेचून घेण्यासाठी बेरिया, ख्रुश्चेव्ह आणि मलेन्कोव्ह यांच्यात जोरदार स्पर्धा सुरू झाली. यातून काय घडणार याकडे कोरेलियॉव्हचं बारीक लक्ष होतं. कारण त्याच्या दृष्टीनं स्टॅलिनचा उत्तराधिकारी रॉकेटनिर्मितीसंबंधी काय धोरण स्वीकारतो यावर त्याचं स्वतःचं भवितव्य अवलंबून होतं. स्टॅलिन नसल्यामुळे सगळं अनिश्चित आणि अस्थिर झालं आहे असं कोरेलियॉव्हला वाटायला लागलं. त्यातच आपल्या मुलीच्या संदर्भातलं दुःख त्याला सातत्यानं सतावत असे. नताशा ही त्याची मुलगी आता अठरा वर्षांची होत असली तरी तिच्याशी संपर्क साधण्यासाठी त्यानं केलेले सगळे प्रयत्न तिनं धुडकावून लावले होते. त्यामुळे शेवटचा प्रयत्न म्हणून तिच्या अठराव्या वाढदिवसानिमित्त कोरेलियॉव्हनं तिला एक पत्र लिहिलं. त्यात आपण तिच्यावर खूप प्रेम करत असून तिच्या अशा वागण्यामुळे आपल्याला खूप वाईट वाटत असल्याचं त्यानं नमूद केलं. आपण तिचा सातत्यानं विचार करत असल्याचा उल्लेखही त्यानं केला. आपली दुसरी पत्नी नीना हिच्याजवळसुद्धा तो नताशाच्या संदर्भातल्या या दुःखाचा वारंवार उल्लेख करे. नीनाला मूल होऊ शकणार नाही हे कळल्यामुळे कोरेलियॉव्हला एकदमच एकाकी वाटत राही. पत्राला नताशानं उत्तर न दिल्यामुळे शेवटी धीर करून कोरेलियॉव्हनं तिला फोन केला. कोरेलियॉव्हचा आवाज ऐकताच तिनं फोन ठेवून दिला आणि कोरेलियॉव्ह बराच वेळ अश्रू ढाळत राहिला!

कोरेलियॉव्हनं अंतराळभरारी मारण्याची स्वप्नं बघण्याच्या संदर्भात कुठलेच बदल केलेले नसल्यामुळे सोव्हिएत युनियनचे वरिष्ठ अधिकारी त्याच्यावर खप्पा होते. त्यातच R-3 रॉकेटच्या चाचण्यांमध्ये इतक्या मोठ्या प्रमाणावर अपयश येत होतं, की हा प्रकल्प बंद करुन सरळ नव्या रॉकेटच्या निर्मितीचं काम हाती घ्यावं असंही त्याला वाटत होतं. तिखोन्राव्होव्हच्या संकल्पना वापरून हे काम करायचं त्यानं ठरवलं. यासाठी त्यानं वरिष्ठ सोव्हिएत अधिकाऱ्यांच्या एका बैठकीत हा विषय काढला. ते ऐकताच एक अधिकारी जाम भडकला. एक तर सध्याचं काम कोरेलियॉव्हच्या हातून नीटपणे होत नसताना ते अर्धवट सोडून कागदावरच्या संकल्पनांच्या आधारे कोरेलियॉव्ह आणखी कसल्या भराऱ्या मारतो आहे, हे त्याला

समजत नव्हतं. त्यामुळे त्यानं कोरेलियॉव्हच्या म्हणण्याला कडाडून विरोध केला. इतकंच नव्हे, त्यानं बैठकीत सगळ्यांसमोर कोरेलियॉव्हची जोरदार खरडपट्टी काढली. सोव्हिएत लष्कराच्या दृष्टीनं महत्त्वाच्या असलेल्या प्रकल्पावर काम करण्यापेक्षा आणि तो पूर्णत्वाला नेण्यापेक्षा अंतराळभरारी मारण्याच्या स्वप्नांमध्ये रंगून जाणं कोरेलियॉव्हला जास्त महत्त्वाचं वाटतं, असं म्हणून त्यानं कोरेलियॉव्हला चांगलंच धारेवर धरलं. यामुळे कोरेलियॉव्ह चांगलाच संतापला आणि त्यानं आपण या अधिकाऱ्याच्या म्हणण्याला फारसं महत्त्व देत नसल्याचं भासवलं. यामुळे तो अधिकारी अजूनच वैतागला आणि 'कुणावाचूनही कोणतंच काम अडत नसतं' असं म्हणून त्यानं कोरेलियॉव्हला अप्रत्यक्षपणे धमकीच दिली. त्याचा आवाज आणि त्याच्या नजरेतला संताप यामुळे त्या खोलीमधले सगळेच चिडीचूप झाले.

असं असूनही नशिबाच्या फेऱ्यामुळे कोरेलियॉव्हचं नशीब अचानक पालटलं. १२ ऑगस्ट, १९५३ या दिवशी एका रशियन शास्त्रज्ञानं हायड्रोजन बॉम्बची निर्मिती केली आणि त्याची कझाकिस्तानमध्ये यशस्वी चाचणी झाली. अमेरिकेच्या हायड्रोजन बॉम्बच्या चाचणीला अजून एक वर्षही झालेलं नव्हतं. यामुळे सोव्हिएत अधिकारी खुश तर झालेच; पण त्यांनी लगेचच याहूनही आधुनिक स्वरूपाचा बॉम्ब तयार करण्याचं काम संबंधित शास्त्रज्ञाकडे दिलं; तसंच हा बॉम्ब वाहून नेण्यासाठी रॉकेटची किती भार सहन करण्याची क्षमता असली पाहिजे, याचा अंदाज बांधायला सांगितलं. खरं म्हणजे या शास्त्रज्ञाला त्याचा फारसा अंदाज नव्हता; पण त्यानं ढोबळमानानं 'पाच टन' असं म्हणून टाकलं. ही माहिती कोरेलियॉव्हवर कडाडून टीका केलेल्या अधिकाऱ्याला समजताच १९५३ सालच्या ऑक्टोबर महिन्यात त्यानं कोरेलियॉव्हची भेट घेतली. हा अधिकारी कोरेलियॉव्हकडे नेहमीच संशयाच्या आणि तुच्छतेच्या नजरेनं बघत असे. आता मात्र त्याच्या चेहऱ्यावर चक्क स्मितहास्याची छटा उमटलेली बघून कोरेलियॉव्ह एकदम सावध झाला. या अधिकाऱ्यानं कोरेलियॉव्ह आणि त्याचे सहकारी यांच्या कामाची जुजबी चौकशी केली आणि त्यांचं रॉकेट किती भार सहन करू शकतं, असा प्रश्न विचारला. त्याला कोरेलियॉव्हनं 'तीन टन' असं उत्तर देताच तो अधिकारी नाखूश झाला. या रॉकेटमध्ये पाच टनांचं वजन वाहून नेण्याची क्षमता असली पाहिजे आणि हे रॉकेट आठ हजार किलोमीटर्स प्रवास करून अमेरिकेपर्यंत पोहोचू शकलं पाहिजे, असं त्यानं कोरेलियॉव्हला सांगितलं. ही मागणी अर्थातच अचानकपणे करण्यात आल्यामुळे आणि अनेक वर्षांच्या अनुभवातूनसुद्धा ती पूर्ण करणं अशक्यप्राय असल्यामुळे या भानगडीत पडू नये, अशी कोरेलियॉव्हची भावना होती. त्यामुळे त्यानं त्या अधिकाऱ्याला तसं सांगून टाकलं. त्या अधिकाऱ्याची नकार ऐकण्याची तयारी तर अजिबातच नव्हती; पण आज त्याच्या चेहऱ्यावरचं स्मितहास्यही अजून हलत नसल्यामुळे तो जास्तच

धोकादायक वाटत होता! कोरेलियॉव्ह आणि त्याचे सहकारी मोठ्याच पेचात सापडले. त्या काळच्या तंत्रज्ञानानुसार रॉकेट पाच टन तर सोडाच; पण एक टन वजनसुद्धा कसंबसं वाहून नेऊ शकतं. त्यामुळे तीन टनांपर्यंत मजल मारणं हेच त्यांच्या दृष्टीनं मोठं आव्हान होतं; पाच टनांची बात तर दूरच राहिली. अर्थातच कोरेलियॉव्हला काय वाटतं किंवा वैज्ञानिकदृष्ट्या काय शक्य आहे यापेक्षा त्या अधिकाऱ्याला काय हवं आहे, हे जास्त महत्त्वाचं असल्यामुळे लवकरच पाच टनांचं वजन वाहू शकणारं आणि आठ हजार किलोमीटर्सपर्यंत जाऊ शकणारं रॉकेट तयार करण्याची 'आज्ञा' कोरेलियॉव्हला मिळाली. हे आत्ताच नाही तर भविष्यातसुद्धा कधीच शक्य नाही, असं कोरेलियॉव्हचं अंतर्मन म्हणत होतं. आपण आत्तापर्यंत केलेलं सगळं काम बाजूला ठेवणं आणि या रॉकेटसाठी जवळपास शून्यातून पूर्णपणे नव्यानं काम सुरू करणं गरजेचं आहे हे त्याला माहीत होतं. या रॉकेटच्या आराखड्यापासून त्याच्या रचनेपर्यंत सगळ्या बाबतींमध्ये अगदी वेगळ्या नजरेतून बघणं आवश्यक होतं.

अर्थातच अशा प्रसंगी कोरेलियॉव्हला पुन्हा एकदा तिखोन्राव्होव्हची आठवण झाली. त्यानं सुचवलेल्या आराखड्यानुसार रॉकेटची निर्मिती केली तर या नव्या प्रश्नाकडे वेगळ्या नजरेतून बघता येईल, असं कोरेलियॉव्हला वाटलं. एकावर एक किंवा एकाला जोडून एक अशा पद्धतीनं जास्त रॉकेट्सची बांधणी करायची तिखोन्राव्होव्हची कल्पना होती. यातून तीन टन वजन सुमारे साडेसहा हजार किलोमीटर्सपर्यंत वाहून नेण्याची क्षमता रॉकेटमध्ये येईल, असं तिखोन्राव्होव्ह म्हणत होता. हे साध्य करण्यासाठी एकाहून जास्त रॉकेट्सची मोट बांधून एकच मोठं रॉकेट तयार करण्यासाठीचे अनेक पर्याय त्यानं कोरेलियॉव्हला दिले. आता हे सगळे बेत तर वापरायचेच; पण त्याहूनही पुढची झेप मारायची, असं कोरेलियॉव्हनं ठरवलं. त्याच्यापाशी दुसरा पर्यायच नव्हता! या नव्या रॉकेटचं बारसं R-7 असं करण्यात आलं. यात मध्यभागी एक मुख्य आणि मोठं रॉकेट असेल आणि त्याला बाजूंनी चार 'बूस्टर' रॉकेट्स जोडलेली असतील, अशी व्यवस्था करायचं ठरलं. म्हणजेच एक मुख्य रॉकेट आणि त्याला बांधलेली चार छोटी रॉकेट्स अशा एकंदर पाच रॉकेट्सची पाच इंजिन्स वापरली जातील, अशी योजना होती. तसंच या सगळ्या यंत्रणेला एकत्र बांधणारी यंत्रणाही मोठ्या खुबीनं तयार करण्याचे घाट घालण्यात आले. सुरुवातीला रॉकेट झेपावण्यासाठी सगळी इंजिनं वापरायची आणि रॉकेट पुरेशा वेगानं हवेत झेपावून काही किलोमीटर्सपर्यंत पुढे गेलं, की जास्तीची इंजिन्स गळून पडतील अशी व्यवस्था त्यात करायची, असं ठरलं. यामुळे या रॉकेटला मिळणाऱ्या वेगात कमालीची वाढ शक्य होईल असं वाटत होतं. तांत्रिकदृष्ट्या ही विलक्षण मोठी झेप होती. अर्थातच हे सगळं अजून फक्त

कागदावर होतं. प्रत्यक्षात यामधलं किती साध्य होईल याची अजून कुणालाच कल्पना नव्हती. या रॉकेटचं आणखी एक वैशिष्ट्य म्हणजे त्याच्या पुढच्या नाकासारख्या टोकदार भागाच्या रचनेमध्ये एखादा बॉम्ब ठेवण्याऐवजी उपग्रह ठेवण्यासाठीचे बदल करण्यात आले.

पूर्वीपासूनच कोरेलियॉव्ह आणि ग्लुश्को यांच्यामधले संबंध फारसे चांगले नव्हते. एकमेकांच्या विरोधातला जळफळाट आणि गैरसमज यांच्यामुळे ते आता विकोपाला पोहोचले. नव्या R-7 रॉकेटसाठी इंजिन तयार करण्याच्या कामासाठी ग्लुश्कोनं असमर्थता दर्शवली. याचं मुख्य कारण म्हणजे यासाठी जे तंत्रज्ञान वापरलं जाणं अपेक्षित होतं, त्याविषयी पुरेशी खात्री कुणालाच वाटत नव्हती. इतक्या मोठ्या प्रमाणावरचे बदल करून तयार झालेलं रॉकेट योग्य ठिकाणी पोहोचू शकेल का, याची ग्लुश्कोला शाश्वती नव्हती. त्यासाठीची अत्याधुनिक इंजिन्स तयार करण्याचं त्याचं मुख्य काम होतं. आपण ते करू शकणार नाही, असं त्यानं कोरेलियॉव्हला सांगितलं. कोरेलियॉव्हला मात्र हे तंत्रज्ञान व्यवस्थितपणे चालू शकेल, असा विश्वास वाटत होता. साहजिकच नेहमीप्रमाणेच कोरेलियॉव्ह आणि ग्लुश्को यांच्यामध्ये नव्यानं दुरावा निर्माण झाला. शेवटी कोरेलियॉव्हनं सोव्हिएत अधिकाऱ्यांकडे हा प्रश्न नेला आणि त्यातून त्याला इंजिनियर्सची एक नवी टीम देण्यात आली. लवकरच नव्या रॉकेटच्या संदर्भातल्या आपल्या तांत्रिक संकल्पना सोव्हिएत संसदेमध्ये भरलेल्या एका बैठकीत कोरेलियॉव्हनं लष्करामधल्या वरिष्ठ अधिकाऱ्यांना समजावून सांगितल्या. आत्तापर्यंत आपल्या नव्या संकल्पनांना तसंच आपण केलेल्या कामाला सोव्हिएत लष्करी अधिकारी तुच्छ लेखतात आणि त्याविषयी अनेक आक्षेप घेतात असा त्याचा अनुभव असल्यामुळे, तो या बैठकीविषयीसुद्धा जरा साशंकच होता. प्रत्यक्षात मात्र सोव्हिएत अधिकाऱ्यांनी या बैठकीत कोरेलियॉव्हच्या संकल्पना उत्साहानं ऐकून घेतल्या आणि नंतर त्याविषयी सकारात्मक प्रतिक्रियाही दिल्या. साहजिकच कोरेलियॉव्हचा उत्साह अनपेक्षितपणे दुणावला. आपल्या वरिष्ठांचा आपल्याला पाठिंबा असल्याची सुखावह भावना त्याला नवा उत्साह देऊन गेली. हा प्रकल्प गुप्त राहणं अत्यंत गरजेचं असल्यामुळे, या रॉकेटचं नाव अधिकृत पातळीवर Product 8K71 असं ठेवण्यात आलं. कोरेलियॉव्हच्या दृष्टीनं हे नाव काय किंवा मूळ R-7 हे नाव काय; तसा काहीच फरक नव्हता. त्याच्या दृष्टीनं या सगळ्या प्रकल्पामधली एकमेव महत्त्वाची गोष्ट म्हणजे हे रॉकेट लष्कराच्या दृष्टीनं अत्यंत महत्त्वाचं तर ठरणारच होतं; पण त्याहूनही भन्नाट गोष्ट म्हणजे कृत्रिम उपग्रहाला पृथ्वीभोवती प्रदक्षिणा घालू शकणाऱ्या कक्षेत नेण्याची क्षमता त्यात असणार होती! यामुळे कोरेलियॉव्ह अत्यंत उत्साहित होऊन या नव्या कामाला लागला. त्याच्या जोडीला अंतराळात उपग्रह सोडण्यासंबंधीच्या कल्पनेचा पाठपुरावा

करायचं ठरवून त्यानं सोव्हिएत कम्युनिस्ट पक्षाच्या उच्चपदस्थांकडे यासाठीची परवानगीसुद्धा मागून टाकली. ती न मिळाल्यावर निराश न होता कोरेलियॉव्ह शक्य त्या मार्गांनी हा विषय सोव्हिएत युनियनमधल्या जास्तीत जास्त अधिकाऱ्यांसमोर काढत राहिला. सातत्यानं त्याच्या म्हणण्याला दुर्लक्ष किंवा विरोध यांचा सामना करावा लागला असला, तरी मोठ्या चिकाटीनं आणि निग्रहानं कोरेलियॉव्ह या विषयाचा पाठपुरावा करत राहिला. उपग्रहाच्या अंतराळभरारीचं स्वप्न आता अगदीच अशक्यप्राय नसून, खूप प्रयत्न केले तर आवाक्यात येऊ शकतं, असं त्याला वाटत होतं.

स्टॅलिनच्या मृत्यूमुळे सोव्हिएत युनियनमध्ये अस्थिरतेचं वातावरण होतं. नव्या समीकरणांमध्ये आपली बाजू भरभक्कम करण्यासाठी आणि आपल्या विरोधकांवर मात करण्यासाठी ताकदवान लोक शक्य तितके प्रयत्न करत होते. यामुळे सोव्हिएत युनियनमधली राजकीय परिस्थिती अत्यंत दोलायमान होती. नक्की कुणाची सरशी होईल आणि कोण सत्तेवर येईल याविषयी अंदाज बांधणं कठीण होऊन बसलं. बेरियाकडे स्टॅलिननंतर सोव्हिएत सत्तेची सूत्रं येतील असं वाटण्याजोगी परिस्थिती होती. त्यानं सोव्हिएत युनियनमधल्या सुरक्षा व्यवस्थेची सूत्रं आपल्या हाती घेतली होती. त्याच्या जोरावर बेरिया आपल्या विरोधकांवर सरशी करणार असं वाटत असतानाच ख्रुश्चेव्ह यांनी त्याच्यावर मात केली. खरं म्हणजे बेरियानं ख्रुश्चेव्हना कमी लेखल्यामुळे हे घडलं असंही मानलं जातं. लष्कर पूर्णपणे ख्रुश्चेव्हच्या बाजूनं होतं. याचा फायदा उठवून आणि बेरियाच्या विरोधकांना आपल्या बाजूला ओढून ख्रुश्चेव्ह यांनी बेरियाची स्वप्नं उद्ध्वस्त केली. आपल्याला दगाफटका होऊ शकतो असं बेरियाला अजिबात वाटत नव्हतं. त्याच्या पत्नीला मात्र काही कारणानं याची चाहूल लागली होती. तिनं बेरियाला वेळीच सावध करण्याचा प्रयत्न केला; पण तिच्या म्हणण्यात कसलाच दम नसल्याचं बेरियाचं मत झालं. त्यामुळे तो बेफिकीर राहिला आणि पक्षाच्या पुढच्या बैठकीत सोव्हिएत युनियनचं सर्वोच्च पद आपल्या हाती येण्याची स्वप्नं बघत राहिला. प्रत्यक्षात बैठकीतले फासे पार उलटे पडले. ख्रुश्चेव्ह यांनी बेरियावर आरोपपत्र ठेवल्यासारखी परिस्थिती निर्माण झाली आणि याचा शेवट बेरियाला तिथेच अटक होण्यात झाला. पुढचे काही महिने बेरियानं अस्वस्थपणे तुरुंगात घालवले तेव्हा आपण आपल्या लाखो देशबांधवांच्या मनात कशी दहशत निर्माण केली होती याची चांगलीच चुणूक त्याला अनुभवायला मिळाली. आपण इतर लोकांच्या आयुष्याच्या बाबतीत ज्या बेदरकारपणे निर्णय घेतले आणि कुटुंबंच्या कुटुंबं उद्ध्वस्त केली तशीच वेळ आपल्यावर येईल असं त्याला कधीच वाटलं नव्हतं. असं असूनही ज्या प्रकारे बेरियाचा शेवट झाला त्यासाठी त्याची मानसिक तयारी अजिबातच नसावी असं इतिहासकार म्हणतात.

२३ डिसेंबर, १९५३ या दिवशी त्याच्या अंगावरचे कपडे काढण्यात आले, त्याला हातकडी घालण्यात आली आणि भिंतीवरच्या एका आकड्याला त्याला अडकवण्यात आलं. भीती आणि वेदना असह्य होऊन बेरिया मोठमोठ्यानं ओरडायला लागला तेव्हा त्याच्या तोंडात कापडी बोळा कोंबण्यात आला! आपण ज्या प्रकारे असंख्य लोकांचा खूप क्रूर पद्धतीनं जसा बळी घेतला होता, तीच आपली अवस्था होत असल्याची हताश भावना त्याला आतून खात असताना बंदुकीतून सुटलेल्या गोळीनं त्याची तडफड कायमसाठी थांबवली!

दरम्यान अमेरिकेच्या फ्लॉरिडा राज्यातल्या केप कॅनव्हेरल इथल्या वाळवंटी प्रदेशात इथून पुढच्या क्षेपणास्त्रांची निर्मिती करायची असा निर्णय घेण्यात आला. आपोआपच फॉन ब्राऊन आणि त्याचे सहकारी तिथे राहायला आले. या ओसाड जमिनीनजीकच्या समुद्रात खतरनाक मगरी होत्या. तसंच सगळीकडे डासांनी नुसतं थैमान घातलं होतं. इथं फॉन ब्राऊन आणि त्याचे सहकारी आपल्या नव्या रॉकेटच्या चाचण्या घ्यायचं काम करत. त्यात सुरुवातीला खूप अपयश आलं. पहिल्या वेळीच रॉकेट दारू प्यायलेल्या माणसासारखं हवेत भेलकांड्या खायला लागलं. त्यामुळे साधारण आठ किलोमीटर्सचं अंतर पार केल्यावर हे रॉकेट नियंत्रित करू पाहणाऱ्या यंत्रणेच्या संचालकानं ते जमिनीवर आणण्यासाठीची बटणं दाबली. त्याबरोबर हे रॉकेट समुद्रात आदळलं. यामुळे रॉकेटच्या तंत्रज्ञानात बदल करण्यात आले. अजून काही प्रयत्नांनंतर या रॉकेटची चाचणी यशस्वी ठरली खरी; पण आपण फारसं काही साध्य करू शकत नसल्याची भावना फॉन ब्राऊनसकट सगळ्याच टीमला सतावत होती. त्यातच दक्षिण आणि उत्तर कोरिया यांच्यामध्ये भडकत चाललेल्या युद्धाला अचानकपणे विराम मिळाला. या दोन देशांनी परस्परांशी शांततेचा करार केला. साहजिकच या युद्धामध्ये दक्षिण कोरियाच्या बाजूनं लढण्यासंबंधीची अमेरिकेची गरज संपली. त्याबरोबर नव्यानं क्षेपणास्त्रं निर्माण करण्यावर निर्बंध आले आणि या प्रकल्पावरचा खर्चही खूप कमी करण्यात आला. यामुळे फॉन ब्राऊनच्या समोरचा आशेचा एक किरणही मावळला.

अंतराळभरारीशी संबंधित असलेल्या विषयांच्या चर्चेसाठी भरवण्यात आलेल्या १९५२ सालच्या एका चर्चासत्रात फॉन ब्राऊननं परत एकदा अंतराळभरारीसंबंधीचा विषय छेडण्याचा विचार केला. आपण या विषयाला सरळ हात घातला तर कुणीच त्याला भीक घालणार नाही याची त्याला कल्पना असल्यामुळे त्यानं जरा हुशारीनं याची मांडणी केली. जो देश अंतराळावर नियंत्रण मिळवेल, तो पारंपरिक युद्धामध्ये आपोआपच वरचढ ठरेल, असं त्यानं सगळ्यांना सांगण्याचा प्रयत्न केला. जो देश अंतराळात सगळ्यात पहिल्यांदा कृत्रिम उपग्रह पाठवेल, त्या उपग्रहाद्वारा नंतर पृथ्वीवर आपल्या शत्रूच्या दिशेनं कुठंही अचूकपणे बॉम्ब अगदी लगेचच टाकता

येईल, असा दावा त्यानं केला. तसंच दुर्बिणींसारख्या यंत्रणा अशा उपग्रहांमध्ये बसवल्या की तिथूनच पृथ्वीवर अगदी बारकाईनं लक्ष ठेवणंसुद्धा या उपग्रहांना सहजपणे जमेल, असं फॉन ब्राऊनचं म्हणणं होतं. यामुळे पृथ्वीवरच्या मानवी जगावर आपलं वर्चस्व निर्माण करणं त्या देशाला विनासायास शक्य होईल, असं त्याचं तर्कशास्त्र होतं. फॉन ब्राऊनला या सगळ्या शक्यतांविषयी प्रचंड आत्मविश्वास वाटत असला, तरी इतर तंत्रज्ञ मात्र यामधले अनेक दावे खोडून काढत. तसंच अंतराळात उपग्रह पाठवणं फॉन ब्राऊनला वाटतं तितकं सोपं नसल्याचं मतही ते व्यक्त करत. यामध्ये अनेक किचकट गोष्टी असूनसुद्धा फॉन ब्राऊन त्यांच्याकडे जाणूनबुजून दुर्लक्ष करतो किंवा त्यांना कमी लेखतो, असा त्यांचा दावा होता. फॉन ब्राऊनला 'अंतराळयुगाचा कोलंबस बनायचं आहे' अशा काहीशा खवचट शब्दांमध्ये 'टाईम' मासिकात एका संशोधकानं त्याची खिल्ली उडवली. तसंच यातून अमेरिकेच्या दृष्टीनं काहीच चांगलं निष्पन्न होण्याची सुतराम शक्यता नसून, उलट अमेरिकी लष्कराचा क्षेपणास्त्रनिर्मिती कार्यक्रम मात्र धोक्यात येऊ शकतो, असा गंभीर इशाराही त्यानं दिला.

जर्मनीहून फॉन ब्राऊनच्या आग्रहामुळे अमेरिकेत दाखल झालेले संशोधक आणि तंत्रज्ञ आपल्याला काही चांगलं करायला मिळण्याची वाट बघून थकून गेले. अमेरिका अंतराळभरारी मारण्यासाठी कुठलेच प्रयत्न करणार नाही, अशी बहुतेकांची खात्री पटली. यामुळे त्यामधल्या अनेक जणांनी हे काम सोडण्याचा निर्णय घेतला. नुसतं आशाळभूतपणे वाट बघत राहण्यात काहीच अर्थ नाही, असं त्यांना वाटणं स्वाभाविकच होतं. फॉन ब्राऊनचं संघटनकौशल्य आणि वैयक्तिक पातळीवरसुद्धा सगळ्या सहकाऱ्यांमध्ये आपलेपणाची भावना निर्माण करण्यासंबंधीचा हातखंडा यांच्या जोरावर तब्बल नऊ वर्षं निराशाजनक परिस्थितीतसुद्धा त्यानं सगळ्यांना एकत्र ठेवलं होतं. आता मात्र या सगळ्या मंडळींच्या सहनशक्तीचा अंतच बघितला जाण्यासारखी अवस्था होती. फॉन ब्राऊनच्या कामासाठी मुक्रर करण्यात आलेला निधीसुद्धा एकदम तुटपुंजा होता. स्वाभाविकपणे फॉन ब्राऊनला फार काही करणं शक्य नसल्याची हताश भावना त्याच्यासह त्याच्या सगळ्या सहकाऱ्यांना आतून येत होती. त्यातच अमेरिकी लष्करासाठी कधीतरी काम करण्याची संधी मिळण्याच्या आशेमध्ये अडकून पडण्याऐवजी उद्योग क्षेत्रातून मोठमोठे पगार आणि उत्तमोत्तम हुद्दे असलेले प्रस्ताव फॉन ब्राऊनच्या सहकाऱ्यांना मिळत होते. ते धुडकावण्यामध्ये खूपच धोका आहे, असं त्यांना वाटे. फॉन ब्राऊननं त्यांना आणखी काही काळ वाट बघण्यासाठी प्रवृत्त करायचा खूप प्रयत्न केला. निराशेच्या या काळोखातून नक्कीच आपण प्रकाशाकडे वाटचाल करू, असा आशावाद त्यांना देण्यासाठी त्यानं खूप धडपड केली. त्याचे सहकारी मात्र आता हे सगळं ऐकण्याच्या मनःस्थितीत नव्हते.

एकामागून एक सहकारी जास्त आकर्षक प्रस्ताव स्वीकारून फॉन ब्राऊनला रामराम ठोकायला लागला. इतकंच नव्हे, तर फॉन ब्राऊनचा सख्खा भाऊ मॅग्नस हासुद्धा आपल्या भावाची साथ सोडून क्राईसलर कंपनीमध्ये गेला! यामुळे हताश होऊन फॉन ब्राऊननं आपल्या उरलेल्या सहकाऱ्यांना कळू न देता स्वतःच गुप्तपणे राजीनामा दिला; पण तो फेटाळून लावण्यात आला. अधूनमधून फॉन ब्राऊननं आपली राजीनाम्याची ही धमकी कायम ठेवली असली, तरी या राजीनाम्यांना शब्दशः केराची टोपली दाखवली जात असे!

आता आपल्या कारकिर्दीत फारसं काही चमकदार घडू शकणार नाही आणि आपली सध्याच्या जबाबदारीतून सुटकाही होऊ शकणार नाही, अशा पराभूत मानसिकतेमध्ये फॉन ब्राऊन असतानाच त्याला आश्चर्याचा धक्का देणारी एक घटना घडली. १९५४ सालच्या जून महिन्यात 'अंतराळामध्ये उपग्रह सोडण्यासंबंधीच्या प्रकल्पामध्ये फॉन ब्राऊनला रस आहे का' अशी विचारणा करणारा एक फोन त्याला आला. याला अर्थातच होकार देणाऱ्या फॉन ब्राऊनला दोन दिवसांनी वॉशिंग्टनमध्ये अमेरिकेच्या नौदलासाठी तंत्रज्ञानविषयक संशोधन करणाऱ्या लोकांचा प्रमुख तसंच इतर वैज्ञानिक मंडळी यांच्याशी चर्चा करण्यासाठी बोलावून घेण्यात आलं. तिथलं वातावरण भलतंच उत्साही होतं. अंतराळामध्ये उपग्रह सोडणं शक्य आहे का वगैरे चर्चांमध्ये वेळ घालवत बसण्यापेक्षा आपण आता कृतीवर भर दिला पाहिजे, असं म्हणून नौदल संशोधन विभागाच्या प्रमुखानं फॉन ब्राऊनला आश्चर्यचकितच केलं! फक्त निरनिराळ्या लोकांनी आणि गटांनी स्वतंत्रपणे काम करून सगळीकडे गोंधळ माजवण्यापेक्षा आणि एकमेकांच्या कामात खोडा घालण्यापेक्षा सगळ्यांमध्ये सुसंवाद असावा आणि सुसूत्रपणे हे काम व्हावं, असा यामागचा हेतू होता. १९५७ हे वर्ष 'भूगर्भशास्त्र-भौतिकशास्त्र वर्ष' म्हणून साजरं केलं जाणार असल्यामुळे या निमित्तानं अमेरिकेतून यासाठी काहीतरी मूलभूत काम व्हावं असा यामागचा हेतू होता. 'या कामात फॉन ब्राऊनला रस आहे का,' असं विचारण्यात आल्यावर फॉन ब्राऊनकडून नकारात्मक उत्तर येण्याचा प्रश्नच नव्हता! केवळ अशा प्रकारच्या संधीकडेच तर तो केव्हापासून नजर लावून बसला होता! अमेरिकी लष्कराचं पायदळ आणि नौदल एकत्र येऊन या प्रकल्पामध्ये सहभागी होणार असल्यामुळे त्यात नेहमीच्या अडचणी येण्याची शक्यताही तशी कमीच होती.

या कामासाठी सुमारे एक लाख डॉलर्सचा खर्च येईल असा अंदाज व्यक्त करणारा अहवाल फॉन ब्राऊननं अमेरिकी अधिकाऱ्यांना दिला. त्याविषयीचं विचारमंथन सुरू असतानाच अमेरिकी राष्ट्रपती ड्वाईट आयसेनहॉव्हर यांनी या संकल्पनेशी संबंधित असलेला एक वेगळा मुद्दा मांडला. सोव्हिएत युनियनसुद्धा अंतराळात उपग्रह सोडण्यासाठी खूप जोरात प्रयत्न करत असल्याचा अहवाल अमेरिकी

गुप्तचर संस्थांच्या हाती लागला होता. त्यामुळे उपग्रह अंतराळात सोडण्यावर समाधान मानण्यापेक्षा सोव्हिएत युनियनवर बाजी मारण्यासाठी अमेरिका उत्सुक होती. तसंच सोव्हिएत युनियननं अणुबॉम्ब, हायड्रोजन बॉम्ब यांची निर्मिती करून आपली शस्त्रसज्जता सिद्ध केल्यामुळे क्षेपणास्त्रांचा वापर करून अमेरिकेवर हल्ला करण्याची क्षमता सोव्हिएत युनियनकडे असू शकते, याचीही आयसेनहॉव्हरना भीती वाटत होती. या सगळ्याचा सामना करण्यासाठी आपणही क्षेपणास्त्रनिर्मिती तसंच अंतराळात उपग्रह सोडणं या दोन्ही गोष्टी साध्य केल्या पाहिजेत, याविषयी त्यांना कुठलीच शंका वाटत नव्हती. यासाठी अंतराळात उपग्रह सोडणं तर जास्तच महत्त्वाचं होतं; कारण तिथून सोव्हिएत युनियनमध्ये सुरू असलेल्या घडामोडींवर लक्ष ठेवणं शक्य होईल, असं अमेरिकेला वाटत होतं. म्हणजेच अंतराळातून उपग्रहाच्या रूपातला एक यांत्रिक गुप्तहेर सोव्हिएत युनियनवर लक्ष ठेवेल, असा आयसेनहॉव्हर यांचा दृष्टिकोन होता. आयसेनहॉव्हरनी या संदर्भात तज्ज्ञांशी सल्लामसलत केली. त्यानुसार अंतराळात उपग्रह सोडण्यासाठीचा प्रकल्प लगेच हाती घ्यायचं निश्चित करण्यात आलं. आधीच्या प्रस्तावात करण्यात आलेला एक बदल म्हणजे पायदळ आणि नौदल यांनी एकत्र येऊन हा प्रकल्प हाती घेण्याऐवजी पायदळ, नौदल आणि हवाईदल या तिघांनीही स्वतंत्रपणे काम करून या संदर्भात प्रस्ताव सादर करावेत आणि त्यामधला सर्वोत्तम प्रस्ताव निवडून त्यावर काम सुरू करावं, असं ठरलं.

फॉन ब्राऊनच्या टीमला आपलाच प्रस्ताव बाजी मारणार याविषयी अजिबात शंका वाटत नव्हती. यासाठी फॉन ब्राऊन आणि त्याचे उरलेले जर्मन सहकारी यांनी बरीच वर्षं काम केलं होतं. आता आपण थेट अमेरिकेच्या इतक्या महत्त्वाच्या कामामध्ये सहभागी होणार असल्यामुळे त्यांनी जर्मन नागरिकत्व सोडून अमेरिकी नागरिकत्व स्वीकारण्यासाठी अर्ज केले. ते मान्य होण्यापूर्वी परत एकदा नाझी पक्षाशी संबंध, साम्यवादाविषयीची आपुलकी इत्यादी गोष्टींच्या संदर्भात फॉन ब्राऊनची उलटतपासणी घेण्यात आली. फॉन ब्राऊन आणि त्याचे सहकारी यांनी आपण पूर्णपणे अमेरिकेशीच कटिबद्ध असल्याची शपथ १४ एप्रिल, १९५५ या दिवशी घेतली. जुलै महिन्यात अमेरिकी पायदळ, नौदल आणि हवाईदल यांनी आपापले उपग्रह अंतराळात सोडण्यासंबंधीचे प्रस्ताव उच्चपदस्थांसमोर सादर केले. हवाईदलाकडे 'अॅटलास' नावाचं अत्याधुनिक रॉकेट उपलब्ध होतं. आठ हजार किलोमीटर्सचं अंतर पार करण्याची क्षमता असलेल्या या रॉकेटची रचनाच अमेरिका खंडापलीकडे जाण्याच्या हेतूनं आणि तब्बल ३६३० किलो वजन वाहून नेण्यासाठी करण्यात आली होती. क्षेपणास्त्राचं वजन शक्य तितकं कमी राखण्यासाठी मोठ्या कौशल्यपूर्ण प्रकारे या रॉकेटमध्ये तंत्रज्ञानाचा वापर करण्यात आलेला असला, तरी

सोव्हिएत युनियनमध्ये कोरेलियॉव्ह बनवत असलेल्या R-7 रॉकेटच्या मानानं मात्र हे रॉकेट तसं कमी दर्जाचं होतं. एकूणच आपल्या प्रस्तावापुढे हा प्रस्ताव टिकणार नाही, असं फॉन ब्राऊनचं मत होतं.

अमेरिकी नौदलानं 'व्हॅनगार्ड' नावाच्या तेव्हा फक्त संकल्पनेच्या रूपात असलेल्या रॉकेटचा वापर करून अंतराळात उपग्रह सोडण्याची योजना आखली होती. या रॉकेटची रचना तीन टप्प्यांची असेल, असं ठरलं. त्यामधला पहिला टप्पा नौदलाकडे आधीपासून असलेल्या 'व्हायकिंग' नावाच्या रॉकेटमधून जवळपास जसाच्या तसा घ्यायचं ठरलं. अंतराळात उपग्रह सोडण्यासाठीची क्षमता रॉकेटमध्ये येण्यासाठी त्यात आणखी दोन टप्पे समाविष्ट करणं गरजेचं होतं. या दोन टप्प्यांविषयीचं काम फक्त कागदोपत्री स्वरूपाचं म्हणजेच काल्पनिक पातळीवर झालं होतं. तिसऱ्या टप्प्याचा तर आराखडासुद्धा अजून तयार नव्हता. तरीही १९५६ साल उलटेपर्यंत आपण ते करू शकू, असा आत्मविश्वास संबंधित माणसानं व्यक्त केला. फॉन ब्राऊनला मात्र त्यात अजिबात तथ्य वाटत नव्हतं. साहजिकच पायदळासाठी फॉन ब्राऊननं तयार केलेला प्रस्तावच बाजी मारण्याची शक्यता दाट होती. स्वतः फॉन ब्राऊनलाही तसा आत्मविश्वास होताच. आपापले प्रस्ताव सादर करताना फॉन ब्राऊननं इतर दोघांपेक्षा तब्बल दुपटीहून जास्त वेळ यासाठीच घेतला. उपलब्ध असलेल्या रॉकेटमध्ये थोडेफार बदल करून साधारण २५ किलो वजनाचा उपग्रह त्याला जोडून अंतराळात पाठवणं शक्य आहे, असा दावा करताना फॉन ब्राऊननं त्यासंबंधी अनेक तांत्रिक तपशीलसुद्धा उपस्थित मंडळींना पटतील अशा पद्धतीनं सादर केले. तसंच हे सगळं काम त्याच वर्षी पूर्ण होण्यासंबंधीचा आत्मविश्वाससुद्धा त्यानं व्यक्त केला. सोव्हिएत युनियनच्या आधी आपलं हे काम पूर्ण झालं पाहिजे, असं म्हणत त्यानं सगळ्या लोकांना त्यासाठी प्रवृत्त करायचा खूप प्रयत्न केला. यानंतर काही आठवडे उलटून गेल्यावर अमेरिकी राष्ट्रपती आयसेनहॉव्हर यांनी 'पृथ्वीभोवती फिरू शकणारा उपग्रह अमेरिका तयार करत असून, जगभरातल्या शास्त्रज्ञांना पृथ्वीभोवतालच्या वातावरणापलीकडच्या गोष्टींचा अभ्यास करणं यामुळे शक्य होईल,' अशी घोषणा केली. फॉन ब्राऊनसाठी चांगले दिवस अखेर उगवले असल्याची ही चाहूल होती की काय?

फॉन ब्राऊनला आता अमेरिकेमध्ये बऱ्यापैकी सुविधा मिळत असल्या, तरी तिकडे कोरेलियॉव्हला मात्र कझाकस्तानमधल्या वाळवंटी प्रदेशातल्या असुविधांना तोंड द्यावं लागत होतं. सोव्हिएत युनियनमधली टंचाईची परिस्थिती खराब तर होतीच; पण शिवाय ज्या R-7 रॉकेटची निर्मिती कोरेलियॉव्हच्या देखरेखीखाली सुरू होती, ते कामही खूप खडतरपणे सुरू होतं. पाश्चिमात्य देशांच्या टेहळणीपासून दूर असावा असा भाग या कामासाठी निवडलेला असल्यामुळे त्याच्या आजूबाजूला

शेकडो किलोमीटर्स नुसता ओसाड प्रदेश सोडून दुसरं काहीच दिसत नव्हतं. उन्हाळ्यात दिवसाचं तापमान ५० अंश सेल्सिअसपेक्षा जास्त, तर थंडीत ते उणे ४० अंश सेल्सिअसहून खाली, इतकं भयंकर असे! पाणी दुर्मिळ तर होतंच; पण ज्या नळीतून टाकीत साठवलेलं रॉकेल आणलं जाई तीच नळी पाण्याचं वाटप करण्यासाठीसुद्धा वापरली जाई. यामुळे पाण्याला रॉकेलचा वास येई. लोक सतत आजारी पडत आणि हा सगळा त्रास तात्पुरता विसरण्यासाठी दारूच्या अधीन होत. हळूहळू या सगळ्या अडचणींवर मात करत रॉकेटच्या निर्मितीसाठी आणि चाचण्या घेण्यासाठी यंत्रणा उभी करण्यात कामगारांनी यश मिळवलं. कोरेलियॉव्ह अर्थातच नीनाच्या आठवणींनी व्याकूळ होऊन जाई. एकदा मॉस्कोला गेल्यानंतर कोरेलियॉव्हनं अधाशीपणानं अमेरिकेच्या अंतराळभरारी कार्यक्रमासंबंधीची माहिती मिळवण्याचा प्रयत्न केला. यातून सोव्हिएत युनियन आपल्या मनसुब्यांविषयी जितक्या सावधपणे गुप्तता राखत होती तितकीच अमेरिका आपल्या हेतूंविषयी अगदी खुली असल्याचं त्याच्या लक्षात आलं. तसंच फॉन ब्राऊनकडे या मोहिमेचं नेतृत्व आल्याचंही त्याच्या लक्षात आलं. फॉन ब्राऊन अगदी लोकप्रिय झाला होता. तो अगदी खुलेपणानं मुलाखती देई. प्रकाशझोतात आल्यामुळे त्याच्याभोवती कुतूहलमिश्रित वलय निर्माण झालं होतं. कोरेलियॉव्हविषयी मात्र कुणालाच माहीत नव्हतं. सोव्हिएत युनियनचं सगळं काम अत्यंत गुप्तपणे सुरू असल्यामुळे कोरेलियॉव्हला अजिबात प्रकाशझोतात आणायचं नाही, असं आधीपासूनच ठरलं होतं. त्याचा उल्लेखसुद्धा सोव्हिएत युनियनमध्ये 'चीफ डिझायनर' असाच केला जाई. प्रत्यक्षात हा माणूस म्हणजे कोरेलियॉव्ह हे अगदी कमी लोकांना माहीत होतं. यामुळे कोरेलियॉव्हला फॉन ब्राऊनविषयीच्या जवळपास अद्ययावत बातम्या मिळत असल्या, तरी फॉन ब्राऊनला मात्र कोरेलियॉव्हविषयी काहीच माहीत नव्हतं. १९५५ सालच्या जुलै महिन्यात कोरेलियॉव्हला अमेरिकी राष्ट्रपती आयसेनहॉव्हर यांच्या अमेरिकी अंतराळभरारीसंबंधीच्या घोषणेचा पत्ता लागला. आपल्याला वाटत असलेली भीती खरी ठरल्याच्या भावनेनं कोरेलियॉव्ह बेचैन झाला. स्टॅलिन आणि बेरिया हे दोघेही जगात नसल्यामुळे कोरेलियॉव्हचं धैर्य जरा वाढलेलं होतंच. याचा वापर करून अमेरिकेवर मात करण्यासाठी आपण आता सोव्हिएत अधिकाऱ्यांशी जरा मोकळेपणानं बोललं पाहिजे, असं त्याला वाटलं.

तिकडे १९५५ सालच्या ऑगस्ट महिन्यात अमेरिकी लष्कराच्या तीन विभागांनी सादर केलेल्या प्रकल्पांमधून पायदळाच्या वतीनं फॉन ब्राऊननं तयार केलेल्या प्रकल्पाची निवड झालीच नाही! यामागचं मुख्य कारण तांत्रिक अजिबातच नव्हतं. उलट फॉन ब्राऊनचा प्रकल्प उत्कृष्ट आहे याविषयी कुणाच्याच मनात शंका नव्हती. खरी गोष्ट म्हणजे फॉन ब्राऊनसकट त्याच्या टीममधले सगळे लोक जर्मन आणि

कदाचित नाझी विचारसरणीचे आहेत अशी शंका अमेरिकी अधिकाऱ्यांना वाटत होती. यामुळे फॉन ब्राऊनच्या प्रकल्पाला मान्यता देण्यामध्ये त्यांना धोका दिसत होता. परिणामी त्यांनी नौदलानं सादर केलेल्या प्रकल्पाला पसंती दिली. नाइलाजानं फॉन ब्राऊननं आपल्या सहकाऱ्यांना ही अप्रिय बातमी उसना आव आणून सांगितली खरी; पण प्रत्यक्षात मात्र तो पार हताश झाला होता. नौदलाचा प्रकल्प म्हणजे एक दिवास्वप्न असून, त्या मार्गानं अमेरिकेनं जाणं म्हणजेच अंतराळभरारीच्या शर्यतीत सोव्हिएत युनियनकडून पीछेहाट करून घेण्यासारखंच असल्याचं मत अमेरिकी अधिकाऱ्यांच्या मनावर बिंबवण्याचे खूप प्रयत्न त्यानं केले. तसंच या निर्णयात बदल होण्याची शक्यता नसेल, तर आपल्यालाही आपल्या प्रकल्पावरचं काम सुरू ठेवण्याची परवानगी मिळावी, अशी विनंती त्यानं केली. म्हणजे मग जर नौदलाचं काम त्याला वाटत असलेल्या भीतीनुसार वेळेत नीटपणे झालं नाही, तर आपण तरी हा प्रकल्प आपल्या मार्गानं पूर्णत्वाला नेऊ शकू, असा विश्वास त्याला होता. यामुळे अमेरिकी अधिकाऱ्यांना फॉन ब्राऊनच्या तळमळीविषयी खात्री पटण्याऐवजी बरोबर त्याच्या उलटा परिणाम झाला आणि एका अधिकाऱ्यानं 'तू गुप्तपणे अंतराळभरारीशी संबंधित असलेल्या प्रकल्पावरचं काम सुरू ठेवण्याचा आणि नौदलाच्या आधी ते पूर्ण करण्याच्या तुझ्या मनातल्या इच्छेनुसार ते साध्य करण्याचा विचारसुद्धा करू नकोस ... हे काम करण्यासाठीचे अधिकार तुझ्याकडे अजिबातच नाहीत हे विसरू नकोस ...' अशा शब्दांमध्ये फॉन ब्राऊनला तंबीच दिली!

अमेरिकेमध्येच अशा प्रकारे नौदलाच्या रूपानं नवा शत्रू लाभलेल्या फॉन ब्राऊनला सोव्हिएत युनियनच्या भल्यामोठ्या शत्रुत्वाची तर कायमच जाणीव होती. प्रत्यक्षात कोरेलियॉव्हला मात्र अंतराळभरारीच्या आपल्या स्वप्नांविषयी फारशी प्रगती करता आली नव्हती. अमेरिकी राष्ट्रपती आयसेनहॉव्हर यांच्या अंतराळभरारीसंबंधीच्या घोषणेनं मात्र चित्र पार बदलून टाकलं. ३० जानेवारी, १९५६ या दिवशी तब्बल १२०० किलो वजनाचा उपग्रह अंतराळभरारीसाठी तयार करण्याच्या कामाला सोव्हिएत सरकारनं परवानगी दिली. हे काम चुकून मागे पडू नये यासाठी कोरेलियॉव्हनं खटाटोप करून निकिता ख्रुश्चेव्ह यांची भेट घेतली. काही आठवड्यांनी ख्रुश्चेव्ह यांनी स्वतः कोरेलियॉव्ह काम करत असलेल्या प्रकल्पाला भेट दिली. तिथं कोरेलियॉव्हनं अत्यंत चाणाक्षपणे ख्रुश्चेव्ह यांना सुरुवातीला काही जुजबी माहिती दिली आणि त्यानंतर तिथं तयार होत असलेल्या R-7 रॉकेटची एक पूर्णाकृती प्रतिकृती दाखवली. ते बघून ख्रुश्चेव्ह यांच्यासकट सगळेच थक्क झाले. इतक्या मोठ्या आकाराचं शानदार रॉकेट तयार करण्याचं काम इथं सुरू असल्याचं बघून ख्रुश्चेव्ह यांना खूप समाधान वाटलं. या प्रसंगाचं वर्णन ख्रुश्चेव्ह यांनी नंतर 'मला खरं म्हणजे अतिशयोक्ती करायची नाही; पण जसं मेंढ्यांच्या एखाद्या बंदिस्त

कळपाला अचानकपणे नवं मोठं दार दिसावं किंवा मोठ्या बाजारात अचानकपणे खेडवळ लोक यावेत, तशी आमची अवस्था झाली ... हे रॉकेट इतकं भव्य होतं की ते उडू शकेल यावरच माझा सुरुवातीला विश्वास बसू शकत नव्हता ... कोरेलियॉव्हनं आम्हाला ते कसं उडेल आणि कसं काम करेल याविषयीची माहिती सांगितली ... आम्ही आपले गावंढळ माणसांसारखे रॉकेटला स्पर्श करून बघत होतो ... ते पुरेसं दणकट आहे ना याची खात्री करून घेण्यासाठी त्याच्या पृष्ठभागावर हलकेच थोपटून बघत होतो ... फक्त त्याची चव कशी आहे हे तपासण्यासाठी ते चाटून बघणंच शिल्लक होतं ...' अशा शब्दांमध्ये केलं.

कोरेलियॉव्हच्या सुरेख सादरीकरणानंतर ग्लुश्कोनं ख्रुश्चेव्ह यांना रॉकेटच्या इंजिनाविषयीची माहिती सांगायला सुरुवात केली. ग्लुश्कोला आपण ख्रुश्चेव्ह कंटाळून जातील अशा पद्धतीनं किचकट तांत्रिक माहिती सांगता कामा नये, याचं भान नव्हतं. त्यामुळे त्यानं खूप क्लिष्ट गोष्टींचं वर्णन केलं. यामुळे ख्रुश्चेव्ह आणि त्यांचे सहकारी वैतागून जातील आणि त्यांची सहनशक्ती संपेल अशा भीतीनं कोरेलियॉव्ह कासावीस झाला. अजून उपग्रहाविषयी तर तो बोललाच नव्हता; पण आता त्यासाठीची इच्छाशक्ती ख्रुश्चेव्ह यांच्याकडे असेल का, याविषयी त्याला शंका वाटत होती. यामुळे त्यानं सरळ ग्लुश्कोचं बोलणं सुरू असतानाच त्याला अडवलं आणि आपल्याला या प्रकल्पामधलं मुख्य आकर्षण तर अजून दाखवायचंच असल्याचं सांगितलं. यानंतर त्यानं ख्रुश्चेव्ह यांना तयार होत असलेला उपग्रह दाखवला. हा उपग्रह आपल्या रॉकेटद्वारा अंतराळात गेला की शांतपणे पृथ्वीवर लक्ष ठेवण्याचं काम करेल, असं त्यानं म्हणताच ख्रुश्चेव्ह यांचे डोळे चमकले! पाश्चिमात्य देशांमधल्या आपल्या शत्रूंवर आणि खास करून अमेरिकेवर लक्ष ठेवण्यासाठी हा उत्तम उपाय असल्याचं त्यांचं मत झालं. तसंच अमेरिकेनं असा उपग्रह अंतराळात सोडण्याआधी आपण बाजी मारली पाहिजे, हे त्यांना वेगळं सांगण्याची गरजच उरली नाही. सगळं ऐकून घेतल्यावर ख्रुश्चेव्ह यांनी कोरेलियॉव्हला फक्त 'अंतराळभरारीसंबंधीचं काम करत राहिल्यामुळे त्याहून जास्त महत्त्वाच्या असलेल्या क्षेपणास्त्रनिर्मितीच्या कामात दिरंगाई होईल का?' असा एकच प्रश्न विचारला. याचं कोरेलियॉव्हनं नकारार्थी उत्तर दिल्यावर त्याला ख्रुश्चेव्ह यांनी अंतराळभरारीशी संबंधित असलेल्या प्रकल्पालाही मार्गी लावण्याची परवानगी दिली. ख्रुश्चेव्ह यांनीच एकदा होकार दिल्यावर इतर कुणी आता कोरेलियॉव्हच्या मार्गात येण्याचा प्रश्नच नव्हता. अशा रीतीनं आपल्या R-7 रॉकेटचा वापर सोव्हिएत युनियनच्या लष्करी कामांखेरीज अंतराळात उपग्रह सोडण्यासाठीसुद्धा करण्याच्या प्रस्तावाला अधिकृत परवानगी मिळवून कोरेलियॉव्ह सज्ज झाला!

खरं म्हणजे १९५०च्या दशकात अंतराळभरारीविषयीच्या कल्पना खूप मोठ्या

प्रमाणावर सगळीकडेच रंगवल्या जात होत्या. विज्ञानकथांचा जनक म्हणून ओळखल्या जाणाऱ्या एच. जी. वेल्सनं आपल्या War of the Worlds मध्ये मंगळाविषयीची कथा लिहिली. सुरुवातीला ही कथा १८९७ मध्ये 'कॉस्मोपॉलिटन' नावाच्या मासिकात छापण्यात आली आणि पुढच्याच वर्षी ती पुस्तकरूपानं जगासमोर आली आणि प्रचंड गाजली. या पुस्तकाच्या सुरुवातीला पृथ्वीवरून अवकाशाचं निरीक्षण करणाऱ्या लोकांना मंगळावरून दिव्याच्या प्रकाशाचे मोठे झोत येताना दिसतात. यामुळे आश्चर्यचकित झालेल्या आणि डोळे दिपलेल्या माणसांनी त्याविषयी काही करण्यापूर्वीच मंगळावरून काही सजीव पृथ्वीवर उतरतात आणि तिथे नुसता धुमाकूळ घालतात. यामुळे पृथ्वीचं विलक्षण नुकसान होतं आणि सगळीकडे हाहाकार माजतो. एच. जी. वेल्सची ही विज्ञानकथा इतकी लोकप्रिय होण्यामागचं एक कारण म्हणजे ऑर्सन वेल्स या गाजलेल्या चित्रपट दिग्दर्शकानं या विज्ञानकथेवर आधारित असलेलं एक नाटक लिहिलं आणि ते अमेरिकेत रेडिओवर सादर केलं. मंगळावरचे सजीव पृथ्वीवर उतरल्यावर अमेरिकेवर हल्ला करतात, अशी कल्पना या नाटकात नाट्यमयरीत्या रंगवली होती. त्यात आणखी जिवंतपणा आणण्यासाठी या घटनेसंबंधी वर्तमानपत्रात छापून आलेल्या बातम्या, हा घटनाक्रम स्वतः अनुभवलेल्या लोकांच्या मुलाखती अशा अनेक कल्पित गोष्टी मोठ्या खुबीनं पेरण्यात आल्या होत्या. तसंच यामधला थरार कायम राखण्यासाठी त्याविषयीची कल्पना कुणालाच देण्यात आली नव्हती. स्वाभाविकपणे या नाटकाचं रेडिओवरून सादरीकरण सुरू असताना अमेरिकेमध्ये अनेक ठिकाणी घबराट पसरली आणि खरोखरच मंगळावरच्या सजीवांनी अमेरिकेवर हल्लाबोल केला असल्याची अनेक जणांची समजूत झाली!

वेल्स आणि त्याआधी ज्युलियस व्हर्न (१८६५) यांनी लिहिलेल्या कथा म्हणजे अर्थातच निव्वळ कल्पनाविलास होता. १९५०च्या दशकात मात्र वैज्ञानिक संकल्पनांवर तसंच आधुनिक शोधांच्या आधारावर असलेल्या संकल्पना अंतराळभरारीच्या संदर्भात मांडण्यात आल्या. पृथ्वीच्या गुरुत्वाकर्षणाची शक्ती भेदून अंतराळापर्यंत पोहोचण्यासाठी नक्की काय केलं पाहिजे, याविषयी भरपूर काथ्याकूट सुरू झाला. V-2 रॉकेटमुळे अंतराळभरारीचं स्वप्न फक्त काल्पनिक पातळीवर न राहता प्रत्यक्षात उतरू शकतं, असा विश्वास लोकांमध्ये रुजत गेला. याची सुरुवात १९४९ सालच्या विली ली या लेखकाच्या The Conqest of Space या छोटेखानी पुस्तकानं झाली. त्यानंतर विख्यात विज्ञानकथालेखक रॉबर्ट ए हाईनलाईन यानं चित्रांनी भरलेल्या या पुस्तकाचं परीक्षण आपल्या The Saturday Review या साप्ताहिकाच्या सदरात लिहिलं. जर्मनीमधल्या रॉकेटनिर्मिती प्रकल्पाच्या सुरुवातीच्या काळात सहभागी असलेल्या ली यानं नंतर अमेरिकेमध्ये आपला मुक्काम हलवला होता. अंतराळात प्रवास करण्यासंबंधीच्या बऱ्यापैकी वैज्ञानिक संकल्पना ली यानं

आपल्या पुस्तकात मांडल्या आणि त्या संकल्पनांना साजेशी अशी सुरेख रेखाचित्रं चेस्ली बोनस्टेल यानं काढली.

अंतराळभरारी अशा प्रकारे कल्पनांच्या भराऱ्यांमधून हळूहळू वास्तवात रूपांतरित होण्याच्या दिशेनं वाटचाल करायला लागली. अविश्वसनीय वाटतील अशा संकल्पना अशा प्रकारे प्रत्यक्षात अवतरण्याची चिन्हं त्या काळात अर्थातच भन्नाट वाटत होती.

■

# अखेर 'स्पुटनिक' अंतराळात!

अमेरिकेमध्ये पायदळाकडून फॉन ब्राऊन आणि त्याचे सहकारी यांच्या रॉकेटनिर्मिती प्रकल्पाला अंतराळभरारीसाठी हिरवा झेंडा दाखवला गेला नसला आणि नौदलाला हे काम मिळालेलं असलं तरी 'ज्युपिटर' नावाचं दुसरं एक रॉकेट तयार करण्यासाठीची परवानगी त्यांना मिळाली. आधीच्या V-2 रॉकेटपेक्षा या नव्या रॉकेटची क्षमता खूप जास्त असणार होती. ताशी २५,६०० किलोमीटर्स वेगानं हे रॉकेट २२४० किलोमीटर्स अंतरापर्यंत जाऊ शकेल, असा अंदाज होता. अमेरिकी लष्कराला दूरपर्यंत आपली क्षेपणास्त्रं नेण्यासाठी या रॉकेटचा वापर करता येईल असं मानलं जाई. या प्रकल्पाचा हळूच आपल्या अंतराळभरारीच्या स्वप्नपूर्तीसाठी वापर करता येईल, अशी आशा फॉन ब्राऊनला वाटत होती. लवकरच या रॉकेटच्या निर्मितीचं काम पूर्ण झालं आणि २० सप्टेंबर, १९५६ या दिवशी त्याची पहिली चाचणी घ्यायचं ठरलं. या रॉकेटच्या उड्डाणामध्ये एकाहून जास्त टप्पे होते आणि त्यामधला शेवटचा टप्पा यशस्वी ठरला तर हे रॉकेट पृथ्वीच्या गुरुत्वाकर्षणाचा भेद करून पृथ्वीभोवताली फिरणाऱ्या चंद्रासारखं पृथ्वीच्या कक्षेत शिरू शकेल, असं फॉन ब्राऊनला वाटत होतं. यामुळे अंतराळात उपग्रह पोहोचवणं शक्य आहे, हे त्याला माहीत असलं, तरी याचा अंदाज अमेरिकी लष्करालाही होता. त्यामुळेच या रॉकेटद्वारा 'चुकून' अंतराळात उपग्रह नेला जाता कामा नये, अशी तंबीच फॉन ब्राऊनला देण्यात आली. अखेर या रॉकेटची पहिली चाचणी सुरू झाली आणि ते चांगलंच वर झेपावलं. अपेक्षेप्रमाणे ताशी २५,६०० किलोमीटर्सचा वेग पकडून ते १०९१ किलोमीटर्स उंचीवर आणि ५३३६ किलोमीटर्सपर्यंत आडवं गेलं. म्हणजेच ही चाचणी अगदी यशस्वी ठरली होती. आत्तापर्यंतच्या इतिहासात कुठलंच रॉकेट इतकं दूरवर आणि इतक्या उंचीवर गेलं नव्हतं. या यशाचा वापर

करून आपण अंतराळात उपग्रह सोडू शकू, या आत्मविश्वासापोटी फॉन ब्राऊननं परत एकदा अमेरिकी लष्कराकडे त्यासाठीची परवानगी मागितली आणि आधीप्रमाणेच ती फेटाळून लावण्यात आली.

खरं म्हणजे अमेरिकी नौदलाचा अंतराळभरारीसाठीच्या रॉकेटनिर्मितीचा प्रकल्प मागे पडला होता. त्यामुळे कधी ना कधी वैतागून अमेरिकी लष्कर आपल्यालाच अंतराळभरारीचं काम देईल, अशी आशा फॉन ब्राऊन आणि त्याचे सहकारी यांच्या मनात कायम होती. तेवढ्यात एक अपघात झाल्यामुळे अमेरिकी पायदळानं जास्तीत जास्त ३२० किलोमीटर्स पल्ला असलेली रॉकेट्स बनवावीत, असा आदेश अमेरिकी संरक्षणमंत्र्यानं दिला आणि एका झटक्यात फॉन ब्राऊनच्या स्वप्नांवर पुन्हा पाणी पडलं. गंमत म्हणजे सोव्हिएत युनियनमधून फॉन ब्राऊनच्या प्रगतीवर बारीक लक्ष ठेवून असलेल्या कोरेलियॉव्हची मात्र या घटनाक्रमामुळे फसगत झाली. त्यानं फॉन ब्राऊनच्या ज्युपिटर या रॉकेटच्या चाचणीमधल्या भव्य यशाविषयीची माहिती वाचली आणि खरं म्हणजे फॉन ब्राऊनला या रॉकेटद्वारा अंतराळात उपग्रह सोडायचा होता; पण हा प्रयत्न थोडक्यात फसला असल्याची त्याची समजूत झाली. यात काहीच तथ्य नव्हतं आणि उलट फॉन ब्राऊनच्या अंतराळभरारीच्या स्वप्नांना अमेरिकी संरक्षणमंत्र्यानं खोडा घातला होता, हे कोरेलियॉव्हला अजिबातच माहीत नव्हतं. यामुळे अमेरिका अंतराळात उपग्रह सोडण्याच्या अगदी जवळ येऊन ठेपली असल्याविषयी त्याची खात्रीच झाली. आपल्या R-7 रॉकेटचं काम अजून पूर्णत्वाला जाण्याची खात्रीशीर चिन्हं दिसत नसल्यामुळे तो अस्वस्थ झाला. आपल्या अंदाजानुसार या रॉकेटचं सगळं काम नीटपणे पार पडलं, तर या रॉकेटद्वारा अंतराळात उपग्रह पाठवणं शक्य होईल, असा बऱ्यापैकी विश्वास तो मनाशी बाळगून असला तरी हे सगळं प्रत्यक्षात कधी अवतरणार हे त्याला समजत नव्हतं. या रॉकेटसाठी ग्लुश्कोनं तयार केलेल्या इंजिनाच्या सुरुवातीच्या चाचण्या फारशा आशादायी ठरू शकल्या नाहीत; कारण जितकं इंधन हे इंजिन वापरे, त्या मानानं त्याच्या उड्डाणाची झेप मात्र अंदाजापेक्षा कमीच असे. याचाच अर्थ सगळं इंधन वापरूनसुद्धा हे रॉकेट पृथ्वीभोवतालच्या कक्षेत पोहोचू शकण्याची शक्यता धूसर होती. तसंच अशी चारेक इंजिन्स एकत्र करून रॉकेट हवेत नेण्याची योजनाही सुरुवातीला फसली. एका स्फोटामुळे सगळीच इंजिनं जळून खाक झाली. यामुळे R-7 रॉकेटच्या चाचणीचा मुहूर्त १९५७ सालच्या सुरुवातीपासून थोडा लांब जात मार्च महिन्यावर गेला.

या रॉकेटद्वारा जो उपग्रह अंतराळात पाठवण्याची स्वप्नं कोरेलियॉव्ह बघत होता, त्या उपग्रहाच्या रचनेतसुद्धा अजून परिपूर्णता आल्यासारखी परिस्थिती नव्हती. या उपग्रहाचं वजन आणि त्याचा आकार या गोष्टी प्रमाणाबाहेर होत्या. या

उपग्रहाच्या वजनापैकी पाऊण हिस्सा तर या उपग्रहानं माहिती गोळा करण्यासाठीच्या यंत्रणेनंच व्यापला होता. हे सगळं अगदी कमी जागेत कसं बसवायचं हे रहस्य अजून गुलदस्तातच होतं. यासाठी निरनिराळ्या विभागांनी एकत्र येऊन एकसंधपणे काम करणं आवश्यक असताना, तसंही घडत नव्हतं. एकमेकांकडे बोटं दाखवणं आणि फुटकळ कारणं देणं, अशा गोष्टी करत या प्रकल्पाशी संबंधित असलेल्या तंत्रज्ञांनी कोरेलियॉव्हला संतापाच्या नव्या पातळीवरच नेलं. कोरेलियॉव्हचा पारा आता कायम चढलेला असे. आपल्याला या सगळ्या प्रकल्पानं इतकं उत्तेजित केलेलं असताना आणि इतक्या असंख्य अडीअडचणींमधून मार्ग काढत आपण इथवर पोहोचलो असताना आपल्या सहकाऱ्यांना त्याचं काहीच महत्त्व नसावं, यामुळे तो उद्विग्न होई. त्यातच कझाकस्तानमधला तो कडक हिवाळा सहन करणं, अन्नाचा तुटवडा असल्यामुळे पुरेसं खायला न मिळणं आणि इतर अनेक अडीअडचणींमुळे सगळेच वैतागून गेले. कोरेलियॉव्हनं आपल्या परीनं सगळ्यांना प्रोत्साहित करण्याचा प्रयत्न सुरू ठेवला; पण सगळा दबाव असह्य होऊन अनेक जण प्रमाणाबाहेर दारू ढोसत असलेले बघून कोरेलियॉव्हची काळजी अजूनच वाढे.

उपग्रहाच्या निर्मितीचं काम लांबवरच्या ठिकाणी सुरू असल्यामुळे ते कोरेलियॉव्हच्या थेट देखरेखीखाली चालू नव्हतं. यामुळे कोरेलियॉव्हची चिंता अजूनच वाढत गेली. शेवटी त्यानं तो उपग्रह आहे त्या स्थितीत आपल्याकडे पाठवण्याचे आदेश दिले. आपण त्या संदर्भातलं जोडणीचं काम पूर्ण करून घेऊ, असं त्यानं सांगितलं. हा निरोप येताच उपग्रहाच्या निर्मितीचं काम करणारे लोक एकदम खुश झाले. त्यांना एवीतेवी ही नकोशी झालेली कटकटच वाटत होती. त्यांनी एका ट्रकवजा वाहनात हा उपग्रह कसाबसा पॅक करून पाठवून दिला. हे वाहन चालवणाऱ्या चालकाला त्यामधल्या वस्तूचं महत्त्व अजिबातच माहीत नव्हतं. त्याच्या दृष्टीनं इतर कुठलंही सामान नेणं आणि हे धूड नेणं एकसारखंच होतं. त्यामुळे त्यानं नेहमीप्रमाणे मस्त न्याहरी करून आणि दारू ढोसून बेफाट वेगानं गाडी चालवत आणली. यामुळे त्याचा गाडीवरचा ताबा सुटला आणि ती एका झाडावर जोरानं आदळली! कोरेलियॉव्हच्या नशिबानं हा अपघात होऊनसुद्धा गाडीतला उपग्रह खराब झाला नाही. उलट उपग्रह तयार करणाऱ्या मंडळींनी 'बघा, आम्ही तयार केलेला उपग्रह किती दणकट आहे!' असं म्हणून कोरेलियॉव्हच्या सहनशक्तीची परीक्षाच घेतली!

आता कोरेलियॉव्हचा संताप अगदी टोकाला पोहोचला होता. तरी त्यातल्या त्यात उपग्रह आपल्या ताब्यात आल्यामुळे तो जरा सुटकेचा निःश्वास टाकण्याच्या मनःस्थितीत तरी होता. प्रत्यक्षात उपग्रह बघितल्यावर मात्र त्याचा वापर आपण करू शकणार नाही, असं त्याचं लगेचच मत झालं. कारण या उपग्रहाचा आकार फारच मोठा होता आणि त्याचं वजनसुद्धा एखाद्या धुडासारखं प्रचंड होतं. साहजिकच

कोरेलियॉव्ह खूप काळजीत पडला. अशा वेळी नेहमीप्रमाणे तिखोन्राव्होव्ह त्याच्या मदतीला धावून आला. हा उपग्रह रॉकेटद्वारा अंतराळात पोहोचवण्याची स्वप्नं विसरून आपण एक छोटा उपग्रह तयार करावा असं त्यानं कोरेलियॉव्हला सुचवलं. यासाठी नव्या उपग्रहामध्ये सगळी किचकट यंत्रणा न बसवता हा उपग्रह म्हणजे फक्त बिनतारी संदेश पाठवू शकणारी यंत्रणा असलेली छोटी तबकडीच असावी, असं त्याचं म्हणणं होतं. यामुळे बोजड उपग्रह अंतराळात पाठवण्याचा प्रश्न तर सुटेलच; पण शिवाय या उपग्रहामध्ये बिनतारी संदेशवहनाची सोय असल्यामुळे त्याच्याशी पृथ्वीवरून संपर्क साधणंही शक्य होईल, हे उघड होतं. साहजिकच पृथ्वीवर सगळ्यांच्या दृष्टीनं ही अत्यंत सनसनाटी गोष्ट ठरू शकेल, ही गोष्ट चाणाक्ष कोरेलियॉव्हच्या नजरेतून सुटणं शक्यच नव्हतं. त्यानं या प्रस्तावाला लगेचच मान्यता दिली. तसंच या उपग्रहाची निर्मिती आपल्या देखरेखीखाली झाली, तर आधीसारखं इतर अकार्यक्षम लोकांवर अवलंबून राहण्याची गरजसुद्धा उरणार नाही, हे त्याला माहीत होतं.

एकीकडे या सगळ्या कामाचा ताण असह्य झालेला असताना कोरेलियॉव्हच्या वाळवंटी आयुष्यात बहर आणणारी एक घटना घडल्यामुळे तो खूप खुश झाला. त्यानं धीर करून सरळ एकदा आता डॉक्टर झालेल्या नताशा या आपल्या मुलीच्या घरीच धडक मारली. आपल्या वडिलांना आपण कधीच भेटणार नाही, असं वचन नताशानं आपल्या आईला दिलेलं असल्यामुळे कोरेलियॉव्हच्या या अनपेक्षित भेटीमुळे ती सुरुवातीला पार गांगरून गेली. कोरेलियॉव्ह अगदी उत्कटपणे तिच्याशी बोलत असला, तरी तिचा आविर्भाव तसा कोरडाच होता. काही वेळानंतर मात्र ती खुलली. आपल्या वडिलांना भेटायला मिळण्याचं महत्त्व तिला जाणवलं आणि त्या दोघांमधला दुरावा पार संपला. दुतर्फा झाडीनं गच्च भरलेल्या रस्त्यावर कोरेलियॉव्ह आणि नताशा चालत तीन तास गप्पा मारत राहिले. जणू आपण इतकी वर्षं सातत्यानं भेटतच होतो, अशी भावना मनात येऊन नताशाचं मन गदगदून गेलं. तिच्याविषयी कोरेलियॉव्हला वाटत असलेली काळजी त्याच्या शब्दांमधून प्रकट होत होतीच. ते बघून ती पार विरघळली. कोरेलियॉव्हनं आपल्या कामाची कल्पना तिला दिली. आपले वडील अंतराळात एखादी वस्तू पाठवण्याच्या कामात गुंतलेले आहेत हे ऐकून नताशाला काय बोलावं हे समजेचना. हे सगळं अशक्य आहे अशी तिची समजूत झाली आणि ती आपल्या मतांवर ठाम राहिली. कोरेलियॉव्हनं मात्र हे नजीकच्या भविष्यात नक्कीच घडेल, असा आत्मविश्वास व्यक्त केला. तरीही नताशानं त्याच्यावर विश्वास ठेवलाच नाही!

दरम्यान आपण आधीचा उपग्रह अंतराळात सोडण्याचा विचार रद्द करून नव्यानं तयार केला जाणारा छोट्या आकाराचा उपग्रह अंतराळात सोडण्याचा निर्णय

घेत असल्याचं कोरेलियॉव्हनं सोव्हिएत युनियनमधल्या उच्चपदस्थांना कळवलं. अर्थातच त्यांच्याकडून परवानगी मिळवल्याशिवाय पुढे जाणं शक्यच नव्हतं. आपला दावा फेटाळला जाऊ नये यासाठी अमेरिकेमध्ये फॉन ब्राऊन अंतराळात उपग्रह सोडण्याच्या किती जवळ आला आहे, याचं वर्णन करून अमेरिकेला या शर्यतीत हरवायचं असेल तर आपल्या या नव्या प्रस्तावाचा सहानुभूतीपूर्वक विचार केला जावा, असं कोरेलियॉव्हचं म्हणणं होतं. त्यानं या उपग्रहाचं नाव 'स्पुटनिक' (म्हणजे 'सहप्रवासी') असं ठेवलं. १९५७ सालच्या फेब्रुवारी महिन्यात कोरेलियॉव्हची ही विनंती सोव्हिएत युनियनच्या मंत्रिमंडळाकडे आली. ती मान्य झाल्यामुळे कोरेलियॉव्हनं सुटकेचा निःश्वास सोडला असला तरी आपल्या R-7 रॉकेटची चाचणी घेण्यामध्ये होत असलेल्या उशिरामुळे तो काळजीत पडला. मार्चवरून ही तारीख आता मे महिन्यावर गेली.

कोरेलियॉव्हच्या कामाचा धडाका बघून अमेरिकेमध्ये फॉन ब्राऊन अस्वस्थ झाला. इराणमध्ये असलेल्या अमेरिकी लष्कराच्या टेहळणी करणाऱ्या यंत्रणेच्या अहवालांनुसार सोव्हिएत युनियनकडे आता ताशी आठ हजार किलोमीटर्स वेगानं प्रवास करू शकणारी क्षेपणास्त्रक्षमता होती. याचाच अर्थ अंतराळामध्ये उपग्रह पाठवू शकणारं रॉकेट तयार करण्याच्या कामात सोव्हिएत युनियननं चांगलीच प्रगती केली आहे, हे फॉन ब्राऊनच्या लक्षात आलं. अमेरिकेच्याही पुढे सोव्हिएत युनियन जात असल्याची भीती त्याला आता चांगलीच सतावत होती. तसंच अमेरिकेमध्ये आपण अंतराळभरारीच्या कामासाठी इतकी धडपड करत असूनसुद्धा आपल्याकडे किती दुर्लक्ष होतं, याविषयीची खंतही त्याला आतून खात होती. या तुलनेत सोव्हिएत युनियनमध्ये या प्रकल्पाला किती महत्त्व दिलं जातं आणि त्यावर काम करत असलेल्या वैज्ञानिकांना तसंच तंत्रज्ञांना सगळी मदत अगदी सहजपणे पुरवली जाते, असा गैरसमज त्यानं करून घेतला! म्हणजेच अमेरिकेत फॉन ब्राऊन आणि सोव्हिएत युनियनमध्ये कोरेलियॉव्ह हे दोघं आपापल्या ठिकाणी अनंत अडचणींचा सामना करत असताना एकमेकांविषयी मात्र त्यांच्या मनात प्रचंड गैरसमज होते. अर्थातच कोरेलियॉव्हला फॉन ब्राऊनविषयी माहीत असलं, तरी फॉन ब्राऊनला मात्र कोरेलियॉव्हविषयी काहीच माहीत नव्हतं. फॉन ब्राऊनचं नाव अमेरिकी वर्तमानपत्रांमध्ये तसंच नियतकालिकांमध्ये अगदी उघडपणे छापलं जात असलं, तरी कोरेलियॉव्हच्या नावाविषयी सोव्हिएत युनियन अक्षरशः मूग गिळून गप्प बसली होती. एकूणच आपल्या क्षेपणास्त्रनिर्मिती, रॉकेटनिर्मिती, उपग्रहनिर्मिती यामधल्या कशाविषयीचीच माहिती खुली करणं सोव्हिएत युनियनला अजिबात परवडण्यासारखं नव्हतं. शीतयुद्धामध्ये अमेरिकेला गाफील ठेवणं आणि लपूनछपून या सगळ्या कामांमध्ये जोरदार प्रगती करणं, हाच आपल्यासमोरचा एकमेव मार्ग

आहे, अशी खात्री सोव्हिएत युनियनला वाटत होती. फॉन ब्राऊननं या घडामोडींमुळे परत एकदा आपल्या रॉकेटद्वारा अंतराळात उपग्रह नेण्याच्या प्रकल्पावर काम करण्यासाठीची परवानगी मागितली आणि सालाबादप्रमाणे ती नाकारण्यात आली!

आपल्या R-7 रॉकेटच्या उड्डाणाच्या चाचणीची वेळ जसजशी जवळ येत होती तसतसा कोरेलियॉव्ह आणखी जास्त अस्वस्थ होत चालला होता. तेवढ्यात त्याला एक चांगली बातमी समजली. त्याच्यावर स्टॅलिनच्या काळात ठेवण्यात आलेले देशद्रोहाचे सगळे आरोप चुकीचे असल्याचं सोव्हिएत सरकारनं जाहीर केलं. म्हणजेच त्याला तुरुंगात टाकण्याचा आणि त्याच्यावर अत्याचार करण्याचा प्रकारही साफ चुकीचा असल्याची कबुली सरकार देत होतं. अर्थातच जे घडून गेलं आणि ज्यामुळे कोरेलियॉव्हचं वैयक्तिक तसंच व्यावसायिक आयुष्यात जे अतोनात नुकसान झालं, त्याची भरपाई होणं आता शक्य नसलं, तरी निदान त्याच्या आयुष्याला लागलेला कलंक तरी कायमसाठी दूर झाला, हे त्याच्या दृष्टीनं काही कमी नव्हतं. तसंच सोळा-सोळा तास काम करून थकून गेलेला कोरेलियॉव्ह जिद्द अजिबात सोडत नव्हता. आपल्या भव्यदिव्य स्वप्नांमध्ये येत असलेले सगळे अडथळे दूर करण्यासाठी तो कायम झटत असे. जबाबदारीनं किंवा पुरेशा गंभीरतेनं काम न करणाऱ्या सहकाऱ्यांना तो चांगलाच फटकारत असे. अनेक जणांना 'रेल्वे रुळांवरून चालत घरी पाठवण्या'ची शिक्षा देण्याची धमकी तो देत असे. अर्थातच त्याच्या कामाचा झपाटा बघून आणि त्याची जिद्द बघून त्याच्या या कटू शब्दांना कुणी फार महत्त्व देत नसे. उलट आपल्या कामात सुधारणा करण्यासाठी संबंधित माणसं प्रयत्न सुरू करत.

**R-7 रॉकेट**

आता चाचणी घेण्याच्या ठिकाणी कोरेलियॉव्हचं R-7 रॉकेट सज्ज होत होतं. विज्ञानकथेतच शोभून दिसावं असं त्याचं देखणं रूप होतं. या रॉकेटचा मध्यवर्ती भाग तब्बल १०८ फूट उंचीचा होता. त्यावर प्रत्येकी ६२ फूट लांबीच्या

रॉकेट्सची चार आवरणं होती. ती ठरावीक अंतरांवर एकामागून एक अशी गळून पडणार होती. यामुळे रॉकेटचं वजन वरवर जाताना कमी कमी झालं असतं आणि जास्त इंधन न जाळता ते अधिक सहजपणे वर झेपावू शकणार होतं. १५ मे या दिवशी चाचणी सुरू झाली आणि एखाद्या फुलाच्या पाकळ्या उलगडाव्यात तशा प्रकारे आणि कानाचे पडदे फाटतील असा आवाज करत जमिनीवरच्या यंत्रणेतून रॉकेट हवेत झेपावलं. सगळे श्वास रोखून हे दृश्य बघत राहिले. रॉकेट वेगानं वर जात राहिलं आणि साधारण एक मिनिटाचा काळ उलटून गेला. अर्थातच एकेक सेकंद तेव्हा कोरेलियॉव्हला युगायुगासारखा भासत होता. आपलं स्वप्न साकार होणार अशी आशा त्याच्या मनाला सुखावत होती. इतकी वर्षं बघितलेलं आपलं स्वप्न प्रत्यक्षात समोर घडत असलेलं बघून तो अवाक् झाला. तेवढ्यात काहीतरी बिनसलं. रॉकेटमधून पांढऱ्या रंगाच्या धुरासारखं काहीतरी बाहेर यायला लागलं आणि थोडं अंतर पार करून ते रॉकेट जमिनीवर कोसळलं! रॉकेटवर बसवण्यात आलेल्या चार आवरणांपैकी एक आवरण रॉकेटनं झेप घेतल्यानंतर साधारण दोन मिनिटांचा काळ उलटून गेल्यावर तुटलं आणि यामुळे सगळा विचका झाला. इतक्या महिन्यांचे अथक परिश्रम अशा रीतीनं जेमतेम तीन मिनिटांमध्ये शब्दशः भुईसपाट झाले! कोरेलियॉव्ह मनातून निराश झाला असला तरी 'एक ना एक दिवस हे रॉकेट उडणारच' असं म्हणून त्यानं आपला निर्धार परत व्यक्त केला. रॉकेटचं उड्डाण अयशस्वी झाल्याची बातमी समजताच ख्रुश्चेव्ह खूप वैतागले असले, तरी त्यांनी काहीही प्रतिक्रिया न देण्याचा सुज्ञ निर्णय घेतला. ग्लुश्को मात्र रॉकेटसाठी तयार करण्यात आलेली आपली इंजिन्स अशा प्रकारे नष्ट होत असल्याचं बघून पार वैतागून गेला. या नव्या रॉकेटच्या एका फसलेल्या चाचणीमध्ये त्याची तब्बल चार डझन इंजिन्स बिनकामी होत. एक इंजिन तयार करायचं म्हणजे अत्यंत खर्चीक आणि कष्टदायी काम असे. अशा प्रकारे जर आपल्या इंजिन्सची वाट लागत राहिली, तर आपण त्याला जबाबदार नसू, असं ग्लुश्कोनं कोरेलियॉव्हला सुनावलं आणि सोव्हिएत उच्चपदस्थांकडे कोरेलियॉव्हच्या अतिरंजित स्वप्नांविषयी तक्रारसुद्धा केली. कोरेलियॉव्हच्या डोक्यात असलेल्या रचनेवर आधारित असणारं रॉकेट कधीच यशस्वीरीत्या उड्डाण करू शकणार नाही आणि म्हणूनच आपण विनाकारण सगळ्यांचाच मौल्यवान वेळ तसंच निधी वायफळ वाया घालवत असल्याची त्याची भावना होती. कोरेलियॉव्ह मात्र आपल्या मतांवर ठाम होता.

कामाचा अतिरेक आणि रॉकेटच्या उड्डाणाच्या चाचणीच्या कामात आलेलं अपयश यामुळे कोरेलियॉव्ह आजारीच पडला. तरीही सर्दी-खोकला-ताप अशा अवस्थेत गोळ्या-औषधं घेत काम करण्यावाचून दुसरा उपायही त्याला सुचेना. दिवसाचं तापमान तब्बल ५५ अंश सेल्सिअस असल्यामुळे दिवसा काही काम

करणंही जवळपास अशक्य होऊन बसलं. त्यामुळे बऱ्याचदा कोरेलियॉव्ह रात्रीच काम करे. या सगळ्या उदास वातावरणात ९ ते ११ जून या तीन दिवसांमध्ये झालेल्या तीन चाचण्याही अयशस्वी ठरल्यामुळे कोरेलियॉव्हवरचा दबाव अजूनच वाढला. सगळ्यांची डोकी पार भडकली. सोव्हिएत युनियनच्या सरकारच्या वतीनं कोरेलियॉव्हचा साहेब म्हणून काम करणाऱ्या माणसाच्या रागाला तर पारावारच उरला नाही. तो कोरेलियॉव्हला अत्यंत उद्धटपणे झापे. सगळे तंत्रज्ञ आणि कामगार हे सगळेसुद्धा पार बेचैन झाले. महत्त्वाची गोष्ट म्हणजे रॉकेटच्या चाचण्या अपयशी ठरण्याचं मुख्य कारण निष्काळजीपणामुळे किंवा थकव्यामुळे तंत्रज्ञ तसंच कामगार यांनी केलेल्या बारीकसारीक चुका हे असे. म्हणजेच या चुका टाळता येणं शक्य होतं आणि तसं झालं असतं तर रॉकेटच्या चाचण्या कदाचित यशस्वीसुद्धा झाल्या असत्या. साहजिकच या गलथानपणामुळे आपल्या कामात किती प्रचंड अडथळे निर्माण होत आहेत याची जाणीव होऊन कोरेलियॉव्ह आणखीनच वैतागे. त्याच्यावरचा सोव्हिएत युनियन सरकारचा दबाव वाढत होता. ही मोहीमच अपयशी ठरणार असेल, तर तिच्या किती मागे लागायचं, असा प्रश्न विचारला जाणं स्वाभाविकच होतं. तरीही आपला संताप आणि आपली उद्विग्नता या भावना दाबून टाकत आपल्या सहकाऱ्यांना प्रोत्साहित करण्यासाठी कोरेलियॉव्ह खूप प्रयत्न करे. एका बैठकीतसुद्धा असंच घडलं. कोरेलियॉव्ह खूप चिडलेला असूनसुद्धा त्यानं आपल्या सहकाऱ्यांना फैलावर न घेता त्यांच्याशी समजुतीनं बोलायचा प्रयत्न केला खरा; पण इतर सगळ्यांची डोकीसुद्धा तापलेलीच होती. त्यामुळे लगेचच आरोप-प्रत्यारोप यांच्या फैरी सुरू झाल्या. वातावरण तापलं. हे बघून कोरेलियॉव्हनं सगळ्यांना शांत करण्यासाठी 'मी सगळ्यांसाठी काहीतरी आणलं आहे' असं म्हणून आपल्याकडचा एक बॉक्स उघडला. त्यात नीनानं सशाच्या आकाराचं चॉकलेट पाठवलं होतं. हे बघून सगळी मंडळी खुश झाली आणि सोव्हिएत युनियनमध्ये दुर्मिळ असलेल्या चॉकलेटवर तुटून पडली. असह्य उकाडा आणि कोरड्या वाऱ्यांबरोबर उडत असलेली वाळू यामुळे पार वैतागून गेलेल्या मंडळींना असा दिलासा अपवादानंच मिळत असे. आता पुढची चाचणी ११ जुलै या दिवशी घ्यायचं ठरलं. यातही आपण अपयशीच ठरू अशी भीती कोरेलियॉव्हनं नीनाला लिहिलेल्या एका पत्रात व्यक्त केली. आजवरच्या इतिहासात हे काम कुणीच केलेलं नसल्यामुळे सगळंच नवीन आहे आणि अशा परिस्थितीत 'आपण या कामात यश मिळवू शकू का' ही शंका त्याला आतून सतावत होती. वरवर जरी तो आत्मविश्वासानं आपल्या यशाविषयीची खात्री देत असला, तरी त्याचं अंतर्मन साशंक होतं. या खेपेला कुठलीही बारीक चूक शिल्लक राहू नये यासाठी सगळे बारीकसारीक तपशील तीन वेळा तपासण्यात आले. रॉकेटच्या उड्डाणाची चाचणी

घेण्याची वेळ झाली, तसं रॉकेट हवेत झेपावलं खरं; पण ते लगेचच हेलपाटलं आणि दिशाहीन होत जमिनीवर कोसळलं. आगीचा लोळ आणि त्यानंतरचा धूर हे दृश्य बघून कोरेलियॉव्हच्या काळजात चर्र झालं. त्याच्या साहेबानं त्याला आता चांगलंच फैलावर घेतलं. 'आणखी किती वेळा अपयश पदरी पडल्यानंतर हा प्रकल्प गुंडाळायचा?' असा थेट सवाल त्यानं कोरेलियॉव्हला केला. हा प्रकार नक्की कशामुळे झाला, याची तपासणी केल्यानंतर परत एकदा एक बारीकशी चूक शिल्लक राहिल्यामुळे हे घडलं असल्याचं लक्षात आलं. तब्बल तीन वेळा सगळं तपासलेलं असूनसुद्धा ही चूक झाल्यामुळे सगळेच पार निराश झाले. कोरेलियॉव्हनं हे आपल्या साहेबाला सांगण्याचा प्रयत्न करताच त्यानं 'मला कुठल्याही कारणांमध्ये रस नसून सोव्हिएत युनियनच्या लष्करासाठी व्यवस्थितपणे काम करू शकणारं रॉकेट हवं आहे,' एवढंच उत्तर कोरेलियॉव्हला दिलं. आपली सहनशक्ती जवळपास संपुष्टात आलेली असल्याचं आणि हा प्रकल्प गुंडाळून टाकण्यासंबंधी आपण अत्यंत गंभीरपणे विचार करत असल्याचं त्यानं कोरेलियॉव्हला सांगितलं. परिस्थितीचा फायदा उठवत ग्लुश्कोनंही त्या अधिकाऱ्याचे कान भरले. आपण तयार केलेली डझनावारी उत्कृष्ट इंजिनं या दोषी चाचण्यांमुळे नष्ट झाली असल्याची तक्रार त्यानं केली. या प्रकल्पात काही दम नसून तो बंद करणंच सगळ्यांच्या हिताचं असल्याचं मत त्यानं मांडलं. यामुळे कोरेलियॉव्ह पुरता हताश झाला.

आत्तापर्यंत एकंदर पाच रॉकेट्सच्या उड्डाणांच्या चाचण्या घेण्यात आल्या होत्या आणि त्यात ही पाचही रॉकेट्स नष्ट झाली होती. सगळीकडे उदास वातावरण पसरलं होतं. तरीही कोरेलियॉव्ह हार मानायला तयार नव्हता. त्याची ही जिद्द म्हणजे निव्वळ वेडेपणा आहे अशा नजरेतून जवळपास सगळेच लोक त्याच्याकडे बघायला लागले. तरीही कोरेलियॉव्हला याची फिकीर नसे. आपल्या लक्ष्यापासून न हटण्याचा त्याचा निर्धार म्हणजे कमालीचीच गोष्ट होती. दुसऱ्या एखाद्या माणसानं दबावाखाली, नैराश्यापोटी किंवा हताशपणे हा प्रकल्प गुंडाळून टाकला असता आणि गुपचूप एखादं साधं काम करण्यात धन्यता मानली असती. कोरेलियॉव्हला मात्र हे मान्यच नव्हतं. अंतराळात रॉकेटवर बसवलेला उपग्रह पाठवायचं त्याचं स्वप्न त्याला असंतसं भंगू द्यायचं नव्हतं. अजूनही एक रॉकेट शिल्लक असल्यामुळे आपल्याला त्याच्या उड्डाणाची चाचणी घेण्यासाठीची एक शेवटची परवानगी मिळावी यासाठी त्यानं सोव्हिएत युनियनच्या लष्कराकडे विनंती केली. लष्करानं थोडे आढेवेढे घेऊन झाल्यावर ही शेवटची संधी असल्याचं आग्रहानं सांगत २१ ऑगस्ट ही तारीख मुक्रर केली. अर्थातच आता अपयश आलं तर सगळं संपलं, हे कोरेलियॉव्हलाही माहीत होतं. आपल्या पाठीमागे लोक आपल्या प्रयत्नांना हसतात आणि आपली कुचेष्टा केली जाते, याची त्याला

जाणीव होती.

अखेर २१ ऑगस्टचा तो दिवस उजाडला. कोरेलियॉव्हच्या सहकाऱ्यांनी परत एकदा सगळी यंत्रणा तपासली. जीव मुठीत धरून कोरेलियॉव्ह सगळं बघत होता. अखेर रॉकेट उड्डाणसाठी सज्ज झालं. त्यासाठीची यंत्रणा कार्यान्वयित करण्यात आल्यावर नेहमीप्रमाणेच आगीचा लोळ उमटला आणि रॉकेटनं उड्डाण करण्यासाठी जरा वेळ घेतला. त्यानंतर ते वरच्या दिशेनं उडायला लागलं. आता ते नेहमीप्रमाणेच हेलकावे खाईल आणि कोसळेल अशी भीती कोरेलियॉव्हला वाटत होती; प्रत्यक्षात मात्र रॉकेट खाली आलंच नाही. वर जात जात निळ्याशार आकाशाच्या दिशेनं ते गायब झालं. काही वेळानंतर ते त्याच्या सायबेरियामधल्या ईप्सित ठिकाणी पोहोचलं आणि खाली उतरलं. हा सगळा घटनाक्रम बघून कोरेलियॉव्ह आणि त्याचे सहकारी यांना काही सुचेनासं झालं! अथक परिश्रमांनंतर आणि असंख्य वेळा आलेल्या अपयशानंतर पहिल्यांदाच कोरेलियॉव्हच्या R-7 रॉकेटची चाचणी यशस्वी ठरली होती! शेवटच्या संधीचं चीज झालं. कोरेलियॉव्ह आणि त्याचे सहकारी यांनी नुसता जल्लोष केला. त्या रात्री कोरेलियॉव्हला अजिबात झोप आली नाही. तो नुसता दारू ढोसत आपल्या सहकाऱ्यांबरोबर उत्तेजित अवस्थेतली बडबड करत राहिला. रॉकेटच्या उड्डाणाच्या चाचणीमधल्या या यशाची वार्ता सोव्हिएत वृत्तसंस्थेनं २७ ऑगस्ट, १९५७ या दिवशी जारी केली आणि अमेरिकेत फॉन ब्राऊन पार दुःखी झाला. या घटनाक्रमाचा त्याच्या दृष्टीनं एकच अर्थ लागू शकत होता. सोव्हिएत युनियन अंतराळात उपग्रह पाठवण्याच्या संदर्भात अगदी सज्ज झालेली असताना अमेरिका मात्र याकडे पूर्णपणे दुर्लक्ष करत होती. या स्पर्धेत म्हणूनच अमेरिकेची पीछेहाट होणार हे त्याला अगदी उघडपणे जाणवत होतं.

आश्चर्य म्हणजे तिकडे आपल्याला अंतराळात उपग्रह पाठवण्याची कसलीच घाई नसल्याचं सोव्हिएत युनियनच्या 'केजीबी' या गुप्तचर संस्थेनं कोरेलियॉव्हला सांगितलं. कोरेलियॉव्हनं याकडे साफ दुर्लक्ष करत दररोज या उपग्रहाच्या कामाच्या प्रगतीसंबंधीची माहिती जाणून घेण्यासाठीचा सपाटाच लावला. ज्या केंद्रात या उपग्रहाची बांधणी केली जात होती, तिथं दररोज न चुकता कोरेलियॉव्हचा एक तरी फोन येतच असे. शेवटी 'स्पुटनिक' हा उपग्रह तयार झाल्यावर त्याच्या तपासणीसाठी कोरेलियॉव्हला बोलावण्यात आलं. या २३ इंच परिघाच्या आणि फक्त ८३.५० किलो वजनाच्या चंदेरी गोळ्याला चार शिंगं फुटल्यासारखे चार अँन्टेना बिनतारी संदेशवहनासाठी बसवण्यात आले होते. हे बघून कोरेलियॉव्ह सुखावला असला, तरी त्यानं या उपग्रहाला एकदम चमकवणं गरजेचं असल्याचं सांगून त्याची साफसफाई करण्याचे आदेश दिले. स्पुटनिकला इतकं चमकवण्याचं कारण म्हणजे त्यावरून सूर्यकिरणं अगदी व्यवस्थितपणे परावर्तित होतील आणि यामुळे त्यात

प्रमाणाबाहेर उष्णता साठून राहणार नाही, असं होतं. तसंच पृथ्वीच्या वातावरणाच्या वरच्या थरात हा उपग्रह जाणार असल्यामुळे पृथ्वीवरूनसुद्धा तो आपल्या चकाकण्यामुळे दिसू शकला असता. याच्यामधल्या बिनतारी संदेशवहनासाठीच्या एका ट्रान्समीटरची फ्रिक्वेन्सी २०.००५ मेगाहर्ट्झ इतकी तर दुसऱ्या ट्रान्समीटरची फ्रिक्वेन्सी ४०.००२ मेगाहर्ट्झ इतकी होती. यामुळे स्पुटनिकमधून पाठवले जाणारे बिनतारी संदेश अगदी दूरपर्यंत ऐकू जाणार हे नक्की होतं. तसंच या दोन ट्रान्समीटर्सपैकी एका वेळी एकच ट्रान्समीटर संदेशांचं प्रक्षेपण करेल आणि त्यावेळी दुसरा ट्रान्समीटर गप्प राहील अशी यंत्रणा बसवण्यात आली. यामुळे दोन ट्रान्समीटर्समधून एकाच वेळी संदेश प्रसारित होऊन गोंधळ माजणार नाही, अशी यामागची योजना होती.

आता चाचण्यांचा काळ संपला. खऱ्या परीक्षेची वेळ जवळ आली. रॉकेटचा वापर करून स्पुटनिक हा उपग्रह अंतराळात सोडण्यासाठीचं काम सुरू झालं. नेहमी प्रचंड बडबड करणारा आणि बेचैन असणारा कोरेलियॉव्ह अचानकपणे एकदम शांत झाला. तो जवळपास भावनाशून्य असल्यासारखा सगळीकडे वावरे. आपल्या आयुष्यातल्या सगळ्यात कठीण परीक्षेचा काळ जवळ आल्याची भावना तो मनात बाळगून होता. हे काम यशस्वी ठरेल का, ही शंका त्याला भेडसावत होती. अजूनही किती तरी अनाकलनीय गोष्टी घडू शकतात आणि आपला प्रकल्प गुंडाळून टाकावा लागू शकतो, याची त्याला पुरेपूर कल्पना होती. मुळात पृथ्वीभोवतालच्या वातावरणाचं कवच कुठे संपतं आणि अंतराळ कुठे चालू होतं याविषयीच अजून छातीठोकपणे कुणाला सांगता येत नव्हतं. अत्यंत नाजूक अशा स्पुटनिकला काही इजा झाली तर सगळं मुसळ केरात जाणार होतं. रॉकेट नीटपणे उड्डाण करू शकलं नाही, तर रॉकेट, इंजिन, स्पुटनिक हे सगळं नष्ट होण्याची दाट शक्यता होती. हे सगळं टळून उड्डाण नीटपणे पार पडलं, तरी मुळात स्पुटनिक हा उपग्रह पृथ्वीच्या कक्षेत पोहोचू शकेल का आणि जरी तो तिथे पोहोचला तरी तिथून तो बिनतारी संदेश पाठवू शकेल का, हा शेवटचा प्रश्न होता. याचं कारण म्हणजे पृथ्वीच्या भोवतालच्या वातावरणाच्या सगळ्यात वरच्या 'आयनोस्फिअर'नावाच्या थरावर सूर्यकिरणांच्या

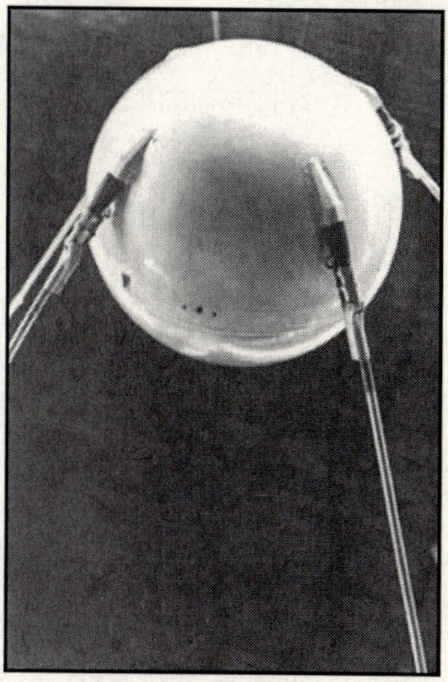
स्पुटनिक

भेदक माऱ्यामुळे सतत किरणोत्सर्जन होत असतं. या किरणोत्सर्जनात स्पुटनिक पाठवत असलेले बिनतारी संदेश गडप होऊन लुप्त पावण्याची दाट शक्यता होती. अंतराळामधलं विलक्षण तापमान, तिथलं वातावरण, किरणोत्सर्जन आणि इतर असंख्य माहीत नसलेल्या गोष्टी हा बिचारा स्पुटनिक कसा काय सहन करू शकेल, असा रास्त प्रश्न कोरेलियॉव्हला भेडसावत होता.

अंतराळात रॉकेट पाठवायचं तर त्यासाठी असंख्य क्लिष्ट गणिती समीकरणं मांडणं गरजेचं होतं. कुठल्या कोनांमधून, किती वेगानं, कुठल्या दिशेनं रॉकेट पाठवायचं हे ठरवणं म्हणजे महाकर्मकठीण काम होतं. अनेकजणांनी खूप काथ्याकूट करून यासाठीचे अंदाज बांधले. त्यानुसार संबंधित यंत्रणांमध्ये योग्य अशा सोयी करण्यात आल्या. या कामासाठी मॉस्को स्टेट युनिव्हर्सिटी इथले सोव्हिएत युनियनमधले पहिलेवहिले संगणक वापरण्यात आले. खोलीभर पसरलेल्या या अजस्र संगणकांमध्ये कागदी टेप्सना पंचिंग मशिनद्वारा भोकं पाडून माहिती पुरवली जाई. या माहितीचा वापर करून हे संगणक क्लिष्ट समीकरणं सोडवत आणि त्यांची उत्तरं देत.

कोरेलियॉव्हची झोप उडाल्यासारखीच होती. त्यामुळे कित्येकदा तो स्पुटनिकच्या बांधणीचं काम करत असलेल्या प्रयोगशाळेत रात्री जाऊन बसे. तिथं स्पुटनिकमधून बिनतारी संदेश पाठवण्यासाठी बसवण्यात येत असलेल्या 'रेडिओ ट्रान्समीटर'च्या चाचण्या घेण्याचं काम सुरू असे. जेव्हा स्पुटनिक अंतराळातून पृथ्वीवर बिनतारी संदेश पाठवेल, तेव्हा तो संदेश 'बीप' अशा आवाजाच्या रूपानं पृथ्वीवर मिळेल असं निश्चित करण्यात आलं होतं. म्हणजेच जर पृथ्वीवर 'बीप ... बीप ...' असा आवाज ऐकू येत राहिला, तर याचा अर्थ स्पुटनिक यशस्वीपणे पृथ्वीच्या कक्षेत फिरत असल्याचा पुरावा मिळणार होता. त्या दिवसाची स्वप्नं कोरेलियॉव्ह बघत राही. नीनाला लिहिलेल्या पत्रात 'मी स्वप्नांमध्ये नुसता बुडून गेलो आहे ... मानवी संस्कृतीच्या इतिहासामधल्या सगळ्यात भन्नाट स्वप्नाच्या पूर्ततेच्या मी अगदी जवळ आलो आहे असं मला वाटतं आहे ... अशी स्वप्नं बघितली नाहीत, तर पंख नसलेल्या पक्ष्यांसारखी आपली अवस्था असते, असं मला जाणवतं ... तसा आत्तापर्यंतच्या प्रत्येक शतकात रात्रीच्या आकाशाकडे बघून माणूस निरनिराळी स्वप्नं बघत होताच की ...' असं कोरेलियॉव्हनं लिहिलं.

एके दिवशी कोरेलियॉव्ह नेहमीप्रमाणेच आपल्या कामात व्यग्र असताना त्याचे काही सहकारी अगदी धावतपळतच त्याच्या जवळ आले. ६ ऑक्टोबर, १९५७ या दिवशी वॉशिंग्टनमधल्या एका खगोलशास्त्र परिषदेत 'पृथ्वीभोवतालचा उपग्रह' अशा अर्थाचं शीर्षक असलेलं एक भाषण दिलं जाणार असल्याची सनसनाटी बातमी त्यांनी आणली. याचा अर्थ ४ ऑक्टोबरला अमेरिका आपला उपग्रह

अंतराळात सोडणार, ५ ऑक्टोबरला त्यासंबंधीची अधिकृत घोषणा करणार आणि ६ ऑक्टोबरला त्याविषयीची माहिती भाषणातून सगळ्यांसमोर सादर केली जाणार, असा अर्थ या मंडळींनी काढला. म्हणजेच सोव्हिएत युनियनला अंतराळभरारीच्या युद्धात अमेरिका अखेर मागे टाकणार तर! या बातमीमुळे कोरेलियॉव्ह पार हादरला आणि त्यानं तातडीनं 'केजीबी' या सोव्हिएत गुप्तचर संस्थेशी संपर्क साधला. या संस्थेनं नेहमीच्या थंडपणानं कोरेलियॉव्हच्या प्रश्नाला 'अमेरिका ४ ऑक्टोबरला अंतराळात उपग्रह सोडणार असल्याची कुठलीही माहिती आम्हाला मिळालेली नाही; पण त्याचबरोबर अमेरिका ४ ऑक्टोबरला अंतराळात उपग्रह सोडणार नाही अशी माहितीसुद्धा आम्हाला मिळालेली नाही' असं अजब उत्तर दिलं! यामुळे इतर कुणाच्या नादाला लागायचं नाही, असं ठरवून कोरेलियॉव्ह कामाला लागला. पुढच्या ज्या R-7 रॉकेटची वाट तो आतुरतेनं बघत होता, ते रॉकेट ४ ऑक्टोबरलाच उपलब्ध होऊ शकेल, असं त्याला समजलं. त्यामुळे त्याच दिवशी या रॉकेटद्वारा स्पुटनिक अंतराळात सोडण्यासाठी प्रयत्न करायचं त्यानं ठरवलं.

आता कोरेलियॉव्हच्या उत्साहाला आणि घाईगडबडीला तोड नव्हती. आपल्याकडे लग्नघरात अनेक स्त्रिया ज्या घाईगडबडीनं विलक्षण वेगानं इकडून तिकडे करत असतात, त्याहून जास्त लगबगीनं कोरेलियॉव्ह एका विभागातून दुसऱ्या विभागात जाई. अनेक लोकांशी तो बोले. वारंवार निरनिराळ्या गोष्टी तो तपासे. अर्थातच हे सगळं करताना दुर्मिळ झालेली त्याची सहनशक्ती अनेकदा संपे आणि तो लोकांवर डाफरे. तरीही एखादी चूक शिल्लक राहिल्यामुळे आयुष्यभर पश्चात्ताप करावा लागण्यापेक्षा एकच गोष्ट दहादहा वेळा तपासून तिची खात्री करून घेणं कधीही चांगलं, असं तो मानत असल्यामुळे सगळ्यांच्या मानगुटीवर बसून तो हे काम करून घेई. अखेर ३ ऑक्टोबरला हे रॉकेट उड्डाणस्थळी आणण्यात आलं. पुढच्या दिवशी उड्डाणाच्या एक तास आधी कोरेलियॉव्हनं आपल्या सहकाऱ्यांची भेट घेतली. कधी नव्हे ते ग्लुश्कोसुद्धा कोरेलियॉव्हशी सहकार्याची भूमिका घेत होता. या बैठकीला अनेक वरिष्ठ सोव्हिएत अधिकारी तसंच तंत्रज्ञही हजर होते. कोरेलियॉव्हकडे सगळ्यांच्या नजरा लागून राहिल्या होत्या. आपण इतिहास घडवण्याच्या किती जवळ आहोत याची कल्पना असल्यामुळे; पण त्याच्या जोडीला एका क्षणात हे सगळं मातीमोल होऊ शकतं याची जाणीवही असल्यामुळे कोरेलियॉव्हच्या तोंडून शब्दच फुटत नव्हते. शेवटी रॉकेटच्या अंतराळभरारीसाठीच्या उड्डाणपूर्व चाचण्या घेण्यात आल्या असल्याची आणि त्या सगळ्या यशस्वी ठरल्या असल्याची त्रोटक माहिती त्यानं दिली. स्पुटनिक या उपग्रहाच्याही सगळ्या चाचण्या अपेक्षेप्रमाणे बिनचूक ठरल्या असल्याचंही तो म्हणाला. तसंच 'आज रात्री मॉस्कोच्या वेळेनुसार १० वाजून २८ मिनिटं आणि ३४ सेकंद झाल्यावर आपण रॉकेट सोडणार

आहोत' अशी घोषणा त्यानं अत्यंत शांतपणे केली.

तो क्षण जवळ आला. आपापलं काम करण्यात सगळे तंत्रज्ञ गढून गेले. जिथून रॉकेट सोडलं जाणार होतं, तो भाग प्रकाशानं न्हाऊन निघाल्यासारखा तेजस्वी दिसत होता. प्रचंड आकाराच्या रॉकेटभोवती लिक्विड ऑक्सिजनच्या थरामुळे जरा धूसर दृश्य दिसत होतं. अखेर काऊंटडाऊन सुरू झाला आणि तो संपलाही. नेहमीप्रमाणेच कानठळ्या बसवणारा आवाज करत आणि आगीचे लोळ मागे टाकत रॉकेट आकाशात झेपावलं. रॉकेटची झेप अगदी व्यवस्थितपणे पार पडत असल्याची भावना सगळ्यांना सुखावत असतानाच ते अचानकपणे कलंडणार असं चित्र निर्माण झालं. यामुळे सगळ्यांच्याच छातीत धस्स झालं खरं; पण या खेपेला रॉकेटला अंतराळाचा वेध घ्यायचा असल्यामुळे ते आत्तापर्यंत चाचण्या घेतलेल्या रॉकेट्ससारखं सरळ रेषेत वर जाणार नसल्याची जाणीवही त्यांना झाली. हे रॉकेट खरंच पृथ्वीच्या कक्षेमध्ये शिरू शकेल का, या विचारांनी सगळ्यांच्या अंगावर शहारे आले! कोरेलियॉव्ह तर काही बोलण्यापलीकडच्या अवस्थेत होता. आता रॉकेट दिसेनासं झालं. कित्येक मिनिटं विलक्षण अस्वस्थतेत गेली.

जर रॉकेट यशस्वीरीत्या पृथ्वीभोवतालच्या आवरणाला छेदून अंतराळात गेलं असेल आणि त्यानं तिथं स्पुटनिकला अलगदपणे सोडलं असेल, तर ते आपल्याला कसं समजणार हे सगळ्यांना माहीत होतंच. पृथ्वीच्या कक्षेत फिरताना स्पुटनिक साधारणपणे आपल्या डोक्यावरच्या म्हणजेच सरळ दिशेत कधी ना कधी येणार. तसंच सातत्यानं तो 'बीप ... बीप ...' असे आवाज करत असणार. जेव्हा तो आपल्या डोक्यावर असेल तेव्हा हे आवाज आपल्याला पृथ्वीवर जाणवणार. यासाठी जवळच उभ्या केलेल्या एका गाडीमध्ये स्पुटनिककडून येत असलेले बिनतारी संदेश टिपण्यासाठीची 'रेडिओ स्टेशन' ही यंत्रणा उभी करण्यात आली होती. त्यामुळे सगळ्यांनी या गाडीकडे धाव घेतली. तिथे हा आवाज ऐकू येतो का, याची चाचणी घेण्यासाठी एक माणूस नेमण्यात आलेला होता. त्या माणसानं या रेडिओ स्टेशनमधल्या रिसीव्हरकडे शब्दशः जिवाचा कान करून काही आवाज ऐकू येतो का हे टिपण्याचा प्रयत्न केला. त्याला सुरुवातीला काहीतरी अंधूकपणे ऐकू येत असल्यासारखं वाटलं. त्यामुळे उत्साहित होऊन त्यानं आणखी नीटपणे रिसीव्हरकडे आपले कान रोखले. त्याबरोबर त्याला 'बीप ... बीप ... बीप ...' असा आवाज अगदी स्पष्टपणे ऐकू आला! यामुळे तो माणूस आणि त्याच्या अवतीभोवती जमलेली सगळी माणसं जणू वेडीच झाली! कोरेलियॉव्हनं इकडेतिकडे बघितलं. जवळपास प्रत्येक माणूस बेभान होऊन आपल्या आजूबाजूच्या दिसेल त्या माणसाला मिठी मारत होता आणि अत्यानंदामुळे चीत्कारत होता. अंतराळात उपग्रह पाठवण्याची वेडसर ठरवण्यात आलेली मोहीम चक्क यशस्वी झाली होती! कोरेलियॉव्ह आणि

त्याचे सहकारी यांनी आपल्या नव्या रॉकेटच्या साहाय्यानं अंतराळात पाठवलेला उपग्रह पृथ्वीभोवताली पृथ्वीच्या कक्षेत स्थिरावला होता आणि तिथून बिनतारी संदेश यशस्वीरीत्या पाठवत होता. पुढचे कित्येक तास तिथले सगळे लोक नुसता जल्लोष करत होते. अनेक महिन्यांच्या तणावपूर्ण निराशेनंतर हा आनंदाचा क्षण आला होता आणि तो पूर्णपणे साठवून ठेवण्यासाठी प्रत्येकाची धडपड सुरू होती. कित्येक जण अनेक रात्रींची झोप विसरून अथक परिश्रम करत होते. याचा शिणवटा त्यांना जाणवत असला, तरी या यशामुळे तो पार विस्मरणात गेल्यासारखे ते नाचत, खिदळत होते. कोरेलियॉव्हसुद्धा त्याचा सगळा राग विसरून एकदम आनंदात दिसत होता. आपल्या सहकाऱ्यांना उद्देशून 'आजवरच्या इतिहासातल्या काही महान शास्त्रज्ञांनी आणि आपल्याच कॉन्स्टंटिन झिओल्कोव्सकीनंसुद्धा बघितलेल्या स्वप्नांची आज पूर्तता झाली आहे ... माणूस कायमसाठी कधीच पृथ्वीला खिळून राहणार नाही, असं भाकीत झिओल्कोव्सकीनं पूर्वीच केलं होतं ... हे भाकीत खरं ठरवणारा पहिला उपग्रह म्हणजे स्पुटनिक ठरला आहे ... अंतराळाला गवसणी घालण्याच्या माणसाच्या स्वप्नाला प्रत्यक्षात आणण्यासाठीची वाटचाल आता सुरू झाली आहे ... रशियाच्या वतीनं तुम्हा सगळ्यांचे अगदी मनापासून आभार मानतो ...' असं विधान त्यानं केलं. दुसऱ्या दिवशी विमानानं मॉस्कोला जाण्यापूर्वी या प्रकल्पामध्ये महत्त्वाची कामगिरी बजावणाऱ्या सगळ्या शास्त्रज्ञांना आणि तंत्रज्ञांना भरपूर दारू मिळावी यासाठीची सूचना द्यायला कोरेलियॉव्ह विसरला नाही! विमानात बसल्यावर अतिथकव्यामुळे कोरेलियॉव्ह काही काळ झोपला खरा; पण तेवढ्यात या घडामोडीविषयी ऐकून उत्तेजित झालेल्या वैमानिकानं कोरेलियॉव्हला झोपेतून उठवलं. सगळ्या जगापर्यंत आपल्या यशाची बातमी पोहोचली असून, त्याविषयी जगाच्या कानाकोपऱ्यातून प्रतिक्रिया येत असल्याचं त्यानं कोरेलियॉव्हला सांगितलं. हे ऐकल्यावर कोरेलियॉव्हच्या डोळ्यांवरची झोप उडूनच गेली!

अत्यंत खडतर परिस्थितीत असंख्य प्रकारचे त्रास आणि अन्याय सोसून विलक्षण दबावाखाली अभूतपूर्व चिकाटी, परिश्रम आणि जिद्द यांच्या जोरावर कोरेलियॉव्हनं मिळवलेलं हे यश इतरांनी त्याच्यासमोर केवळ सलाम ठोकण्याच्या पात्रतेचं होतं, यात शंकाच नाही!

■

# आता अमेरिकेचा उपग्रहसुद्धा अंतराळात

स्पुटनिक ४ ऑक्टोबर १९५७ या दिवशी अमेरिकेला वळसा घालत असताना फॉन ब्राऊननं मात्र नव्या अमेरिकी संरक्षणमंत्र्याच्या स्वागतार्थ एक मेजवानी आयोजित केली होती. या मेजवानीदरम्यान गप्पाटप्पा सुरू असतानाच सोव्हिएत युनियननं स्पुटनिक नावाचा उपग्रह यशस्वीपणे पृथ्वीच्या कक्षेत पोहोचवला असल्याची बातमी तिथं आली आणि त्याबरोबर पार्टीमध्ये एकदम सन्नाटा पसरला! फॉन ब्राऊनचा रागानं नुसता तिळपापड झाला. जर अमेरिकी अधिकाऱ्यांनी आपल्या म्हणण्याकडे लक्ष दिलं असतं तर आपल्या ज्युपिटर रॉकेटच्या मदतीनं आपण अंतराळभरारी करू शकणारा उपग्रह पृथ्वीच्या कक्षेत पाठवू शकलो असतो, असं तो म्हणाला. आता त्याच्या संतापाला पारावार उरला नव्हता. नव्या अमेरिकी संरक्षणमंत्र्याकडे वळून तो सरळ 'नौदलाच्या रॉकेटवर सगळ्यांना खूप भरवसा असला, तरी ते अंतराळवारी करू शकणार नाहीत, याची मला खात्री वाटते,' असं म्हणाला. यावर अमेरिकी संरक्षणमंत्र्यानं प्रश्नार्थक चेहरा करताच 'मी पुढच्या दोन महिन्यांच्या आत अमेरिकी उपग्रह अंतराळात सोडू शकतो' असं फॉन ब्राऊननं आत्मविश्वासानं सांगितलं. अमेरिकी संरक्षणमंत्र्याशी अशा प्रकारे संभाषण करायला मिळत असल्याची संधी साधून त्यानं शीतयुद्धामध्ये सोव्हिएत युनियनला बाजी मारण्यापासून रोखायचं असेल तर आपण आता युद्धपातळीवर उपग्रह अवकाशात सोडण्यासाठी प्रयत्न केले पाहिजेत, असं त्याच्या गळी उतरवण्यासाठी फॉन ब्राऊननं खूप प्रयत्न केले. सोव्हिएत युनियनचा अंतराळावर वरचष्मा प्रस्थापित झाला की आपोआपच पृथ्वीवरसुद्धा त्यांचंच स्थान भरभक्कम होणार असं फॉन ब्राऊननं संरक्षणमंत्र्याला पटवून देण्यासाठी बरीच धडपड केली. पुढच्याच दिवशी 'न्यूयॉर्क टाइम्स'नं खाली दाखवलेला मथळा असलेली बातमी छापली आणि अमेरिका पूर्णपणे हादरून गेली :

SOVIET FIRE EARTH SATELLITE INTO SPACE;

IT IS CIRCLING THE GLOBE AT 18,000 MPH.

SPHERE TRACKED IN 4 CROSSINGS OVER THE US

The New York Times.

LATE CITY EDITION

SOVIET FIRES EARTH SATELLITE INTO SPACE;
IT IS CIRCLING THE GLOBE AT 18,000 M. P. H.;
SPHERE TRACKED OVER U.S. BY RADIO SIGNAL

560 MILES HIGH

U. S. Scientists Surprised At Weight of Red Satellite

ARGENTINA TAKES EMERGENCY STEPS



**न्यूयॉर्क टाइम्समधली बातमी**

---

या बातमीनं अमेरिकेमध्ये नुसती सनसनाटी माजवली. तर्कबुद्धीला काही काळासाठी विराम देत अतिउत्साही पत्रकारांनी अनेक अफवा पसरवल्या किंवा चित्रविचित्र अंदाज बांधले. उदाहरणार्थ, आता रॉकेटद्वारा फक्त उपग्रहच नव्हे, तर अण्वस्त्र अंतराळात पाठवण्यासाठीची तयारी सोव्हिएत युनियन नक्कीच करणार याविषयी अनेक पत्रकारांना खात्री वाटायला लागली. अमेरिकी लष्करी अधिकारी शांतपणे परिस्थितीचा आढावा घेत होते. फॉन ब्राऊन अंतराळात अमेरिकी उपग्रह पाठवण्यासंबंधीची आपली आग्रही भूमिका शक्य तितक्या आर्जवी स्वरांमध्ये सगळ्यांपुढे मांडण्यासाठी धडपडत राहिला. दरम्यान, सोव्हिएत युनियनच्या अंतराळभरारीमुळे निकिता ख्रुश्चेव्ह यांच्याभोवती अचानकपणे प्रचंड वलय निर्माण झालं. सोव्हिएत युनियनला विज्ञान आणि तंत्रज्ञान या क्षेत्रांमध्ये नवी भरारी घेण्यासाठी उद्युक्त करणारे आणि ही मोहीम पूर्णत्वाला नेणारे राष्ट्रपती अशी त्यांची नवी छबी प्रकाशझोतात आली. सोव्हिएत युनियनकडे एखादी दिव्य, अद्भुत शक्ती असावी,

अशा नजरेतून इतर देश त्यांच्याकडे बघायला लागले. दुसऱ्या महायुद्धामुळे मोडकळीच्या अवस्थेला आलेल्या सोव्हिएत युनियननं त्यानंतर जेमतेम दशकभराच्या काळात केलेली ही प्रगती सगळ्यांनाच थक्क करून सोडणारी होती. आता

सोव्हिएत युनियनकडे पूर्वीचं सामर्थ्य राहिलं नाही, अशी दर्पोक्ती करणारे देश एकदम भांबावून गेले आणि सोव्हिएत युनियनच्या वचकामुळे दबून राहिल्यासारखे वागायला लागले. १९५८ सालच्या जानेवारी महिन्यातसुद्धा बराच काळ स्पुटनिक पृथ्वीला घिरट्या घालत राहिलं. त्यानंतर त्याच्यामधलं इंधन संपलं, ते पृथ्वीच्या कक्षेबाहेर फेकलं जाऊन त्याचा स्फोट झाला आणि यामुळे ते पृथ्वीच्या वातावरणामध्ये शिरलं. सुरुवातीला पृथ्वीभोवतीची एक प्रदक्षिणा पूर्ण करण्यासाठी स्पुटनिकला ९६ मिनिटं आणि १२ सेकंद लागले; पण हळूहळू वातावरणामधल्या घर्षणामुळे स्पुटनिकच्या प्रदक्षिणेसाठीचा वेळ कमी होत गेला. म्हणजेच कमी काळात स्पुटनिकच्या पृथ्वीभोवतालच्या प्रदक्षिणा पूर्ण व्हायला लागल्या. स्पुटनिकला अंतराळात घेऊन गेलेलं रॉकेटसुद्धा थोडा काळ पृथ्वीच्या कक्षेत राहिलं आणि नंतर ते नष्ट झालं. रात्रीच्या अंधारात काही वेळा पृथ्वीवरून स्पुटनिक दिसू शके; पण नंतर लोक स्पुटनिक अंतराळात घेऊन गेलेल्या रॉकेटलाच चुकून स्पुटनिक समजत, असं लक्षात आलं. याचं कारण म्हणजे या रॉकेटमध्ये प्रकाश परिवर्तित करण्याची जास्त क्षमता असल्यामुळे ते स्पुटनिकपेक्षा अधिक ठळकपणे दिसे. तरीही हा अत्यंत थरारक प्रकार होता. स्पुटनिक एका दिवसात बर्लिन आणि डब्लिन या शहरांवरून १३ वेळा, न्यूयॉर्कवरून ७ वेळा, लंडन आणि टोकियो या शहरांवरून ६ वेळा तर वॉशिंग्टनवरून ५ वेळा गेलं.

सोव्हिएत युनियनमधल्या क्रांतीला ७ नोव्हेंबर, १९५७ या दिवशी चाळीस वर्षं पूर्ण होत होती. त्या निमित्तानं अंतराळभरारीशी संबंधित असलेला एखादा नवा धमाका करता येईल का, असा प्रश्न ख्रुश्चेव्ह यांनी कोरेलियॉव्हला विचारला. कोरेलियॉव्हनं मिळवून दिलेल्या यशामुळे सगळ्यांचीच त्याच्याकडे बघण्याची नजर पार बदलून गेली होती. थोडासा विचार करून आपण या निमित्तानं अंतराळात एक कुत्रा पाठवू, अशी कल्पना कोरेलियॉव्हनं लढवली आणि ती ख्रुश्चेव्ह यांच्या कानांवर घातली. या अकल्पित पण अत्यंत नाट्यमय सूचनेला ख्रुश्चेव्ह यांनी पसंती दर्शवली. हा खुसखुशीत बातमीचा विषय होऊ शकतो आणि आधीच सोव्हिएत युनियनविषयी निर्माण झालेल्या कुतूहलमिश्रित आदराला आणखी भन्नाट पातळीवर नेण्याची त्यात क्षमता आहे, याची ख्रुश्चेव्ह यांना जाणीव होती. अर्थात अंतराळात एखादा सजीव खरंच जिवंत राहू शकतो का, या प्रश्नाला कोरेलियॉव्हकडे उत्तर नव्हतं. अजूनपर्यंत याविषयी सखोल अभ्यास झाला, असं म्हणता येत नव्हतं. सगळं तर्कशास्त्रानुसार मांडलेली गृहीतकं आणि अंदाजपंचे तत्त्वं यांच्या आधारे सुरू होतं. त्यामुळे सजीवाला अंतराळात टिकाव धरता येणं शक्य असल्याची खात्री कुणालाच नव्हती.

दुसरा महत्त्वाचा मुद्दा म्हणजे नव्यानं अंतराळात सोडण्यासाठी आता सोव्हिएत

युनियनकडे उपग्रहच शिल्लक नव्हता! यामुळे नव्यानं उपग्रह तयार करण्याची गरज भासत होती. पहिला उपग्रह अंतराळात गेल्याच्या आनंदाप्रीत्यर्थ कोरोलियॉव्हचे सगळे सहकारी सुट्टीवर गेले होते. त्यांना पुन्हा कामावर बोलावून घेण्यात आलं. उपग्रहात सजीव जिवंत राहू शकेल यासाठीची यंत्रणा बसवण्यासाठी काय करावं लागेल याची चर्चा सुरू झाली. तसंच हा नवा उपग्रह सोडण्यासाठी R-7 रॉकेटमध्ये काय बदल करावे लागतील याचाही विचार झाला. नव्यानं रॉकेटची रचना करणं तर शक्यच नव्हतं. कुत्रा जिवंत राहील यासाठीची जीवरक्षक यंत्रणा बसवलेला एक गोलाकार कप्पा तयार करण्यात आला. याला तांत्रिक भाषेत 'कॅप्सूल' असं म्हणतात. ढोबळमानानं आपण त्याला अंतराळयान म्हणू. यात अन्नपाण्याखेरीज ऑक्सिजनचा पुरवठा करण्यात आला आणि शिवाय त्यात कार्बन-डाय-ऑक्साईड शोषून घेण्याचीही सोय होती. तसंच खूप उंचीवर गेल्यानंतरच्या विरळ हवामानात कुत्रा जिवंत राहावा तसंच त्याच्या आसपासचं तापमानसुद्धा एकसारखं राहावं यासाठीच्या यंत्रणाही बसवण्यात आल्या. कुत्र्यासाठी तयार करण्यात आलेल्या या यंत्रणेमुळे उपग्रहाचं वजन आधीच्या उपग्रहापेक्षा तब्बल सहापटींनी वाढलं असलं तरी त्यात एक टीव्ही संच बसवण्याइतकी जागा तसंच वजन पेलण्याची क्षमता टिकून होती. कुत्र्याची अंतराळातली दृश्यं टिपण्यासाठी आणि पृथ्वीवर पाठवण्यासाठी ही सोय करण्यात आली.

'अंतराळप्रवास' करण्यासाठी अनेक कुत्र्यांची चाचणी घेण्यात आली. त्यानंतर त्यांना ठरावीक स्वरूपाचा सराव देण्यात आला. शेवटी त्यांच्यापैकी एका कुत्रीची निवड करण्यात आली. प्रत्यक्षात 'शांत स्वभाव' असलेल्या या कुत्रीचं नाव 'लैका' (म्हणजे 'खूप भुंकणारी') असं होतं! कोरोलियॉव्हनं आपल्या नेहमीच्या स्वभावानुसार लैकाची जीवरक्षक प्रणाली अंतराळात अगदी अचूकपणे चालू शकेल याची अनेकदा खातरजमा केली. कुठलाही धोका पत्करायला तो कधीच तयार नसे. ३१ ऑक्टोबर या दिवशी लैकाच्या हृदयाचे ठोके, तिचा रक्तदाब तसंच तिचं श्वसन या गोष्टींचं मोजमाप करणारी यंत्रणा तिच्या शरीराला जोडण्यात आली आणि तिला तिच्या अंतराळयानामध्ये पट्टा बांधून बसवण्यात आलं. पुढचे दोन दिवस तिला अंतराळात नेणाऱ्या R-7 रॉकेटची बांधणी सुरू असताना या रॉकेटच्या अगदी वरच्या भागात म्हणजेच त्याच्या नाकासारख्या निमुळत्या भागाजवळच्या या कप्प्यात लैका शांतपणे बसून राहिली. इतिहासात आपलं नाव कायमसाठी कोरलं जाऊ शकतं याची त्या बिचारीला कुठून कल्पना येणार? शेवटी ३ नोव्हेंबर या दिवशी लैकाला घेऊन रॉकेट अंतराळाकडे झेपावलं. रॉकेट अंतराळाकडे झेपावण्याच्या वेळी लैकाच्या हृदयाच्या ठोक्यांचा वेग वाढून प्रति मिनिट २६० वर गेला; पण तिच्या प्रकृतीविषयी अहवाल पाठवणाऱ्या यंत्रणेत काही दोष मात्र आढळत नव्हते.

रॉकेट अंतराळात गेल्यावर पृथ्वीच्या कक्षेत स्थिरावण्याच्या सुमाराला लैका अगदी शांत वाटत होती. तिचं श्वसनही व्यवस्थितपणे सुरू होतं. तिला अंतराळामधल्या विलक्षण उष्णतेचा मात्र नक्कीच त्रास होत होता. याची पूर्वकल्पना असल्यामुळे तंत्रज्ञांनी लैकाच्या अंतराळयानाभोवती थंडावा निर्माण करणारी यंत्रणा बसवली होती. असं असूनही ही यंत्रणा अपुरी पडली आणि साधारण सहा तासांच्या अवधीनंतर अतिउष्णतेमुळे लैका मरण पावली. हे सत्य दडवून सोव्हिएत प्रचारकांनी लैका अंतराळात तब्बल चार दिवस जिवंत राहू शकल्याचा दावा पुढची कित्येक वर्षं केला. तरीही सोव्हिएत युनियननं अंतराळात पाठवलेल्या रॉकेटमध्ये बसलेली एक कुत्री जणू काही पृथ्वीवरच्या एखाद्या रस्त्यावरून जात असलेल्या मोटारीत बसल्यासारखी आरामात बसून राहिलेली असल्याची दृश्यं अमेरिकेपर्यंत पोहोचली आणि एकच खळबळ माजली! सोव्हिएत युनियननं आपल्या आधी अंतराळात नुसताच एक उपग्रह सोडण्यात यश मिळवलेलं नसून, त्यापुढे जात एक सजीव अंतराळात पाठवलेला असल्याच्या खबरीनं अमेरिकेचं धाबं दणाणलं.

काही वर्षांनी सोव्हिएत युनियनमध्ये एका सिगारेटच्या पाकिटावर लैकाचं

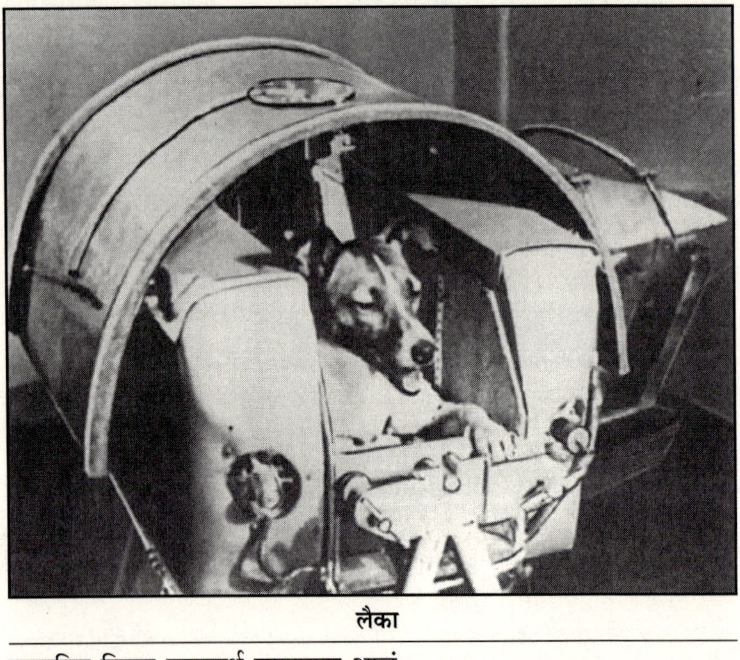

**लैका**

छायाचित्र तिच्या स्मरणार्थ छापण्यात आलं.

ख्रुश्चेव्हनं या घटनाक्रमाचा पुरेपूर फायदा उठवून अनेक विपर्यस्त विधानं केली

आणि अमेरिकेच्या जखमेवर चांगलं मीठ चोळलं. आता मात्र फॉन ब्राऊनच्या सहनशक्तीचा अंत झाला. त्यानं अमेरिकेच्या शैथिल्यावर बोचरी टीका करणारी विधानं पत्रकारांसमोर केली. कहर म्हणजे अमेरिकेच्या अंतराळभरारीच्या प्रकल्पाची जबाबदारी फॉन ब्राऊनच्या खांद्यांवर असल्यामुळे अमेरिकेची यात पीछेहाट होण्याला तोच कारणीभूत आहे, असा अजब निष्कर्ष एका समितीनं काढल्यावर तर फॉन ब्राऊनच्या रागाला काही सीमाच उरली नाही. आपल्या सगळ्या सूचनांना मातीमोल ठरवणाऱ्या अधिकाऱ्यांनी अपयशाचं खापर आपल्याच माथ्यावर फोडावं याहून त्याच्या दृष्टीनं आणखी काही मोठा अपमान असूच शकत नव्हता. फॉन ब्राऊननं स्वतःच्या मनातला संताप पत्रकारांसमोर उघड केल्याचा राग अमेरिकी लष्करी अधिकाऱ्यांच्या मनात सलत होता. त्याचा बदला त्यांनी या प्रकारे घेतला. अर्थातच फॉन ब्राऊन यामुळे अजूनच उखडला. त्यानं अमेरिकी लष्करामधल्या संबंधित अधिकाऱ्यांवर जाहीरपणे जोरदार टीका केली. दरम्यान ७ नोव्हेंबर, १९५७ या दिवशी अमेरिकी राष्ट्रपती ड्वाईट आयसेनहॉव्हर यांनी सोव्हिएत युनियनच्या विलक्षण यशामुळे अमेरिकेनं काळजीत पडण्याचं काहीच कारण नसल्याचं टीव्हीवर सांगितलं. तसंच अमेरिकेनंही अंतराळात रॉकेट पाठवलं असल्याचं सांगितलं. हे खरं होतं. अमेरिकेच्या 'ज्युपिटर' या क्षेपणास्त्राचा एक भाग अंतराळातून परत मिळवण्यात यश आलं होतं. म्हणजेच हे क्षेपणास्त्र अंतराळापर्यंत मजल मारू शकलेलं होतं. या कामात फॉन ब्राऊनचा सिंहाचा वाटा होता. आयसेनहॉव्हर यांनी आपल्या भाषणात मात्र अमेरिकी लष्कर किंवा फॉन ब्राऊन यांचा साधा उल्लेखसुद्धा केला नाही. यामुळे फॉन ब्राऊनच्या सहनशक्तीच्या सगळ्या सीमारेषा ओलांडल्या गेल्या आणि त्यानं सरळ आपल्या पदाचा राजीनामा दिला.

याच्या पुढच्याच दिवशी अचानकपणे फॉन ब्राऊनला अमेरिकी उपग्रह रॉकेटद्वारा अंतराळात पाठवण्यासंबंधीचं काम सुरू करण्याची परवानगी देण्यात आली. या नाट्यमय घोषणेमुळे फॉन ब्राऊन प्रचंड आश्चर्यचकित झाला; पण अर्थातच खूप सुखावला. अमेरिकी नौदल काम करत असलेल्या Vanguard रॉकेटला अंतराळात पाठवण्यासाठी अजूनही अग्रक्रम दिला जात असला तरी त्यापाठोपाठ अमेरिकी पायदळातर्फे म्हणजेच फॉन ब्राऊनच्या नेतृत्वाखाली काम सुरू असलेल्या Jupiter रॉकेटला त्यापाठोपाठ संधी मिळेल असं सांगण्यात आलं. यामुळे सगळे वादविवाद आणि सगळी निराशा पार झटकून फॉन ब्राऊन नव्या उत्साहानं कामाला लागला. आपल्या रॉकेटचे त्यानं चार टप्पे बनवले. या रॉकेटद्वारा अंतराळात Explorer 1 नावाचा उपग्रह पाठवायचं ठरलं. वैज्ञानिक निरीक्षणं नोंदवू शकणाऱ्या या उपग्रहाचा परीघ ३४ इंचांचा तर त्याचं वजन साधारणपणे साडेतेरा किलो असेल, असं ठरलं. उपग्रहाच्या आसपासचं तापमान मोजण्याखेरीज पृथ्वीभोवतालचं किरणोत्सर्जन

किती असतं याचा अभ्यास करण्यासाठीची म्हणजेच 'कॉस्मिक रे' तपासण्यासाठीची यंत्रणाही त्यात बसवण्यात आली. उपग्रहातून ही माहिती पृथ्वीवर पाठवण्यासाठी त्यात ट्रान्समीटर यंत्रणा बसवली गेली आणि हे काम करण्यासाठीची ऊर्जा पुरवण्यासाठी तिला रासायनिक तत्त्वांवर काम करणाऱ्या बॅटऱ्या जोडण्यात आल्या.

तिकडे ६ डिसेंबर या दिवशी आपला उपग्रह रॉकेटद्वारा अंतराळात सोडण्यासाठी अमेरिकी नौदल सज्ज झालं. या दिवसाकडे सगळं जग नजर लावून बसलं होतं. अमेरिकेमध्ये तर अर्थातच याविषयी विलक्षण कुतूहल वाटत होतं. या घटनेची दृश्यं टीव्हीवर थेट प्रक्षेपणाद्वारा प्रसारित करायचं ठरलं. अमेरिकी रॉकेटच्या अंतराळभरारीचा तो क्षण जवळ आल्यावर सगळे जण श्वास रोखून त्याकडे बघत होते. नेहमीप्रमाणेच ज्वाळा मागे सोडत हे रॉकेट अंतराळाच्या दिशेनं झेपावलं खरं; पण जमिनीपासून फक्त तीन फूट उंचीवर गेल्यानंतर म्हणजेच उड्डाण केल्यावर फक्त एक-दोन सेकंदांमध्येच ते खाली कोसळलं. हे सत्तर फूट धूड कोसळताच त्याच्यामध्ये बसवण्यात आलेला उपग्रह निसटून बाहेर आला आणि अंतराळातून 'बीप ... बीप ... बीप ...' असे बिनतारी संदेश पाठवण्याऐवजी पृथ्वीच्या पृष्ठभागावरूनच त्याच्यातून हे केविलवाणे संदेश निघत असल्याचं दारुण दृश्य सगळ्यांनी अनुभवलं! हा उपग्रह सोडून सगळं जागीच जळून खाक झालं.

अमेरिकेच्या मोठ्या गाजावाजानिशी सादर करण्यात आलेल्या या अंतराळभरारीच्या केविलवाण्या शेवटाचे जोरदार पडसाद उमटले. जिथेतिथे अमेरिकेची छी: थू झाली. अमेरिकी वर्तमानपत्रांनी आणि टीव्ही चॅनेल्सनी तर सोव्हिएत युनियनच्या 'स्पुटनिक' समोर अमेरिकेचं हे 'Flopnik(फ्लॉपनिक)' असल्याचं म्हटलं! दूषणांना तर काही कमतरताच नव्हती. अनेक जणांनी अमेरिकेच्या अपयशाचं वर्णन करण्यासाठी तिची थट्टा उडवणारी Dudnik, Puffnik, Oopsnik, Stallnik, Goofnik, Kaputnik अशी अनेक विशेषणं शोधून काढली. या प्रकल्पाच्या संचालकानंही हे अपयश म्हणजे इतिहासामधल्या सगळ्यात मोठ्या नामुष्कींपैकी एक असल्याचं मान्य करून टाकलं. अमेरिकी संसदेमध्ये या अपयशामुळे गदारोळ माजला. देशाची लाज निघाली असल्याची खरमरीत टीका तेव्हा सिनेटर असलेल्या आणि नंतर अमेरिकी राष्ट्रपतिपदाची सूत्रं हाती घेणाऱ्या लिंडन जॉन्सननं केली. तिकडे ख्रुश्चेव्हच्या आनंदाला मात्र पारावार उरला नाही. एकीकडे सोव्हिएत युनियनचं भन्नाट यश आणि दुसरीकडे अमेरिकेवर ओढवलेली विलक्षण नामुष्की, अशा दुहेरी घटनाक्रमामुळे तो प्रचंड आनंदात होता. त्याची प्रतिमा प्रचंड उजळली.

अमेरिकी नौदलाच्या रॉकेटला असं अपयश सोसावं लागलं असल्यामुळे आता टीकेचा महापूर ओसरल्यावर फॉन ब्राऊनच्या कामाकडे सगळ्यांचं लक्ष लागून राहिलं. फॉन ब्राऊननं अमेरिकी पायदळाच्या वतीनं तयार केलेलं रॉकेट जानेवारी

महिन्याच्या अखेरीला अंतराळात सोडण्यासाठीची तयारी सुरू झाली. यासाठी तीन दिवसांची मुदत होती; म्हणजेच या ठरावीक तीन दिवसांमध्ये या रॉकेटचं उड्डाण झालं तर ठीकच; अन्यथा नौदलाला दुसरी संधी मिळेल असं ठरलं. नौदलासाठीची दुसरी संधी फेब्रुवारी महिन्याच्या सुरुवातीला निश्चित करण्यात आली. अर्थातच काहीही करून आपल्या दिशेनं चालून आलेली ही संधी सोडण्याची फॉन ब्राऊनची अजिबातच तयारी नव्हती. २९ जानेवारीला त्याचं रॉकेट अंतराळाच्या दिशेनं झेपावण्याच्या हेतूनं उड्डाणस्थळी नेण्यात आलं. उड्डाणाची सगळी तयारी झाली आणि त्यासाठीचं 'काऊंटडाऊन'ही सुरू झालं. तेवढ्यात हवामान खराब असल्याच्या बातम्या येऊन थडकायला सुरुवात झाली. वातावरणाच्या वरच्या भागात तर तब्बल २७५ किलोमीटर्स वेगानं वारे वाहत असल्याचं समजल्यामुळे फॉन ब्राऊनच्या मनात चलबिचल सुरू झाली. यामुळे रॉकेटच्या अंतराळाच्या दिशेनं होऊ घातलेल्या प्रवासात नक्कीच मोठे अडथळे निर्माण झाले असते. साहजिकच रॉकेटचं उड्डाण थांबवण्यात आलं. आता पुन्हा नौदलाला संधी मिळण्याच्या आत आपली संधी साधण्यासाठी आपल्याकडे आणखी फक्त दोनच दिवस उरले असल्याची फॉन ब्राऊनला जाणीव होती. त्याच्या दुर्दैवानं यानंतरच्या दिवशी तर हवामान अजूनच जास्त बिघडलं. आता जमिनीपासून ४०,००० फूट अंतरावर ताशी ३७० किलोमीटर्स वेगानं वारं घोंघावत होतं. इतक्या आतुरतेनं आपल्या परिश्रमांच्या निकालाची वाट बघणारा फॉन ब्राऊन यामुळे निराश झाला. आपल्यासमोर चालून आलेली संधी आपण नाइलाजानं गमावणार याविषयी त्याची मनोमन खात्री पटली. हे वारं इतक्यात थांबणार नाही आणि वाहतीलच, असं पुढच्या काही दिवसांच्या हवामानाविषयीचं भाकीत असल्यामुळे फॉन ब्राऊननं गाशा गुंडाळण्याची मानसिक तयारी केली. तेवढ्यात एका तरुण हवामानशास्त्रज्ञानं त्याच दिवशीच्या संध्याकाळच्या सुमाराला काही तास घोंघावणाऱ्या वाऱ्याचा झंझावात कमी होण्याची शक्यता व्यक्त केली असल्याचं फॉन ब्राऊनला समजलं. या संधीचा फायदा उठवायचं त्यानं ठरवलं.

अशा रीतीनं ३१ जानेवारी, १९५८ रोजी रात्री साडेआठ वाजता फॉन ब्राऊन आणि त्याचे सहकारी यांची आपल्या रॉकेटच्या उड्डाणासाठीची प्रतीक्षा नव्यानं सुरू झाली. तेवढ्यात रॉकेटच्या प्रस्तावित उड्डाणाच्या जेमतेम दोन तास आधी म्हणजे पावणेदहा वाजता एक गंभीर समस्या निर्माण झाली. रॉकेटच्या खालीच असलेल्या इंधनाच्या टाकीतून इंधन गळत असल्याचं लक्षात आलं. हे रॉकेट उड्डाणासाठी जवळपास सज्ज असल्यामुळे या दोषाची चिकित्सा न करणं जिवावर बेतू शकलं असतं. साहजिकच 'नातेवाईक नसलेला; विनापाश' माणूस या इंधनगळतीच्या परीक्षणासाठी शोधावा लागला. तिकडे वॉशिंग्टनमध्ये बसलेल्या फॉन ब्राऊनच्या नशिबानं एका तरुण इंजिनिअरनं मोठ्या उत्साहानं आणि धाडसानं ही जबाबदारी पार

पाडण्याची तयारी दाखवली. रात्रीच्या अंधारात आणि रॉकेटच्या आसपासच्या धूसर वातावरणात हा तरुण धावतच रॉकेटपाशी गेला. सगळेच या दृश्याकडे जरा भीतियुक्त नजरेनं बघत होते. तेवढ्यात, काही काळातच हा तरुण अगदी सुखरूप परत आल्यामुळे सगळ्यांना हायसं वाटलं. ही इंधनगळती चुकून झाली असल्याचं आणि रॉकेटच्या यंत्रणेत कसलाच बिघाड झाला नसल्याचं स्पष्टीकरण त्यानं दिल्यावर फॉन ब्राऊन आणि त्याचे सहकारी यांचा जीव भांड्यात पडला. अगदी ऐन वेळी रॉकेटच्या यंत्रणेत काही दोष आढळला असता तर सगळंच मुसळ केरात जायची भीती होती. यानंतर पुन्हा एका दोषाची शक्यता व्यक्त करण्यात आली; पण तीही भीती निरर्थक ठरली. अखेर ठरल्या वेळेला Jupiter रॉकेटद्वारा अंतराळात Explorer 1 हा उपग्रह सोडण्यात आला. रॉकेट पडलं नाही!

रॉकेट अंतराळाकडे झेपावल्यामुळे सगळ्यांना हायसं वाटलं. अर्थातच इथून पुढे काय घडणार याकडे सगळे श्वास रोखून बघत होते. रॉकेट पडलंही नाही आणि ते अंतराळात पोहोचल्याचीही कुठलीच पावती मिळाली नाही. याचं कारण म्हणजे अंतराळात पोहोचल्यावर रॉकेटनं आपल्याबरोबर नेलेला उपग्रह पृथ्वीच्या कक्षेत सोडणं अपेक्षित होतं. हा उपग्रह जर पृथ्वीच्या कक्षेत यशस्वीपणे पोहोचला आणि स्थिरावला असेल तर त्यानं तिथून पृथ्वीवर बिनतारी संदेश पाठवणं अपेक्षित होतं. असा कुठलाच संदेश अमेरिकी तंत्रज्ञांनी पृथ्वीवर उभ्या केलेल्या 'रिसीव्हर' यंत्रणांना अजून तरी मिळालेला नव्हता. असा संदेश पाठवण्यासाठीची वेळ उलटून आठ मिनिटं झाली, तरी सगळीकडे नुसता शुकशुकाट होता. अमेरिकेचं नाक परत एकदा कापलं जाणार आणि ख्रुश्चेव्हच्या चेहऱ्यावर विजयी स्मितहास्य उमटणार याविषयी कुणाच्याच मनात शंका उरली नाही. फॉन ब्राऊन तर पार बेचैन झाला. तेवढ्यात उपग्रहाकडून आलेले संदेश टिपणाऱ्या यंत्रणांना अचानकपणे जाग आली! उपग्रहाकडून त्यांना 'बीप ... बीप ... बीप ...' हा आवाज ऐकू आला! हा उशीर होण्यामागचं कारण म्हणजे रॉकेट गरजेपेक्षा जास्त वेगानं अंतराळात जाऊन पोहोचल्यामुळे त्यानं सोडलेला उपग्रहसुद्धा पृथ्वीच्या कक्षेत जरा पुढे जाऊन स्थिरावला होता. साहजिकच आकडेमोडीनुसार व्यक्त करण्यात आलेल्या अंदाजांनुसार त्यानं बिनतारी संदेश न पाठवता तो जरा उशिरा पाठवला.

यामुळे नैराश्याची जागा जल्लोषानं घेतली. लहान मुलांनी एखादी चुरशीची स्पर्धा अगदी शेवटच्या क्षणी जिंकल्यावर करावा तसा जल्लोष सुरू झाला! वारंवार अपमान आणि निराशा यांच्या भोवऱ्यात अडकलेल्या फॉन ब्राऊनला आणि त्याच्या सहकाऱ्यांना आता काही सुचतच नव्हतं. अपार कष्ट घेऊन आणि अमेरिकेमध्ये त्यांना सोसाव्या लागलेल्या विरोधाला तोंड देऊन त्यांनी ही अभूतपूर्व कामगिरी करून दाखवली होती. अमेरिकेमध्ये सगळ्या माध्यमांनी या ऐतिहासिक घटनेची

विस्तारानं दखल घेतली. फॉन ब्राऊन तर 'टाईम' मासिकाच्या मुखपृष्ठावरच झळकला! फॉन ब्राऊनला अमेरिकी राष्ट्रपतींची भेट घेण्यासाठीचं आमंत्रण मिळालं. ऐन वेळी आपल्याकडे राष्ट्रपतींकडे जाताना घालणं अपेक्षित असलेला पांढऱ्या रंगाचा टाय नसल्याचं लक्षात आल्यावर फॉन ब्राऊनची पार भंबेरी उडाली. तेवढ्यात 'व्हाईट हाऊस'कडून या कार्यक्रमाचं व्यवस्थापन करणाऱ्या माणसानं फॉन ब्राऊनला 'व्हाईट हाऊस'मध्येच असा टाय मिळेल असं सांगितलं आणि त्यामुळे फॉन ब्राऊनचा जीव भांड्यात पडला. दबकत फॉन ब्राऊन अमेरिकी राष्ट्रपतींची वाट बघत असताना ते तिथं आले आणि कहर म्हणजे त्या भव्य दिवाणखान्यात काळ्या रंगाचा टाय घातलेले ते एकमेवच होते! आपल्याला ऐन वेळी पांढऱ्या रंगाचा टाय सापडला नसल्यामुळे आपण नाइलाजानं हा टाय घालून आल्याचं त्यांनी काहीशा शरमलेल्या स्वरांमध्ये सांगताच फॉन ब्राऊनला जरा हसूच आलं!

अमेरिकेमध्ये अचानकपणे विलक्षण प्रकाशझोतात आलेल्या आणि अत्यंत लोकप्रिय झालेल्या फॉन ब्राऊनला सगळीकडे आमंत्रणं यायची. याउलट सोव्हिएत युनियनमधल्या कोरेलियॉव्हची परिस्थिती होती. सगळ्या अडचणींशी यशस्वीपणे सामना करून अंतराळापर्यंत रॉकेट धाडून त्याद्वारा आधी उपग्रह आणि नंतर सजीव पाठवण्याची अभूतपूर्व कामगिरी करणारा पहिला शास्त्रज्ञ असूनसुद्धा कोरेलियॉव्हविषयी कुणाला फारसं माहीत नव्हतं. सोव्हिएत युनियनच्या धोरणांमुळे कोरेलियॉव्ह तसंच त्याचे सगळे सहकारी यांची नावं गुप्त राहतील याची पुरेपूर खबरदारी घेण्यात आली होती. साहजिकच कोरेलियॉव्हला फॉन ब्राऊनएवढी प्रसिद्धी तर अजिबात मिळाली नाहीच; पण उलट त्यानं ही मजल मारल्याचंसुद्धा अगदी मोजक्या लोकांनाच माहीत होतं. त्यांनाही याविषयी आपलं तोंड उघडण्याची अजिबातच परवानगी नव्हती. यामागचं मुख्य कारण म्हणजे कोरेलियॉव्हची हत्या करण्यासाठी अमेरिका कुठल्याही थराला जाऊ शकेल, अशी भीती सोव्हिएत युनियनला वाटत होती. त्यामुळे त्याचं नाव, त्याचं छायाचित्र ही माहिती कुठंच प्रसिद्ध झाली नाही. अधूनमधून 'के सर्गई' अशा टोपणनावानं एखादा लेख छापण्याची त्याला परवानगी होती. अर्थातच या लेखाचाही दूरान्वयानंही सोव्हिएत युनियनच्या 'स्पुटनिक'शी संबंधित असलेल्या यशाशी संबंध लावता येणार नाही, याची पुरेशी खबरदारी घेतली जाई. अतिकामानं नाहीतरी कोरेलियॉव्ह पार थकून गेला होता. त्याच्या हृदयावरही या सगळ्या शारीरिक आणि मानसिक ताणाचा भलताच दुष्परिणाम झाला होता. यामुळे सजीवाला अंतराळात पाठवण्याच्या यशस्वी मोहिमेनंतर एक महिना कोरेलियॉव्हनं नुसतं झोपून काढण्यातच घालवला. अर्थात कोरेलियॉव्ह अशा प्रकारे फार काळ नुसता आराम करण्यात घालवणं शक्यच नव्हतं!

■

# माणूस अंतराळात जाणार?

अतिश्रमांमुळे आलेला थकवा घालवण्यासाठी एक महिना आराम केल्यावर कोरेलियॉव्ह पुन्हा नव्या जोमानं कामाला लागला. अंतराळात उपग्रह सोडण्यापुरतीच त्याची महत्त्वाकांक्षा मर्यादित नव्हती. पृथ्वीच्या कक्षेत उपग्रह फिरवण्याबरोबरच अशा उपग्रहासदृश कप्प्यामध्ये माणूस पाठवण्याची इच्छा तो मनात बाळगून होता. अंतराळातला माणूस तिथून पृथ्वीचं, चंद्राचं, इतर ग्रहांचं निरीक्षण करू शकेल आणि आजवर कल्पनेच्या विश्वात भराऱ्या मारून मांडण्यात आलेल्या अनेक कल्पनांमधली सत्य-असत्यता पडताळू शकेल, असं कोरेलियॉव्हचं स्वप्न होतं. इतकंच नव्हे, तर अंतराळात माणसांची वस्ती उभी करता येऊ शकेल, असंही त्याला वाटत होतं. या सगळ्या अद्भुत संकल्पना प्रत्यक्षात आणण्यासाठी काम सुरू करायचं त्यानं ठरवलं. अर्थातच इतर लोकांना ही कल्पना भन्नाट वाटत असली, तरी कोरेलियॉव्हनं मुळात अंतराळात उपग्रह पाठवण्याची अविश्वसनीय कल्पना शक्य करून दाखवलेली असल्यामुळे त्याचे विरोधक जरा शांत झाले होते. यासाठी आवश्यक असलेलं संशोधन हाती घेण्यासाठीचा विस्तृत प्रस्ताव कोरेलियॉव्हनं तयार करायला घेतला आणि त्यासाठी आवश्यक असलेली परवानगी मिळवण्यासाठी संबंधित सोव्हिएत उच्चपदस्थांकडे धाव घेतली; पण ही परवानगी मिळो वा न मिळो, आपण आपलं काम करायचं असं त्यानं ठरवलेलं असल्यामुळे या परवानगीची तो वाट बघत बसला नाही. अमेरिकेनंसुद्धा अंतराळात उपग्रह पाठवण्यात यश मिळवलेलं असल्यामुळे आपण आपला उपक्रम अगदी युद्धपातळीवर पुढे नेला नाही, तर अमेरिका यात बाजी मारू शकते याची त्याला कल्पना होती. तसंच आपल्या R-7 रॉकेटमध्ये माणसाला अंतराळात नेण्याची क्षमता असल्याची; पण त्याला तिथून सुरक्षितपणे परत पृथ्वीवर आणण्याची क्षमता नसल्याचीही त्याला

जाणीव होती. यासाठीचं पुढचं पाऊल टाकायचं तर त्यासाठी अनेक किचकट प्रश्नांची उत्तरं शोधणं भाग होतं. त्यासाठी मूलभूत स्वरूपाचं संशोधन करणं गरजेचं होतं.

मुळात पृथ्वीच्या गुरुत्वाकर्षणाच्या ताकदीला भेदून त्याच्या उलट्या दिशेनं अंतराळाकडे विलक्षण वेगानं झेपावणाऱ्या रॉकेटमध्ये माणूस बसला तर त्याचा तिथंच मृत्यू होण्याची दाट शक्यता होती. याचं कारण म्हणजे गुरुत्वाकर्षणाच्या प्रभावापेक्षा जास्त प्रभाव उलट दिशेनं टाकून हे रॉकेट प्रवास करत असल्यामुळे त्यामधल्या माणसाच्या शरीरावर विलक्षण ताण येणार होता. या झपाट्यामुळे त्या माणसाच्या शरीरामधली हाडं तसंच शरीरामधले सगळे स्नायू पार तुटून जाण्याची आणि त्याच्या शरीरामधल्या सगळ्या मूलभूत यंत्रणा निकामी होण्याची जवळपास खात्रीच होती. टोकाची थंडी किंवा कमालीची उष्णता अशा परिस्थितीतसुद्धा टिकाव धरणं खूप कठीण होतं. अंतराळामधलं वातावरण हे निर्वात पोकळीसारखं असल्यामुळे तिथं माणसाच्या शरीरामधलं रक्त तसंच त्याच्या शरीरामधले इतर घटक विरघळून जातील, असं तज्ज्ञांचं मत होतं.

हे सगळे प्रश्न सोडवणं तर भाग होतंच; पण शिवाय या दिव्यातून तो माणूस सुखरूप पुढे गेला तरी त्याच्या अंतराळ-पृथ्वी या परतीच्या प्रवासातही अडचणी होत्या. सगळ्यात महत्त्वाचा मुद्दा म्हणजे जेव्हा हे रॉकेट अंतराळाची सीमा पार करून परत पृथ्वीवर आलं असतं तेव्हा त्याची पृथ्वीवरच्या वातावरणाच्या कवचाशी जोरदार टक्करच झाली असती. याचा परिणाम म्हणून रॉकेटमधलं तापमान वाढून थेट सूर्यावरच्या तापमानाच्या निम्मं म्हणजे २७६० अंश सेल्सिअस (५००० अंश फॅरनहाईट) इतकं झालं असतं! अशा तापमानात रॉकेट जागीच जळून खाक झालं असतं. यासाठी अंतराळातून म्हणजेच पृथ्वीच्या कक्षेतून पुन्हा एकदा पृथ्वीवर येत असताना रॉकेटचा कोन किती असला पाहिजे हा मुद्दा खूप महत्त्वाचा होता. जर हा कोन खूप अरुंद असेल, तर रॉकेट जागीच जळून खाक होणं जवळपास नक्कीच होतं; पण याउलट समजा हा कोन खूप जास्त रुंद असेल, तर रॉकेट पृथ्वीच्या वातावरणातून निसटून पुन्हा एकदा वर झेपावण्याची आणि पृथ्वीच्या कक्षेतूनसुद्धा बाहेर फेकलं जाण्याची म्हणजेच भलत्याच ठिकाणी जाण्याची दाट शक्यता होती. साहजिकच हा कोन अगदी अचूक असणं अत्यंत आवश्यक होतं. यासाठी तिखोन्राव्होव्हची मदत घ्यायचं कोरेलियॉव्हनं ठरवलं. तिखोन्राव्होव्हनं माणसाला पृथ्वीवरून अंतराळाकडे नेणाऱ्या नेहमीच्या रॉकेटखेरीज 'रिट्रो रॉकेट' नावाच्या एका नव्या रॉकेटची निर्मिती करायचं ठरवलं. हे 'रिट्रो रॉकेट' माणसाला उलटा म्हणजेच अंतराळापासून पृथ्वीपर्यंतचा परतीचा प्रवास घडवेल असं ठरलं. तिखोन्राव्होव्हनं आपल्या ओळखीच्या एका कुशाग्र तरुण इंजिनिअरला या रॉकेटच्या रचनेच्या

कामाला लावलं. या रॉकेटमध्ये ज्या कप्प्यात माणूस बसेल त्याचा आकार नक्की कसा असावा आणि त्या कप्प्याची रचना नेमकी कशी असावी याचा काथ्याकूट करण्यात अनेक महिने गेले. बऱ्याच शक्यता पडताळून झाल्यावर माणसाला साधारण वर्तुळाकार कप्प्यामध्ये ठेवण्यात यावं, असं ठरलं. याशिवाय असंख्य बारीकसारीक तपशील ठरवण्यात आले.

रिट्रो रॉकेटची संकल्पना समजून घेणं सोपं आहे. मूळ रॉकेटनं उपग्रहाला किंवा अंतराळयानाला अंतराळात नेल्यानंतर त्या रॉकेटचं काम संपणार. त्यानंतर उपग्रह पृथ्वीभोवती साधारण ताशी २७,००० किलोमीटर्स वेगानं घिरट्या घालणार. हा उपग्रह तिथून परत पृथ्वीवर येण्याच्या वेळी त्याचा पृथ्वीभोवती फिरण्याचा वेग आधी कमी केला जाणार आणि यामुळे पृथ्वीचं गुरुत्वाकर्षण उपग्रहाला पुन्हा पृथ्वीकडे खेचून घेणार. यासाठी 'रिट्रो रॉकेट' नावाची छोटी आणि कमी शक्तिशाली रॉकेट्स वापरली जाणार. अर्थातच या रॉकेट्सची अचूकता अत्युच्च दर्जाची असणं खूप गरजेचं होतं. ही रॉकेट्स उपग्रहाचा पृथ्वीभोवती फिरण्याचा वेग कमी करत जाणार आणि यामुळे उपग्रह पृथ्वीच्या बाहेरच्या कक्षांमधून आतल्या कक्षांमध्ये हळूहळू येत येत पृथ्वीच्या वातावरणामध्ये परतणार. साहजिकच हे काम अत्यंत कुशलतेनं आणि बिनचूकपणे करणं गरजेचं होतं; अन्यथा उपग्रह पृथ्वीच्या पृष्ठभागावर आदळण्याची किंवा थेट पृथ्वीच्या कक्षेबाहेर म्हणजेच अंतराळात इतरत्र कुठंही कायमसाठी जाण्याची दाट शक्यता होती. म्हणजेच तिथून हा उपग्रह पृथ्वीवर परतणं जवळपास अशक्यच होतं.

दरम्यानच्या काळात सोव्हिएत युनियनचं अमेरिकेशी सुरू असलेलं अंतराळयुगातलं युद्ध आणखी विस्तारलं होतं. फॉन ब्राऊनच्या Explorer 1 या उपग्रहाच्या पृथ्वीच्या कक्षेत सोडण्याच्या संदर्भातल्या यशानंतर अमेरिकेला एका मोहिमेत अपयश आलं खरं; पण त्यानंतर सोडण्यात आलेल्या Vanguard 1 आणि Explorer 3 या उपग्रहांनी मात्र पृथ्वीच्या कक्षेत यशस्वीपणे प्रवेश केला आणि तिथून अत्यंत महत्त्वाची वैज्ञानिक माहिती तिथून पृथ्वीवर पाठवली. यांचं वजन साधारण दीड किलोपेक्षासुद्धा कमी होतं. यावर कोरेलियॉव्हनं पुन्हा एकदा मात केली. १५ मे, १९५८ या दिवशी अंतराळातल्या पृथ्वीच्या कक्षेत स्थिरावलेल्या Sputnik 3 उपग्रहाचं वजन तब्बल १३०० किलो म्हणजे १.३ टन एवढं होतं! इतकं प्रचंड वजन अंतराळात पाठवण्यात सोव्हिएत युनियनला नेमकं कसं काय यश आलं, या प्रश्नानं अमेरिकी शास्त्रज्ञांना पुन्हा एकदा भेडसावून टाकलं. अशा प्रसंगाचा फायदा उठवण्यात ख्रुश्चेव्ह चूक करणं शक्यच नव्हतं. आपल्या नव्या अवाढव्य स्पुटनिक उपग्रहाला चंद्राची उपमा देत 'अमेरिका आता सोव्हिएत चंद्राखाली झोपते' अशा शब्दांमध्ये त्यांनी आपल्या शत्रूची टिंगल केली. कोरेलियॉव्ह आता यशोशिखरावर

होता. इथून पुढे तो आणखी भव्यदिव्य कामगिरी करणार आणि अमेरिकेच्या आणखी नामुष्कीला कारणीभूत ठरणार याविषयी त्याच्या जवळच्या लोकांना अजिबातच शंका वाटत नव्हती. ख्रुश्चेव्हना मात्र कोरेलियॉव्हच्या कामाविषयी एक गोष्ट खूप खटकत होती; ती म्हणजे R-7 रॉकेटच्या लष्करासाठीच्या उपयुक्ततेविषयीची अडचण. अंतराळभरारीसाठी हे रॉकेट अत्यंत यशस्वी ठरलेलं असलं तरी सोव्हिएत लष्कराच्या गरजांच्या दृष्टीनं मात्र त्यात दोष शिल्लक होते. उदाहरणार्थ, शत्रूवर क्षेपणास्त्र डागण्यासाठी हे रॉकेट वापरायचं तर त्यासाठी बराच जामानिमा करावा लागे. तसंच अगदी कमी काळात इंधन भरून हे रॉकेट कधीही डागता येण्याची सोय लष्कराच्या नजरेतून खूप महत्त्वाची असली, तरी या रॉकेटमध्ये इंधन भरण्यातच एक दिवस जाई. दुसरी अडचण म्हणजे इंधन भरल्यानंतर बराच काळ हे इंधन तसंच रॉकेटमध्ये सुरक्षितपणे राहणंसुद्धा लष्कराला महत्त्वाचं वाटे. यामागचं सोपं कारण म्हणजे समजा शत्रूवरचा नियोजित हल्ला काही कारणांनी रद्द झाला किंवा पुढे ढकलण्यात आला, तर रॉकेटमधलं इंधन वाया जाणं चालण्यासारखं नव्हतं. या रॉकेटमधून मात्र अशा वेळी इंधन काढून टाकावं लागे. या अडचणींमुळे सोव्हिएत लष्कर वैतागून गेलं आणि लष्करी अधिकाऱ्यांनी ख्रुश्चेव्ह यांच्या मागे या संदर्भात टुमणं लावलं. यामुळे १९६८ सालच्या मे महिन्यातल्या एका बैठकीत ख्रुश्चेव्ह यांनी कोरेलियॉव्हकडे या संदर्भात विचारणा केली. कोरेलियॉव्हला मात्र रॉकेटच्या संदर्भातले हे दोष अजिबात मान्य नव्हते. एकूणच लष्करी गरजांपेक्षा अंतराळभरारीच्या स्वप्नांमध्ये कोरेलियॉव्ह पुरता बुडून गेलेला असल्यामुळे आपण ख्रुश्चेव्हच्या सूचनांकडे दुर्लक्ष करण्याचा अव्यवहार्य पर्याय निवडत असल्याची त्याला जाणीव झाली नाही. यामुळे वैतागलेल्या ख्रुश्चेव्हनी दुसऱ्या दिवशी ग्लुश्कोकडे हा विषय छेडला.

कोरेलियॉव्हला खरं म्हणजे ख्रुश्चेव्ह यांनी रॉकेटच्या रचनेत लष्करासाठी बदल करण्याचे आणि इतरांकडून मिळालेल्या माहितीच्या आधारे एक नव्या प्रकारचं इंधन वापरण्याचे सल्ले दिले होते. कोरेलियॉव्हनं ते साफ धुडकावले आणि त्यामध्ये खूप धोके असल्याचं ख्रुश्चेव्ह यांना सांगितलं. दरम्यान ख्रुश्चेव्ह आणि ग्लुश्को यांच्यात झालेल्या चर्चेतून दुसऱ्या एका तरुण संशोधकानं नव्या इंधनांचा वापर प्रायोगिक तत्त्वांवर करून रॉकेटच्या उड्डाणांमध्ये बऱ्यापैकी यश मिळवण्याजोगी परिस्थिती निर्माण केल्याचं ग्लुश्कोनं ख्रुश्चेव्ह यांना सांगितलं. यामुळे ख्रुश्चेव्ह यांनी हा विषय नव्यानं कोरेलियॉव्हपाशी काढला. कोरेलियॉव्ह मात्र आपल्या मतांवर ठाम अडून बसला होता. इतर लोक काय करतात किंवा म्हणतात याच्याशी आपल्याला देणंघेणं नसल्याचा त्याचा आविर्भाव होता. यामुळे वैतागून ख्रुश्चेव्ह यांनी त्या दुसऱ्या संशोधकाला नव्या इंधनावर आधारित असलेलं R-16 रॉकेट तयार करण्याची

जबाबदारी दिली. भांबावलेल्या कोरेलियॉव्हनं आपण आपल्या लिक्विड ऑक्सिजन या इंधनावर आधारित असलेल्या आधीच्या R-7 रॉकेटसह रसायनांचा वापर करणाऱ्या R-16 या नव्या रॉकेटचंही काम बघू, असं सुचवून बघायचा प्रयत्न केला; पण तोवर ख्रुश्चेव्ह पार उखडले होते आणि त्यांनी आपला निर्णय फिरवायला नकार दिला. नव्या इंधनावर आधारित असलेलं रॉकेट यशस्वी ठरलं, तर आपण कोरेलियॉव्हच्या रॉकेटवरचं पुढचं काम थांबवण्याचे आदेश द्यायला कमी करणार नसल्याचंही त्यांनी कोरेलियॉव्हला सुनावलं. 'आपले ग्रह असे अचानकपणे कसे काय फिरले?' असं कोरेलियॉव्हला वाटलं खरं; पण सोव्हिएत युनियनमध्ये काहीही घडू शकायचं, याचा हा खरं म्हणजे उत्तम नमुना होता.

गरज पडल्यावर कधीही ख्रुश्चेव्ह यांना फोन करण्याची संधी कोरेलियॉव्ह अशा प्रकारे गमावून बसला. आपल्या या परिस्थितीला ग्लुश्कोच कारणीभूत असल्याचं जाणवत असल्यामुळे त्यानं एका बैठकीत ग्लुश्कोशी भांडणच काढलं. दोघांनी एकमेकांवर जोरदार आरोप केले. सोव्हिएत युनियनमधल्या रॉकेटनिर्मितीमधला इंजिनाचा महत्त्वाचा भाग कायम ग्लुश्कोकडे असे. तो आता नव्या R-16 रॉकेटसाठीचं इंजिन तयार करण्याच्या कामात गुंतला होता आणि कोरेलियॉव्हच्या R-7 रॉकेटसाठीचं इंजिन बनवण्याची जबाबदारीसुद्धा त्याच्यावरच होती. असं असूनही यापुढे आपण ग्लुश्कोनं तयार केलेलं इंजिन आपल्या रॉकेटमध्ये वापरणार नसल्याचं कोरेलियॉव्हनं रागारागानं सांगून टाकलं. या घटनाक्रमामुळे कोरेलियॉव्हचं काम मंदावलं. आता आपल्या अंतराळभरारीच्या स्वप्नांमधल्या अडचणी दूर करणं त्याला पूर्वीसारखं जमत नसे. त्याला सगळ्या गोष्टींसाठी परत एकदा लष्करी अधिकाऱ्यांकडे जाणं भाग पडे. लष्करी अधिकाऱ्यांना अंतराळभरारीपेक्षा शस्त्रनिर्मितीच्या संदर्भात रॉकेटचं जास्त महत्त्व वाटे. आपोआपच कोरेलियॉव्हच्या कामाला त्यांच्याकडून खूप कमी मदत मिळे. यामुळेच तिखोन्राव्होव्हनं माणसाला अंतराळात घेऊन जाईल अशा अंतराळयानाची रचना केली असली तरी हे काम पुढे नेण्यासाठी कोरेलियॉव्हला संबंधित अधिकाऱ्यांकडून पाठिंबा मिळणं अवघड होत गेलं.

कोरेलियॉव्हसमोरच्या सोव्हिएत युनियनमधल्या अडचणी कमी होत्या म्हणून की काय; पण अमेरिकेनं त्याच्या स्वप्नांवर पाणी ओतण्याजोग्या हालचाली केल्या. अंतराळभरारीच्या संदर्भात आपली सोव्हिएत युनियनसमोर जोरदार पीछेहाट सुरू असल्याच्या कारणावरून अनेक राजकारणी लोकांनी अमेरिकी राष्ट्रपती ड्वाईट आयसेनहॉव्हर यांच्यावर कडाडून टीका सुरूच ठेवली होती. शेवटी या दबावाखाली २९ जुलै, १९५८ या दिवशी अंतराळाशी संबंधित असलेल्या संशोधनासाठी तसंच संबंधित मोहिमांसाठी आयसेनहॉव्हर यांनी National Aeronautics and Space Administration (NASA) या संस्थेची निर्मिती करण्याची घोषणा केली.

अंतराळविज्ञानाच्या संदर्भात अमेरिकेला जोरदार भरारी मारण्याची संधी नासा उपलब्ध करून देईल, अशी पुस्तीही त्यांनी जोडली. नासानं काही काळातच उपग्रहाद्वारा माणूस पृथ्वीच्या कक्षेत पाठवण्यासाठीच्या 'प्रॉजेक्ट मर्क्युरी' नावाच्या प्रकल्पाची घोषणा केली. हे काम किती अवघड आहे याची नासाला कल्पना असल्यामुळे खूप संशोधन केल्याशिवाय यात प्रगती साधणं अशक्य असल्याचं अमेरिकी राष्ट्रपतींच्या कानांवर घालण्यात आलं. त्यानुसार १९५८मध्ये अमेरिकी सरकारनं नासाला या कामासाठी ८.९० कोटी डॉलर्सचा निधी मंजूर केला. या कामाला येणारा वेग बघून नासाला सरकारच्या वतीनं पुरवल्या जात असलेल्या निधीमध्ये जोरदार वाढ झाली आणि चार वर्षांमध्ये या निधीचा आकडा तब्बल ७४ कोटी डॉलर्सपर्यंत जाऊन पोहोचला! साहजिकच आपल्या मायदेशी होत असलेली अवहेलना आणि त्याच्या जोडीला विलक्षण ताकदीनिशी अंतराळभरारी मारण्यासाठी सज्ज होत असलेली अमेरिका अशा दुहेरी कात्रीत कोरेलियॉव्हची पार कोंडी व्हायला लागली.

पूर्वीसुद्धा असंख्य संकटांना सामोरं गेलेल्या कोरेलियॉव्हनं हार न मानता आपलं काम सुरू ठेवलं. त्याची नजर आता चंद्राकडे लागली होती. चंद्राचा अभ्यास करण्यासाठी चंद्राच्या कक्षेत किंवा त्याच्या पृष्ठभागावर एखादा उपग्रह पाठवण्याचं त्याच्या मनात होतं. या प्रकल्पात तर आणखी जास्त अडचणी होत्या. कारण स्वतः चंद्र पृथ्वीभोवती बऱ्यापैकी वेगानं फिरत असल्यामुळे पृथ्वीवरून सोडलेलं रॉकेट अगदी नेमकं चंद्राच्या पृष्ठभागावर पोहोचवायचं तर विलक्षण किचकट गणितांचा विचार करणं भाग होतं. चंद्र पुढे निघून जाऊ नये किंवा मागे राहू नये यासाठी नक्की काय केलं पाहिजे हे ठरवत असताना पृथ्वी स्वतःभोवती फिरत फिरत सूर्याभोवती फिरते याचा विचारही करणं भाग होतं! सर्वसामान्य लोकांची मती गुंग होऊन जाईल अशी; पण कोरेलियॉव्हसारख्या बुद्धिमान लोकांना मोठ्या बौद्धिक खुराकाची मेजवानी देणारी ही कल्पना होती. खूप मेहनत घेऊन कोरेलियॉव्हनं यासाठी रॉकेट तयार करून घेतलं आणि सप्टेंबर तसंच ऑक्टोबर अशा लागोपाठच्या महिन्यांमध्ये त्यांच्या दोन चाचण्या घेतल्या. दोन्ही वेळा चंद्राचा वेध घेणारं रॉकेट लगेचच कोसळलं आणि त्याचे पार तुकडेतुकडे झाले. कोरेलियॉव्हची नीनाला लिहिलेली पत्रं आता स्वाभाविकपणे उदास आणि हतबल भावना व्यक्त करणारी असत. नेहमीप्रमाणेच नीना त्याची समजूत घालणारी आणि त्याच्या हृदयविकारासाठीच्या गोळ्या घेण्याची आठवण करून देणारी उत्तरं पाठवत राही.

अमेरिकेत नासानं झपाट्यानं आपलं काम सुरू केलं. त्याविषयी सार्वजनिकरीत्या गुप्तता पाळली जाई. सोव्हिएत युनियनला आपल्या कामाचा थांगपत्ता लागू न देण्यासाठी नासाची ही धडपड होती. अंतराळात माणूस पाठवण्यासाठीचं संशोधन अगदी जोमानं सुरू असताना त्यात फॉन ब्राऊन आणि त्याचे सहकारी यांचा मात्र

फारसा सहभाग नव्हता. नव्या लोकांकडेच या कामाची सूत्रं होती. साहजिकच पुन्हा एकदा आपण मूळचे जर्मन असल्यामुळेच आपल्याला अशी वागणूक मिळत असल्याची भावना फॉन ब्राऊनला छळायला लागली. तरीही आधीप्रमाणेच आपल्या सहकाऱ्यांना धीर देण्याचा प्रयत्न फॉन ब्राऊन करत राहिला. लवकरच चंद्रावर माणूस पाठवण्यासाठीची मोहीम आखली जाईल आणि त्यात आपल्या सगळ्यांचा सहभाग नक्कीच असेल, असा विश्वास आपल्या सहकाऱ्यांना देण्याचा त्यानं प्रयत्न केला. सार्वजनिकरीत्यासुद्धा माणसानं अंतराळात आणखी नवनवे प्रयोग केले पाहिजेत याविषयी तो बोलत राही. त्यामुळे काही लोकांच्या दृष्टीनं फॉन ब्राऊन तसा प्रकाशझोतात असला तरी प्रत्यक्षात नासाचं काम मात्र फॉन ब्राऊनच्या सहभागाविना अगदी सुरळीतपणे चालू राहिलं. यामुळे फॉन ब्राऊनचे सहकारी खचत गेले. नुसती 'आश्वासनं आणि पोकळ आशावाद यांच्या जोरावर किती काळ काम करत राहायचं?' असा रास्त सवाल त्यांना छळत होता. एकामागून एका सहकाऱ्यानं यामुळे आपल्या पदाचा राजीनामा दिला आणि खासगी क्षेत्रात चांगल्या पगाराची नोकरी मिळताच ते निघून गेले. फॉन ब्राऊनला त्याच्या 'ज्युपिटर' रॉकेटमध्ये आणखी सुधारणा करण्याचं काम देण्यात आलं. आधीच्या तुलनेत आणखी जास्त वजन अंतराळात नेण्यासाठीची तरतूद रॉकेटमध्ये करण्याची जबाबदारी फॉन ब्राऊनवर टाकण्यात आली.

१९५८ मध्ये अमेरिकेनं चंद्रावर यंत्रमानवासारखं उपकरण ('प्रोब') पाठवण्यासाठी कंबर कसली. ऑगस्ट महिन्यामधल्या लागोपाठच्या तीन प्रयत्नांना आलेल्या अपयशानंतर डिसेंबर महिन्यात मात्र नासाला यश आलं. 'ॲटलास' नावाच्या रॉकेटमधून अमेरिकी राष्ट्रपती आयसेनहॉव्हर यांचा नाताळाच्या शुभेच्छा देणारा आवाजी संदेश अंतराळात पाठवण्यात नासाला कुठलीच अडचण आली नाही. अंतराळातून हा संदेश बिनतारी संदेशवहनाद्वारा पृथ्वीवर सातत्यानं पाठवला जाई. यामुळे पृथ्वीवर कुणाकडेही बिनतारी संदेश टिपू शकणारी 'रिसीव्हर' यंत्रणा असेल तर ती थोडीफार 'ट्यून' करून त्या माणसाला अंतराळातून येणारा आयसेनहॉव्हर यांचा आवाज ऐकू येई! ख्रुश्चेव्ह यांना हा आवाज अजिबातच ऐकायला आवडला नसता हे मात्र नक्की! एकूण काय तर उशिरा सुरुवात करूनसुद्धा अमेरिकेनं अंतराळभरारीच्या संदर्भात जोरदार प्रगती केल्याचं अगदी स्पष्टपणे दिसत होतं. १९५९ साल उजाडलं. तसं तर नासानं अंतराळात रॉकेट सोडण्याच्या पराक्रमावर समाधान न मानता अंतराळात माणूस पाठवण्याची जोरदार मोहीम उघडली. यासाठी योग्य माणसांचा शोधही सुरू झाला. ज्या माणसाला यामागचं विज्ञान-तंत्रज्ञान बऱ्यापैकी माहीत असेल, विमान-रॉकेट यांच्या कामकाजाची चांगली माहिती असेल, आणि जो शारीरिक तसंच मानसिक अशा दोन्ही पातळ्यांवर समर्थ

असेल, असा माणूस शोधण्यासाठी नासानं प्रयत्न सुरू केले. यातून निवडलेल्या तरुणांच्या असंख्य चाचण्या घेण्यात आल्या. अत्यंत अनपेक्षित आणि कदाचित जिवंत राहण्यासाठी प्रचंड आव्हानात्मक ठरू शकेल अशा परिस्थितीत ते कसे तग धरू शकतील याचा विचार करून या चाचण्या तयार करण्यात आल्या होत्या. अत्यंत खडतर असलेल्या या चाचण्यांमुळे हे तरुण कित्येकदा वैतागून जात; पण नासाचं बरोबरच होतं. समजा सगळा प्रयोग यशस्वी ठरला आणि माणूस अंतराळात जाऊन पोहोचला, तरी तिथं गेल्यावर आपण पृथ्वीपासून इतके लांब आलो आहोत आणि इथं एकटेच आहोत ही कल्पनेपलीकडची भावना त्या माणसाला वेड लावायला कारणीभूत ठरणार नाही का, अशा अत्यंत तर्कशुद्ध प्रश्नापासून इतर अनेक शारीरिक हालअपेष्टांसंबंधीच्या प्रश्नांची उत्तरं मिळवणं नासाच्या दृष्टीनं भागच होतं.

अमेरिकेमध्ये अंतराळवीराची संकल्पना प्रत्यक्षात आणण्यासाठीची धामधूम सुरू असली तरी सोव्हिएत युनियनमध्ये कोरेलियॉव्ह मात्र आपल्या वरिष्ठांना या गोष्टीचं महत्त्व पटवून देण्यात अपयशीच ठरला होता. तरीही अधिकाऱ्यांचा पिच्छा न सोडता त्यानं १९५८ सालच्या नोव्हेंबर महिन्यात माणसाला अंतराळात पोहोचवू शकणाऱ्या अंतराळयानाची निर्मिती करण्यासाठीची परवानगी तरी कशीबशी मिळवली.

अंतराळभरारीची स्पर्धा आता चांगलाच वेग धारण करत होती!

■

# पहिला अंतराळवीर कोण होणार?

९ एप्रिल, १९५८ या दिवशी नासानं एक पत्रकार परिषद भरवून आपल्या उपग्रहाच्या 'मर्क्युरी' या अंतराळयानातून प्रवास करण्यासाठी निवड झालेल्या सात अंतिम तरुणांची ओळख करून दिली. पत्रकारांनी या कार्यक्रमात नुसता जल्लोष केला. टाळ्यांचा कडकडाट आणि छायाचित्रं टिपण्यासाठी झालेली धडपड बघून हे सात जण पुरते भांबावूनच गेले. अशा प्रकारे आपलं स्वागत होईल याची त्यांना अजिबातच कल्पना नसावी. या सात जणांपैकी कुणीतरी इतिहास घडवणार, हे माहीत असल्यामुळे पत्रकार अगदी बेहोषच झाले होते. बऱ्याच धामधुमीनंतर पत्रकारांनी या सात जणांची निवड करण्यासाठीचे निकष तसंच तोपर्यंतचा सगळा प्रवास याविषयी प्रश्न विचारले. हा सगळा प्रकार उरकल्यानंतर काही दिवसांनी या संभाव्य अंतराळवीरांना त्यांचं 'वाहन' दाखवण्यात आलं. ज्या अंतराळयानामध्ये बसून ते प्रवास करणार होते, त्याचं रंगरूप बघून ते पार हादरूनच गेले. एक तर त्याची लांबी जेमतेम सहा फूट होती. आत खूप कोंदट आणि अरुंद वाटत होतं. सगळीकडून बंदिस्त असल्यामुळे अंतराळवीरांना या कप्प्याच्या बाहेरचं काही दिसू शकणार नव्हतं. हे अंतराळयान म्हणजे एखाद्या रेल्वेच्या इंजिनाला जोडण्यात आलेल्या डब्यासारखं असल्यामुळे या अंतराळयानामध्ये रॉकेट नियंत्रित करण्यासाठीची किंवा त्याच्या प्रवासातल्या अडचणी दूर करण्यासाठीची कसलीच यंत्रणा नव्हती. त्यामुळे आपण जणू काही गिनिपिग्ज आहोत अशी भावना या सात जणांना सतावायला लागली. किमान या अंतराळयानाला खिडक्या तरी बसवण्याची मागणी त्यांनी अधिकाऱ्यांकडे केली. यामुळे एकूणच रॉकेटचं वजन वाढणार असलं तरी आपण सगळीकडून बंदिस्त असलेल्या या अंतराळयानातून प्रवास करणं अशक्य असल्याचं मत या संभाव्य अंतराळवीरांनी स्पष्टपणे मांडलं. रॉकेट स्वयंचलित

असल्यामुळे आणि यांत्रिकी चुकांपेक्षा मानवी चुकांची शक्यता जास्त असल्यामुळे नियंत्रणासाठीची कुठलीच सुविधा या संभाव्य अंतराळवीरांना उपलब्ध करून देण्याला मात्र तंत्रज्ञांचा विरोध होता.

मर्क्युरी

१८ मे, १९५९ या दिवशी केप कॅनव्हेरल इथं या सात जणांनी आपल्याला अंतराळात नेणं अपेक्षित असलेल्या 'अॅटलास' रॉकेटच्या उड्डाणाची चाचणी बघितली. तब्बल अठराशे किलोहून जास्त वजन असलेल्या मर्क्युरी या अंतराळयानाला वाहून न्यायचं असेल तर त्यासाठी अॅटलास रॉकेटनं साधारणपणे ताशी तीस हजार किलोमीटर्स वेगानं प्रवास करणं गरजेचं होतं. अॅटलासच्या कामात बऱ्याच अडचणी उद्भवत असल्या तरी अमेरिकेचं अॅटलांटिक समुद्रापार जाऊ शकणारं हे पहिलंच रॉकेट असल्यामुळे ते अंतराळवीरांना अंतराळात घेऊन जाऊ शकेल, अशी आशा सगळ्यांना वाटत होती. ही चाचणी बघण्यासाठी अनेक मान्यवर लोकांप्रमाणेच सर्वसामान्य नागरिकांनीही गर्दी केली. चाचणी सुरू झाल्यावर सगळ्यांनी मानवविरहित अॅटलास रॉकेट हवेत झेपावत असल्याचं अभूतपूर्व दृश्य बघितलं आणि ते हरखून गेले. रॉकेटनं चांगली उंची गाठली आणि ते अपेक्षेनुसार प्रवास करणार अशी आशा सगळ्यांना वाटत असतानाच घात झाला! अचानकपणे रॉकेट हवेत होतं त्या ठिकाणी थांबल्यासारखं झालं आणि तिथून वेगानं खाली

कोसळलं. हे बघून सगळ्यांच्या जिवाचा थरकाप उडाला आणि सुरक्षित ठिकाण गाठण्यासाठी जमलेल्यांची एकच झुंबड माजली.

या अपयशानंतर ॲटलासच्या उड्डाणाच्या चाचणीमध्ये आढळलेले दोष दूर करण्यात आले. तसंच पुढच्या ९ सप्टेंबर, १९५९ या दिवशीच्या चाचणीत ॲटलास रॉकेटमध्ये अंतराळवीरांना नेणारं मर्क्युरी अंतराळयानसुद्धा बसवण्यात आलं. अर्थात प्रत्यक्ष अंतराळवीर त्यात नव्हते; तर ते रिकामं अंतराळयान होतं. उड्डाणानंतर या अंतराळयानाचं नेमकं काय होतं हे तंत्रज्ञांना तपासायचं होतं. हे रॉकेट यशस्वीपणे उडालं. एका ठरावीक क्षणी रॉकेटपासून त्याला जोडण्यात आलेलं मर्क्युरी अंतराळयान वेगळं होणं अपेक्षित होतं; पण रॉकेट अपेक्षित उंचीहून जास्त वर गेल्यामुळे हे अंतराळयान जास्त काळ रॉकेटशी जोडलेलंच राहिलं. नंतर उशिरा ते सुटं झालं. साहजिकच या अंतराळयानाचं कामकाज व्यवस्थितपणे सुरू राहावं यासाठी त्या अंतराळयानाला पुरवण्यात आलेलं सगळं इंधन खर्ची पडलं. आता रॉकेटनं पुन्हा एकदा जमिनीवर येणं अपेक्षित होतं आणि त्याआधी सुटं झालेलं अंतराळयान रॉकेटला आधीसारखं जोडलं जाणं अपेक्षित होतं. अर्थातच मुळात रॉकेटपासून अंतराळयान सुटं होण्यातच उशीर झालेला असल्यामुळे आता अंतराळयान यशस्वीरीत्या रॉकेटला जोडलं जाणं अशक्य आहे असं सगळ्यांना वाटत होतं. म्हणजेच अंतराळयान जास्त उंचीवरच्या प्रचंड उष्णतेमुळे जळून खाक होणार याविषयी कुणाच्याच मनात शंका नव्हती. प्रत्यक्षात मात्र जणू एखादा अद्भुत चमत्कार घडावा त्याप्रमाणे रॉकेटपासून उशिरा सुटं झालेलं अंतराळयान अगदी योग्य वेळी पुन्हा रॉकेटला जोडलं गेलं! यामागचं वैज्ञानिक कारण शोधण्यात तंत्रज्ञ मग्न असले तरी एकूण ही चाचणी म्हणजेसुद्धा एक अपयशच असल्याची रास्त टीका सुरू झाली. यामागचं एक रंजक कारण म्हणजे सोव्हिएत युनियनला आपल्या चाचण्यांमध्ये कधीच अपयश येत नसताना अमेरिकेला मात्र वारंवार अडचणींना सामोरं जावं लागतं ही नामुष्कीची गोष्ट असल्याचं पत्रकारांचं मत असलं, तरी प्रत्यक्षात सोव्हिएत युनियनला अनेकवेळा या चाचण्यांमध्ये अपयशाला सामोरं जावं लागलं असल्याचं; पण ही माहिती दडपून टाकली असल्याचं सत्य त्यांना माहीत नव्हतं.

ॲटलास रॉकेटच्या या बेभरवशाच्या ठरलेल्या चाचण्यांमुळे त्याच्या जागी फॉन ब्राऊनच्या 'रेडस्टोन' रॉकेटचा वापर अंतराळ मोहिमेसाठी करण्याची घोषणा नासानं केली. यामुळे संभाव्य अंतराळवीरांचा जीव भांड्यात पडला. हे रॉकेट ८०० किलोमीटर्सपर्यंत जाऊ शकेल अशी त्याची मूळ रचना होती; पण लवकरच त्यात बदल करून हे अंतर ३२० किलोमीटर्सवर आणण्यात आलं. याचं कारण म्हणजे जास्त वजन वाहून न्यायचं तर रॉकेटचा प्रवास कमी करणं गरजेचं होतं. पहिल्या

चाचणीच्या वेळी तर त्यांनी आपल्या नजरेसमोर ॲटलास रॉकेट जमिनीवर कोसळत असल्याचं भीषण दृश्य बघितलं होतं. अर्थात रेडस्टोन रॉकेटची क्षमता तुलनेनं कमी असल्यामुळे पृथ्वीच्या कक्षेत उपग्रह किंवा अंतराळयान पोहोचवण्याइतकी ताकद त्यात नव्हती. यामुळे पृथ्वीच्या कक्षेत जाण्याचा प्रयत्न करण्याऐवजी हे रॉकेट आपल्याला जोडलेल्या मर्क्युरी अंतराळयानाला पृथ्वीपासून २१० किलोमीटर्स उंचीवर अंतराळात नेईल आणि तिथून त्याला परत आणेल, असं ठरलं. म्हणजेच सोव्हिएत युनियनच्या तुलनेत अगदी पूर्णपणे ही अंतराळभरारी नसली तरी अंतराळात माणसाला नेण्याची किमया करण्याचं स्वप्न मात्र साकार करण्याची क्षमता या मोहिमेत होती. 'अंतराळ' हे पृथ्वीपासून साधारण ९७ किलोमीटर्स उंचीवर असतं असं शास्त्रज्ञांनी ठरवलेलं असल्यामुळे माणसाला पृथ्वीच्या पृष्ठभागापासून २१० किलोमीटर्स उंचीपर्यंत काही काळासाठी नेणं ही सनसनाटी कामगिरीच ठरली असती. माणसाला अंतराळात नेण्यासाठी आपल्या रॉकेटमध्ये तांत्रिक बदल करणं आवश्यक असल्याची फॉन ब्राऊनला जाणीव होती. कुठल्याही अंतराळवीराचा जीव आपल्या रॉकेटमुळे धोक्यात येऊ नये याची खबरदारी घेणं त्याला खूप महत्त्वाचं वाटत होतं. म्हणूनच आपल्या रॉकेटची सुरक्षितता तसंच खात्रीलायकरीत्या काम करण्याची त्याची क्षमता या गोष्टींवर त्यानं भर दिला. सुरुवातीला प्रयोगशाळेत घेण्यात आलेल्या काही चाचण्यांमध्ये रेडस्टोन रॉकेटमधल्या काही त्रुटी अगदी उघडपणे दिसून आल्या होत्या. उदाहरणार्थ, रॉकेटचा वेग वाढत जाऊन तो ध्वनीच्या वेगाच्या आसपास पोहोचल्यानंतर रॉकेटला खूप हादरे बसतात आणि या हादऱ्यांमुळे अंतराळवीराचा जागीच मृत्यू होऊ शकतो, असं लक्षात आलं. तसंच याशिवाय एकंदर आठशे इतर बाबतींमध्येसुद्धा या रॉकेटच्या संदर्भात कमतरता आढळल्या. या सगळ्या चुका काढून टाकल्याशिवाय या रॉकेटचा अंतराळभरारीसाठी वापर करण्याची कल्पनासुद्धा धोकादायक होती. या चुका काढून टाकल्यावरसुद्धा या रॉकेटची क्षमता सोव्हिएत युनियनमध्ये कोरोलियॉव्हनं तयार केलेल्या रॉकेटच्या फक्त एक दशांश होती. साहजिकच असं रॉकेट अंतराळवीराला अंतराळात कसं काय नेऊ शकेल, असा प्रश्न सगळ्यांनाच पडला.

२१ ऑक्टोबर, १९५९ या दिवशी फॉन ब्राऊन आणि त्याचे सहकारी यांना पुढचं काम नासामध्ये जाऊन करण्याचे आदेश मिळाल्यावर फॉन ब्राऊन बेहद्द खूश झाला. नासाच्या निर्मितीपासूनचा त्याचा वनवास अचानकपणे समाप्त तर झालाच; पण यावर कडी म्हणजे फॉन ब्राऊनला नासाचं संचालकपद देण्यात आलं! त्याच महिन्यात चंद्राच्या मोहिमेची परवानगीसुद्धा देण्यात आली. अर्थातच त्याआधी अंतराळात माणूस पाठवण्याच्या शर्यतीत सोव्हिएत युनियनला रेडस्टोन रॉकेटनं मागे टाकण्याची खबरदारी घेणं, ही फॉन ब्राऊनची सगळ्यात महत्त्वाची जबाबदारी

असेल, हे उघडच होतं.

तिकडे सोव्हिएत युनियनमध्ये कोरेलियॉव्हला अमेरिकेच्या अंतराळ मोहिमांविषयीची माहिती मिळत असल्यामुळे तो चांगलाच अस्वस्थ झाला. नासाच्या स्थापनेनंतर अमेरिकेनं या क्षेत्रात चांगला जोर पकडलेला असल्याचं बघून शेवटी सोव्हिएत अधिकाऱ्यांनी जरा नमतं घेतलं आणि माणसाला अंतराळात पाठवण्यासाठीची सोव्हिएत मोहीमसुद्धा हाती घेतली. अंतराळवीर कसा असावा यासाठीचे निकष कोरेलियॉव्हच्या मनात अगदी स्पष्ट होते. म्हणूनच 'अंतराळवीराचं वय साधारण ३० वर्षं असावं, त्याची उंची साधारण साडेपाच फूट असावी आणि त्याचं वजन ६८ किलोंहून कमी असावं' त्यानं जाहीर केलं. तसंच 'हा माणूस विपरीत परिस्थितीचा सामना करण्यासाठी सज्ज असावा, सहजपणे घाबरून जाणारा नसावा आणि त्याच्या चेहऱ्यावर स्मितहास्य झळकत असावं' अशी अपेक्षाही त्यानं व्यक्त केली. अर्थातच अमेरिकेमध्ये संभाव्य अंतराळवीरांचा शोध घेण्यासाठीची मोहीम अगदी जाहीरपणे गाजावाजासह हाती घेण्यात आलेली असली तरी सोव्हिएत युनियनमध्ये मात्र नेहमीप्रमाणेच हे शोधकार्य अगदी गुप्ततेत सुरू झालं. कुठल्या कामासाठी आपली मुलाखत घेतली जात आहे, याचा अजिबात पत्ता लागू न देता हजारो लोकांच्या यासाठी चाचण्या घेण्यात आल्या. एका 'खास उड्डाणासाठी' या मुलाखती घेतल्या जात असल्याचं फक्त सांगण्यात आलं. अमेरिकेप्रमाणेच सोव्हिएत युनियनमधल्या चाचण्यासुद्धा खूप कडक होत्या. सगळ्यांच्या शारीरिक तसंच मानसिक मर्यादांची क्षमता चाचपण्याचा त्यांचा हेतू होता. अत्यंत कठीण अशा या दिव्यातून गळून पडत शेवटी वीस जण उरले.

याच काळात ख्रुश्चेव्ह यांनी अमेरिका दौरा करून आयसेनहॉव्हर यांची ऐतिहासिक भेट घेतली. अमेरिकेचं नाक ठेचण्याची एकही संधी सोडायला तयार नसलेल्या ख्रुश्चेव्ह यांनी आपल्या नेहमीच्या प्रथेप्रमाणे या दौऱ्याआधी काहीतरी भव्यदिव्य करून दाखवण्याविषयी कोरेलियॉव्हकडे विषय काढला. याच सुमाराला चंद्रावरच्या निरीक्षणासाठीचा आणखी एक 'प्रोब' सोडण्याची तयारी कोरेलियॉव्ह करत होताच. त्यानं लगेचच आपल्या कामात आणखी वेग आणत १२ सप्टेंबर, १९५९ या दिवशी Luna 2 या नावानं ओळखला जाणारा प्रोब चंद्रावर सोडला आणि यानंतर तीन दिवसांनी तो चंद्रावर यशस्वीरीत्या जाऊन पोहोचला. इंग्लंडमधल्या रेडिओ दुर्बिणीनं या घटनेला दुजोरा दिला आणि पुन्हा एकदा सगळ्यांची मान सोव्हिएत युनियनकडे आदराच्या नजरेनं वळली. हे होत असताना ख्रुश्चेव्ह अमेरिकेमध्ये हॉलिवूडला भेट देऊन तिथं सगळे जण घालत असलेल्या तोकड्या कपड्यांविषयी नाराजी व्यक्त करत होते! तसंच आपला देश चंद्रावर फेरफटका मारण्यामध्ये गुंतलेला असताना अमेरिका सॉसेजसारखे खाद्य पदार्थ तयार करण्यात समाधान

मानत असल्याची खरमरीत टीकाही त्यांनी एका अन्नोत्पादन केंद्राला भेट दिल्यावर केली. आत्तापर्यंत अमेरिकेनं चंद्रावर कुठलीही वस्तू पाठवण्यात यश मिळवलेलं नव्हतं. अनेक प्रयत्न करूनसुद्धा जास्तीत जास्त ६०,००० किलोमीटर्सपर्यंतच Pioneer 4 हा प्रोब त्यातल्या त्यात जास्त अंतरापर्यंत जाऊ शकला होता. नासानं नाइलाजानं ख्रुश्चेव्ह यांचं सोव्हिएत युनियनच्या या भन्नाट यशाबद्दल अभिनंदन केलं आणि ते कुठलीही भीडभाड न ठेवता अगदी उघड अभिमानासह ख्रुश्चेव्ह यांनी स्वीकारलं.

कोरेलियॉव्ह अशा प्रकारे अभिनंदनाचा स्वीकार करून समाधान मानणाऱ्यांमधला नव्हता. चंद्रावर प्रोब यशस्वीपणे पाठवून झाल्यावर त्याला काही आठवड्यांमध्येच नवा पराक्रम करायचा होता. स्पुटनिकच्या दुसऱ्या 'वाढदिवसाच्या' सुमाराला; म्हणजेच Luna 2च्या सफरीनंतर काही आठवड्यांमध्येच कोरेलियॉव्हनं Luna 3 हा प्रोब सोडला. याचं वैशिष्ट्य म्हणजे चंद्राचा पृथ्वीपासून लपलेला भाग टिपणं. चंद्र स्वतःभोवती साधारण २८ दिवसांमध्ये तर पृथ्वी स्वतःभोवती दर चोवीस तासांमध्ये एक प्रदक्षिणा पूर्ण करत असल्यामुळे या दोन ग्रहांमध्ये एक वैशिष्ट्यपूर्ण घटना घडते. चंद्राची फक्त एकच बाजू पृथ्वीवरून दिसू शकते. चंद्राचा उरलेला भाग पृथ्वीवरून कधीच दिसत नाही. याचं कारण म्हणजे पृथ्वी ज्याप्रकारे सूर्याभोवती प्रदक्षिणा घालते त्याहून वेगळ्या प्रकारे चंद्र पृथ्वीभोवती प्रदक्षिणा घालतो. पृथ्वी स्वतःभोवती फिरत फिरत सूर्याभोवती फिरते. यामुळे चोवीस तासांमध्ये पृथ्वीची सूर्याभोवतीची एक प्रदक्षिणा पूर्ण होते. तसंच पृथ्वीच्या सगळ्या बाजू सूर्याभोवती एकामागून एक येत राहतात. चंद्राचं मात्र तसं नसतं. चंद्राची कायम एकच बाजू पृथ्वीसमोर येते. हे समजून घेण्यासाठी देवळात देवाभोवती प्रदक्षिणा घालणाऱ्या एका माणसानं समजा कायम मूर्तीकडे सरळ रेषेत बघतच प्रदक्षिणा घातली तर त्या माणसाच्या पाठीकडची बाजू मूर्तीसमोर कधीच येणार नाही. तसंच चंद्राचं पृथ्वीभोवतालच्या प्रदक्षिणांच्या बाबतीत होतं.

कोरेलियॉव्हच्या ४ ऑक्टोबर या दिवशी प्रवासाला निघालेल्या या नव्या प्रोबनं चंद्राच्या या लपलेल्या बाजूचा वेध घेतला. बिनतारी संदेशवहनासाठीची यंत्रणा तसंच छायाचित्रं टिपू शकणारी यंत्रणा यांनी सज्ज असलेल्या या प्रोबनं चंद्राच्या लपलेल्या बाजूच्या ७०टक्के भागाची छायाचित्रं यशस्वीरीत्या टिपली. ही छायाचित्रं पृथ्वीवर बिनतारी संदेशांद्वारा पाठवण्यासाठीची यंत्रणा बसवण्यात आली होती. तेवढ्यात या यंत्रणेमध्ये काहीतरी बिघाड होत असल्याचं कोरेलियॉव्हच्या लक्षात आलं. इतकी अपूर्व संधी सोडणं कोरेलियॉव्हसारख्या माणसासाठी निव्वळ अशक्य होतं. त्यामुळे ज्या ठिकाणी ही बिनतारी संदेशवहन व्यवस्था छायाचित्रांसाठीचे संदेश पाठवणार होती, त्या ठिकाणाकडे आपल्या काही सहकाऱ्यांसह कोरेलियॉव्ह निघाला. अक्षरशः जिवाची पर्वा न करता कोरेलियॉव्हला तिथं वेळेत पोहोचायचं

होतं. त्यामुळे कुठल्याही क्षणी अपघात होऊन गाडीचा चुराडा होईल अशा वेगानं ड्रायव्हिंग करत असलेल्या चालकाला सबुरीचा सल्ला न देता कोरेलियॉव्ह जीव मुठीत घेऊन बसला. अखेर कोरेलियॉव्ह आणि त्याचे सहकारी बिनतारी संदेशवहनासाठीच्या केंद्रात दाखल झाले.

बिनतारी संदेशवहनाच्या यंत्रणेत नक्की काय अडचणी निर्माण झालेल्या आहेत आणि त्यामागची कारणं काय आहेत, याचा शोध युद्धपातळीवर घ्यायला कोरेलियॉव्हनं सुरुवात केली. त्याच्याइतकं या मोहिमेविषयीचं गांभीर्य स्थानिक तंत्रज्ञांना अजिबातच नव्हतं. यामुळे त्यांनी त्यांच्याकडे असलेली जुजबी माहिती कोरेलियॉव्हला दिली. आधीच वैतागलेल्या कोरेलियॉव्हचा यामुळे स्फोट झाला. त्यानं चंद्रावरून छायाचित्रं पाठवत असलेल्या प्रोबच्या हालचालींविषयीची आकडेमोड करणाऱ्या आणि त्याविषयीचे अचूक अंदाज बांधण्याच्या प्रयत्नांत असलेल्या मॉस्कोमधल्या सहकाऱ्यांना फोन लावला. आधीच रात्रभर जागून काम करून वैतागलेल्या तिथल्या लोकांनी आता मस्तपैकी ताणून दिलेली असल्यामुळे एका महिला ऑपरेटरशिवाय तिथं कुणीच नव्हतं. तिला कोरेलियॉव्ह कोण हेसुद्धा माहीत असण्याचा प्रश्न नव्हता. साहजिकच तिनं कोरेलियॉव्हच्या आगपाखडीकडे पूर्ण दुर्लक्ष केलं आणि आपण काही करू शकत नसल्याचं कोरेलियॉव्हला सांगितलं. अमेरिकेवर इतका मोठा विजय मिळवण्याच्या आणि एकूणच अंतराळ मोहिमांच्या संदर्भातला नवा अध्याय घडवण्याच्या आपण इतके जवळ असताना हे लोक निर्लज्जपणे कसे काय ढाराढूर झोपू शकतात, असं म्हणून कोरेलियॉव्हनं चडफडत फोन ठेवला. त्यानं शक्य ते सगळे प्रयत्न केले आणि त्याच्या प्रामाणिक प्रयत्नांना शेवटी यश आलं! १८ ऑक्टोबरपर्यंत चंद्राच्या दडलेल्या बाजूची एकंदर सतरा छायाचित्रं कोरेलियॉव्हला मिळाली. ही छायाचित्रं अगदी चांगल्या दर्जाची होती. म्हणजेच उगीचच नावापुरती काहीतरी जुजबी माहिती पुरवतील अशी ती नव्हती. उलट या छायाचित्रांचा वापर करून चंद्राच्या आजवर लपलेल्या बाजूचा एक नकाशा तयार करणं त्यामुळे शक्य झालं. तसंच या भागामध्ये नक्की कसा पृष्ठभाग आहे याविषयीची अत्यंत महत्त्वाची माहितीसुद्धा संशोधकांना मिळाली. या पराक्रमाबद्दल कोरेलियॉव्हला सोव्हिएत युनियननं एक आलिशान बंगला भेट दिला. यामुळे कोरेलियॉव्ह खुश झाला असला तरी अंतराळात माणूस पाठवण्याच्या आपल्या स्वप्नाची पूर्तता होऊ शकत नसल्याबद्दल त्याचं मन आतून कुरतडलं जात होतं.

१९६० सालच्या जानेवारी महिन्यात मात्र चित्र पार बदललं. अचानकपणे ख्रुश्चेव्ह यांनी कोरेलियॉव्ह आणि ग्लुश्को यांना त्यांच्या एका सहकाऱ्यासह बोलावून घेतलं आणि त्यांना अंतराळात माणूस पाठवण्याच्या प्रकल्पावर जोमानं काम

करायला सांगितलं. इतकंच नव्हे, तर त्या वर्षीच्या ऑक्टोबर महिन्यातल्या आपल्या संयुक्त राष्ट्रसंघाच्या भेटीपूर्वी मंगळावर सोव्हिएत युनियनचा ध्वज रोवू शकणारा प्रोब पाठवण्याचे प्रयत्न करायलाही त्यांनी या तुकडीला सांगितलं. यामुळे अंतराळभरारीच्या कामाला भलताच वेग आला. संभाव्य अंतराळवीरांच्या चाचण्या आता आणखी तीव्र झाल्या. अंतराळात पाठवण्यात आलेल्या माणसाचा समजा काही तांत्रिक कारणांमुळे पृथ्वीशी असलेला संपर्क तुटला तर त्याची नक्की कशी अवस्था होईल, याविषयीचा सखोल अभ्यास करण्यात अनेक तज्ज्ञ गुंतले होते. या शक्यतेसारखी परिस्थिती पृथ्वीवरच निर्माण करण्यासाठी या संभाव्य अंतराळवीरांना स्वतंत्रपणे एका खिडकीसुद्धा नसलेल्या छोट्या खोपट्यात डांबून ठेवण्यात आलं. अंतराळात असेल तशीच परिस्थिती त्यांच्याभोवती निर्माण करण्यात आली. दिवस आहे का रात्र आहे हे कळणार नाही अशा, तसंच वाचन, संगीत अशा कुठल्याही प्रकारे मन रमवता येणार नाही अशा, कुणाशीही बोलायचा प्रयत्न केला तरी उत्तर मिळणार नाही अशा, झोपायचा प्रयत्न केला तर डोळ्यांमध्ये प्रखर प्रकाश सोडला जाईल अशा या भीषण परिस्थितीत हे लोक किती काळ तग धरू शकतात, याचा अंदाज घेण्याचा हा प्रकार म्हणजे काही तुरुंगांमधल्या अवस्थेपेक्षा फार वेगळा नव्हता. आणखी एक जीवघेणी चाचणी म्हणजे ऑक्सिजनच्या अनुपलब्धतेच्या वेळी या लोकांची काय अवस्था होते, हे तपासण्याची होती. या लोकांना सातत्यानं त्यांचं नाव एका कागदावर लिहायला सांगितलं जाई. सुरुवातीला ऑक्सिजन नेहमीसारखा पुरवला जाई; पण लवकरच त्याचं प्रमाण कमी केलं जाई. काही मिनिटांमध्येच त्या खोपट्यामधला सगळा ऑक्सिजन शोषून घेतला जाई. स्वाभाविकपणे खोलीतला माणूस ऑक्सिजनच्या अनुपलब्धतेमुळे बेशुद्ध पडे. ही चाचणी घेण्यामागचं रहस्य कोरेलियॉव्हच्या लक्षात आलं नाही. अंतराळात एक तर ऑक्सिजन आहे किंवा नाही अशीच परिस्थिती असू शकेल असं त्याचं म्हणणं होतं; हळूहळू ऑक्सिजनचं प्रमाण घटत जाण्याची स्थिती नसेलच असं त्याला वाटे. अशा वेळी उगीचच ही चाचणी घेऊन संभाव्य अंतराळवीरांना हे डॉक्टर्स का त्रास देतात हे त्याला कळत नव्हतं. अर्थातच डॉक्टरांनी त्याचं काहीएक ऐकलं नाही! आणखी एक भयानक प्रयोग म्हणजे पृथ्वीवरून अंतराळाच्या दिशेनं प्रवास करत असताना गुरुत्वाकर्षणाचा पडणारा विलक्षण प्रभाव माणसावर नक्की काय परिणाम करतो हे तपासण्याचा होता. यासाठी संभाव्य अंतराळवीराला गोल फिरणाऱ्या चक्रासारखं बराच वेळ फिरवलं जाई. यामुळे त्या माणसाची नजर कशावरही स्थिरावणंच बंद होई! या भयावह अनुभवाचं वर्णन एका संभाव्य अंतराळवीरानं 'माझे डोळे बंदच होऊ शकेनात ... साधं श्वास घेणंसुद्धा महामुष्कील होऊन बसलं ... माझ्या चेहऱ्याचे सगळे स्नायू अवघडून बसले ... माझ्या हृदयाच्या ठोक्यांचा वेग

विलक्षण वाढला ... माझ्या धमन्यांमधून रक्त वाहत नसून जड पारा वाहत असल्यासारखं मला वाटत होतं ...' अशा शब्दांमध्ये केलं. असं असूनसुद्धा कुठल्यातरी मोठ्या प्रकल्पामध्ये सहभागी होण्याची संधी मिळणार असल्यामुळे हा संभाव्य अंतराळवीर हे सगळं सोसायला तयार होता. त्याचं नाव? युरी ॲलेक्सेआयविच गगारिन.

मॉस्कोपासून सुमारे १६० किलोमीटर्सवरच्या एका ग्रामीण भागात वाढलेल्या गगारिनचं वय सव्वीस वर्षांचं होतं. खडतर परिस्थितीत वाढलेल्या गगारिननं खूप कष्ट करून आपलं नशीब घडवलं. गगारिन आठ वर्षांचा असताना १९४२ साली जर्मन सैन्य दुसऱ्या महायुद्धामध्ये रशिया पादाक्रांत करण्याच्या इराद्यानं जेव्हा घुसलं, तेव्हा ते गगारिन राहत असलेल्या भागात पोहोचलं. जर्मनीच्या हल्ल्यातून बचावलेला गगारिन शिकत राहिला आणि त्यानं कालांतरानं विमानचालकाचं म्हणजेच पायलट होण्याचं प्रशिक्षण घेतलं. आता अत्यंत खडतर मानसिक आणि शारीरिक चाचण्या झाल्यानंतर त्याची शेवटी अंतराळवीर म्हणून निवड झाली. शेवटपर्यंत त्याला याची कल्पनाच नव्हती. कुठल्यातरी नव्या हवाई उड्डाणासाठी आपली निवड होऊ शकेल असं त्याला सांगण्यात आलं होतं; पण हा नक्की काय प्रकार आहे, हे मात्र त्याला ठाऊक नव्हतं. पृथ्वीपासून २४० किलोमीटर्स अंतरावर अंतराळात आपल्याला पाठवलं जाणार असून तिथून आपण रॉकेटमधून पृथ्वीकडे बघणार आहोत हे त्याला जेव्हा समजलं, तेव्हा त्याचा विस्फारलेला चेहरा बराच वेळ तसाच राहिला! अर्थात अजूनही अंतिम निवड झाली नव्हती. इतर काही जणांबरोबर गगारिनची या संदर्भात अजूनही स्पर्धा सुरू होती.

**गगारिन आणि कोरेलियॉव्ह**

लवकरच या सगळ्या प्रकल्पाच्या जनकाला भेटण्याची संधी मिळणार असल्याचं गगारिन तसंच इतर संभाव्य अंतराळवीर यांना सांगण्यात आलं. स्वाभाविकपणे हा माणूस नक्की कोण आहे आणि त्यानं इतकं अद्भुत काम कसं केलं आहे, हे जाणून घेण्याची उत्सुकता त्यांना लागून राहिली. ही भेट कधी होणार याकडे ते मोठ्या आशेनं बघत राहिले.

■

# प्राण्यांची अंतराळभरारी

१८ जून, १९६० या दिवशी संभाव्य अंतराळवीरांना सोव्हिएत अंतराळभरारीच्या प्रकल्पाच्या जनकाला भेटण्यासाठी धाडण्यात आलं. त्याचं नाव गुप्त राखण्यात आलेलं असलं तरी बैठकीच्या ठिकाणी त्याचं आगमन होताच त्याच्या व्यक्तिमत्त्वाची छाप सगळ्यांवर पडल्यावाचून राहिली नाही. त्याची उंची फारशी नसली, तरी त्याच्याकडे बघून तो एकूण भारदस्त वाटत होता. संभाव्य अंतराळवीरांकडे बघून त्यानं मंद स्मितहास्य केलं. आपली थोडक्यात ओळख करून देत त्यानं त्यांचीही जुजबी माहिती घेतली. अंतराळभरारीच्या थरारक संकल्पनेविषयी त्यानं आपल्या डोक्यात असलेल्या गोष्टी व्यवस्थितपणे समजावून सांगितल्या. पूर्वीपासूनच माणसाला अंतराळाकडे बघून त्याविषयी कसं कुतूहल वाटत होतं इथपासून ते अमेरिकेबरोबर सोव्हिएत युनियनच्या सुरू असलेल्या शीतयुद्धाचा एक भाग म्हणून अंतराळभरारीच्या शर्यतीत सोव्हिएत युनियननं जिंकणं का गरजेचं आहे, इथपर्यंत अनेक गोष्टी त्यानं सांगितल्या. या विषयामुळे तो इतका भारावून गेला होता, की बोलताबोलता तो भावनाविवश झाला आणि त्यानं अगदी उत्कटतेनं संभाव्य अंतराळवीरांना ही सगळी माहिती दिली. अशा या कोरेलियॉव्हला भेटून संभाव्य अंतराळवीर हरखूनच गेले!

कोरेलियॉव्हनं सगळ्या संभाव्य अंतराळवीरांविषयीची माहिती घेतली. सगळ्यांशी तो समूहातच; पण विस्तारानं बोलला. युरी गगारिनवर कोरेलियॉव्हचा भलताच प्रभाव पडला. गगारिननं स्वतःविषयीची माहिती सांगितल्यावर कोरेलियॉव्हच्या मनात गगारिनविषयी खूप औत्सुक्य निर्माण झालं. अंतराळभरारी मारण्यासाठी हाच माणूस योग्य आहे असं कोरेलियॉव्हला वाटलं. यामागचं कारण म्हणजे जर्मन लष्कर रशियामध्ये घुसलेलं असताना गगारिनच्या कुटुंबाला इतरांप्रमाणेच खूप सोसावं लागलं. जर्मन सैनिकांच्या अत्याचारांपुढे कुटुंबंच्या कुटुंबं उद्ध्वस्त झाली.

युरी गगारिन यातून कसाबसा बचावला. लपूनछपून राहत आणि कसंबसं मिळेल ते खात गगारिन जर्मन सैनिकांच्या कचाट्यातून बचावला. इतकंच नव्हे, तर त्यानं जर्मन लष्कराच्या अत्याचारांचा सूड घेण्याचाही प्रयत्न केला. त्यानंतर परिस्थिती जरा सुधारल्यावर गगारिननं वैमानिक बनण्याचं प्रशिक्षण घेतलं. एखाद्या चित्रपटाची पटकथा असावी असं गगारिनचं आयुष्य असलेलं बघून कोरेलियॉव्ह खूप भारावून गेला. त्याला स्वतःनं सोसलेल्या हालांची आठवण झाली. तसंच गगारिन इतकी धडपड करून इथपर्यंत पोहोचलेला आहे, याचाच अर्थ त्याच्यामध्ये विलक्षण जिद्द असणार आणि तो अंतराळवीर बनून दाखवणार, असं कोरेलियॉव्हला वाटलं. त्यानंतर कोरेलियॉव्हनं संभाव्य अंतराळवीरांना अंतराळात नेण्यासाठीचं अंतराळयान दाखवलं. 'या अंतराळयानाच्या आत कुणाला जायचं आहे का?' असं कोरेलियॉव्हनं सगळ्यांना विचारल्याक्षणी अत्यंत उतावीळपणे गगारिननं त्यासाठीची तयारी दाखवली. इतकंच नव्हे, तर हे अंतराळयान म्हणजे एखादं पवित्र ठिकाण असावं अशा अर्थानं त्यानं आपल्या पायांमधले बूट काढून त्या अंतराळयानात प्रवेश केला. हे बघून कोरेलियॉव्ह अजूनच खुश झाला.

आता अंतराळात जाऊ शकणाऱ्या रॉकेटचं तंत्रज्ञान बऱ्यापैकी खात्रीशीर झालेलं असलं, तरी तिथून अंतराळवीरांना पृथ्वीवर सुखरूप आणू शकणाऱ्या 'रिट्रो रॉकेट'च्या तंत्रज्ञानामध्ये मात्र तितकीशी अचूकता नव्हती. म्हणजेच पृथ्वीवरून अंतराळवीर रॉकेटमधल्या कप्प्यात बसून अंतराळात व्यवस्थितपणे पोहोचू शकतील अशी आशा कोरेलियॉव्हला वाटत असली, तरी अंतराळातून त्यांना परत पृथ्वीवर सुखरूप आणण्याचा प्रश्न मात्र अजून सुटलेला नव्हता. याचं कारण म्हणजे अंतराळात रॉकेट पोहोचल्यावर काही काळानंतर अगदी बरोबर क्षणी 'रिट्रो रॉकेट'चं कामकाज अचूकपणे चालू होणं आवश्यक होतं; अन्यथा विलक्षण तापमानामुळे अंतराळवीर जागीच जळून खाक होणार, हे निश्चित होतं.

याची तयारी सुरू असताना १९६०च्या मे महिन्यात सोव्हिएत युनियननं अंतराळवीर नसलेलं मानवविरहित म्हणजेच रिकामं अंतराळयान असलेलं रॉकेट अंतराळात पाठवलं. ही चाचणी यशस्वी ठरली. या अंतराळयानात बिनतारी संदेशवहनासाठीची यंत्रणा बसवण्यात आलेली होती. या यंत्रणेनं पृथ्वीवर आधीच्या उपग्रहांप्रमाणेच बिनतारी संदेश पाठवले आणि ते पृथ्वीवर व्यवस्थितपणे ऐकू आले. या अंतराळयानाचं नाव Vostok (व्हॉस्टॉक) असेल असं ठरलं होतं; पण ते तात्पुरतंच होतं. आता त्याचं बारसं करायचं असं कोरेलियॉव्हनं ठरवलं. यासाठी अनेक जणांकडून प्रस्ताव मागवण्यात आले. त्यातून Spacecraft, cosmocraft, Rocketcraft अशी आणि इतरही अनेक नावं कोरेलियॉव्हकडे आली. कोरेलियॉव्हला त्यातला कुठलाच पर्याय पसंत पडला नाही. त्याऐवजी जसं समुद्रातून प्रवास

करण्यासाठी 'सी शिप (Sea Ship)' असतं आणि नदीतून प्रवास करण्यासाठी 'रिव्हर शिप (River Ship)' असतं तसं अंतराळातून म्हणजेच 'स्पेस'मधून प्रवास करण्यासाठी 'स्पेस शिप (Space Ship)' असेल असं त्यानं जाहीर केलं. याला आपण मराठीत 'अंतराळयान' किंवा 'अवकाशयान' असं म्हणतो. आता आपल्याला कदाचित या नामकरणाचं फारसं काही वाटणार नाही; पण कोरेलियॉव्हच्या या घोषणेनंतर काही जणांच्या अंगावरचे केस रोमांचामुळे ताठ झाले असल्याचा उल्लेख आहे. जसं आपण जमिनीवर किंवा पाण्यातून सहजपणे प्रवास करतो त्याचप्रकारे अंतराळातून प्रवास करू शकू ही कल्पना तेव्हा केवढी थरारक वाटली असेल, याची आपण कल्पनाच करू शकतो!

दरम्यान मानवविरहित अंतराळयान घेऊन गेलेलं रॉकेट अजून अंतराळातच होतं आणि ते यशस्वीपणे पृथ्वीच्या कक्षेत जाऊन पृथ्वीभोवती घिरट्या घालत होतं. पृथ्वीभोवतालच्या एकंदर ६४ प्रदक्षिणा झाल्यानंतर या रॉकेटचं काम संपून त्याच्या जोडीला असलेलं 'रिट्रो रॉकेट' आपलं काम सुरू करणार आणि त्यामुळे अंतराळयान पृथ्वीकडे परतण्याचा आपला प्रवास सुरू करणार, अशी योजना होती. म्हणजेच जर अशा प्रकारे मानवविरहित अंतराळयान पृथ्वीवर सुखरूप परत येऊ शकलं तर अंतराळवीरांना घेऊन जाणारं अंतराळयान अंतराळात सोडण्यासंबंधीचा थोडासा आत्मविश्वास कोरेलियॉव्ह आणि त्याचे सहकारी यांना आला असता. साहजिकच या घटनाक्रमाकडे कोरेलियॉव्ह अत्यंत औत्सुक्यानं बघत होता. अगदी ऐन वेळी मात्र एक चूक झाली. रिट्रो रॉकेट योग्य वेळेला सुरू होऊ शकलं नाही. यामुळे अंतराळयान पृथ्वीची कक्षा सोडून पृथ्वीभोवतालच्या वातावरणात नीटपणे, सावकाशीनं परतू शकलं नाही. ते तिथं एकदम वेगानं आलं. तसंच मोजमापात झालेल्या चुकीमध्ये पृथ्वीच्या गुरुत्वाकर्षणाची भर पडली. यामुळे पृथ्वीभोवतालच्या वातावरणाच्या अगदी वरच्या थरांपर्यंत अंतराळयान कसंबसं आलं आणि ते पुन्हा अंतराळात उंचावर चेंडू फेकल्यासारखं फेकलं गेलं. म्हणजेच आता ते पृथ्वीच्या कक्षेतही नव्हतं आणि पृथ्वीभोवतालच्या वातावरणाच्या थरामध्येही नव्हतं. ते अंतराळात जणू अनाथ असल्यासारखं झालं. या गोंधळात रिट्रो रॉकेटमधलं इंधन संपलं. साहजिकच या रिट्रो रॉकेटला जोडण्यात आलेलं मानवविरहित अंतराळयानही अंतराळात लटकून राहिलं. याचाच अर्थ, समजा या अंतराळयानात एखादा अंतराळवीर असता तर तो अंतराळात अडकून बसला असता आणि ऑक्सिजनचा पुरवठा संपल्यामुळे मरण पावला असता.

मानवविरहित अंतराळयान अशा प्रकारे पृथ्वीवर यशस्वीरीत्या परतू शकलं नसल्यामुळे कोरेलियॉव्हच्या मनात शंकेची पाल चुकचुकली. अंतराळवीरांना घेऊन जाणारं अंतराळयान अशा प्रकारे पाठवणं अजून तरी खूप धोकादायक असल्याचं

या घटनेवरून स्पष्ट झालं. मानवी अंतराळवीरांची चाचणी घेणं दूर ठेवत यानंतर दोन महिन्यांनी चायका आणि लिसिच्का या दोन कुत्र्यांना अंतराळयानाद्वारा अंतराळात पाठवायचं ठरलं. ती पृथ्वीवर जिवंत अवस्थेत परतली, तर माणसाला अंतराळात पाठवणं शक्य आहे, हे सिद्ध होणार होतं. याखेरीज सोव्हिएत उच्चपदस्थांची मर्जी नव्यानं संपादन करण्यासाठीसुद्धा ही मोहीम खूप उपयुक्त ठरेल याची कोरेलियॉव्हला कल्पना होती. दोन कुत्र्यांपैकी लिसिच्का ही कोरेलियॉव्हची खूप लाडकी होती. त्यामुळे या दोन कुत्र्यांची अंतराळभरारी सुरू होण्याआधी कोरेलियॉव्ह तिच्याजवळ आला. तिला उचलून घेत त्यानं तिला कुरवाळलं आणि हळूच 'तू अंतराळातून सुखरूप परत येशील अशी मला आशा वाटते' असं म्हणाला. सर्वसामान्यपणे भावनांना दुय्यम स्थान देणारा कोरेलियॉव्हही या प्रसंगी जरा भावनाविवश झाला असल्याचं त्याच्या सहकाऱ्यांना जाणवलं. २८ जुलै, १९६० या दिवशी या कुत्र्यांना घेऊन जाणारं अंतराळयान रॉकेटमध्ये बसवण्यात आलं आणि हे रॉकेट उड्डाणासाठी सज्ज झालं. सगळे उत्कंठेनं या दृश्याकडे बघत असतानाच जेमतेम अठ्ठावीस सेकंदांच्या अवधीत रॉकेटला नेणाऱ्या एका इंजिनानं पेट घेतला आणि यामुळे रॉकेटचा हवेतच स्फोट झाला. जमिनीवरचे सगळे या स्फोटाच्या तडाख्यातून आपला बचाव करण्यासाठी वेगानं इतस्ततः पांगले. रॉकेट, अंतराळयान आणि त्यामधली दोन बिचारी कुत्री या सगळ्यांची मात्र पार राखरांगोळी झाली! या घटनेमुळे रॉकेटच्या रचनेत बदल करण्यात आले. अशा प्रकारे रॉकेटनं उड्डाण केल्याकेल्या एका मिनिटाच्या आत जर इंजिननं पेट घेतला तर रॉकेटमधल्या अंतराळयानात बसलेल्या अंतराळवीरांना सुखरूप बाहेर येता यावं यासाठी पॅराशूटनं सज्ज असलेली आणि त्यांना जमिनीवर आणू शकणारी यंत्रणा बसवण्यात आली. या धक्क्यांमुळे खचून न जाता पुढच्याच महिन्यात नव्यानं कुत्र्यांना घेऊन जाणारं अंतराळयान पाठवण्याचा प्रयोग करायचं कोरेलियॉव्हनं ठरवलं.

१९ ऑगस्ट, १९६० या दिवशी बेल्का आणि स्ट्रेल्का या दोन कुत्र्यांना अंतराळात नेण्यात आलं. या खेपेला रॉकेटच्या उड्डाणामध्ये कसल्याच अडचणी आल्या नाहीत. अंतराळात गेल्यानंतर दोन्ही कुत्री दगावली की काय अशी शंका कोरेलियॉव्हला आली; कारण त्यांची छायाचित्रं टिपण्यासाठी अंतराळयानात बसवण्यात आलेल्या यंत्रणेनं पाठवलेल्या छायाचित्रांमध्ये दोन्ही कुत्री निपचित पडल्यासारखी दिसत होती. त्यांच्या शरीराला जोडण्यात आलेली जीवरक्षक यंत्रणा तसंच तपासयंत्रणा यांचं काम मात्र व्यवस्थितपणे सुरू होतं. काही वेळातच दोन्ही कुत्र्यांची पूर्वीसारखी हालचाल सुरू असल्याचं अंतराळयानामधल्या कॅमेऱ्यानंही दाखवलं आणि कोरेलियॉव्ह तसंच त्याचे सहकारी यांचा जीव भांड्यात पडला. आता हे अंतराळयान सुखरूप पृथ्वीवर परत आणण्याची किमया रिट्रो रॉकेट करू शकेल का, हा पुढचा अत्यंत

महत्त्वाचा प्रश्न होता. त्यावरच पुढच्या मोहिमांची आखणी अवलंबून होती. कोरेलियॉव्हचा उत्साह वाढवणारी गोष्ट म्हणजे रिट्रो रॉकेटनं आपलं काम अगदी व्यवस्थितपणे तर पार पाडलंच; पण शिवाय अंतराळयान पृथ्वीवर आल्यानंतर अगदी योग्य वेळी पॅराशूटच्या सहाय्यानं अंतराळभरारी मारून आलेल्या दोन कुत्र्यांना जमिनीवर सुखरूप उतरवण्यात आलं. आपण कुठे जाऊन आलो आहोत आणि काय इतिहास घडवलेला आहे, याची त्या बिचाऱ्या दोघांना काय कल्पना?

**स्ट्रेल्का आणि बेल्का**

अंतराळात जाऊन पृथ्वीवर जिवंत परतलेले हे पहिले दोन सजीव असल्यामुळे सोव्हिएत युनियनच्या मानवी अंतराळभरारीच्या प्रकल्पामध्ये एकदम जान आली. माणसाला अंतराळात पाठवण्याचा धोका आपण भविष्यात नक्कीच पत्करू शकतो, असा आत्मविश्वास संबंधितांना आला. मोठ्या दिमाखानं अंतराळभरारी मारून आलेल्या दोन कुत्र्यांना पत्रकारांसमोर सादर करण्यात आलं. इतकंच नव्हे, तर या दोन कुत्र्यांपैकी एकीचं एक पिल्लू अमेरिकी राष्ट्रपतींना भेट म्हणून पाठवण्यात आलं! अमेरिकेच्या दृष्टीनं ही आणखी एक मानहानी ठरली. अमेरिकेच्या राष्ट्रपतिपदाचा दावेदार असलेल्या जॉन. एफ. केनेडी यांनी ही संधी सोडायची नाही असं ठरवून 'अंतराळप्रवास करून आलेल्या पहिल्या दोन सजीवांची नावं रोव्हर आणि फिडो नसून स्ट्रेल्का आणि बेल्का होती हे लक्षात घ्या' असं म्हणून तेव्हाचे राष्ट्रपती आयसेनहॉव्हर यांच्या जखमेवर मीठ चोळलं. अर्थातच अमेरिकेवर सोव्हिएत युनियननं परत एकदा विज्ञान-तंत्रज्ञान-संशोधन क्षेत्रात मात केली असल्याचं केनेडी

यांना यातून सुचवायचं होतं. कुत्र्यांच्या नावांना अर्थ नव्हता; फक्त अमेरिकी नावांऐवजी त्यांनी काही सोव्हिएत नावं घेऊन हे बोलून दाखवलं.

कोरेलियॉव्हच्या या यशामुळे सप्टेंबर महिन्यात सोव्हिएत युनियनचा कारभार हाकणाऱ्या कम्युनिस्ट पक्षाच्या उच्चपदस्थांनी मानवाला अंतराळात पाठवण्याच्या मोहिमेचं कामकाज पुढे नेण्यासंबंधीच्या प्रकल्पाला मान्यता दिली. कोरेलियॉव्हला तर भलतीच घाई झाली होती. १९६१ साल उजाडण्याच्या आतच मानवाला अंतराळप्रवास करवण्याचं त्याचं स्वप्न होतं. त्या दृष्टीनं तो विलक्षण वेगानं काम करत होता. दरम्यान याआधी ऑक्टोबर महिन्यात ख्रुश्चेव्ह यांना न्यूयॉर्क शहरात संयुक्त राष्ट्रसंघाच्या बैठकीला जायचं होतं. नेहमीप्रमाणेच या प्रसंगी आपल्याला पुन्हा एकदा सगळ्या जगाला थक्क करून सोडणारं आणि विशेष करून अमेरिकेचा अपमान होईल असं काहीतरी खुसखुशीत प्रकरण मिळेल का, यासाठी त्यांनी कोरेलियॉव्हकडे विचारणा केली. कोरेलियॉव्ह तेव्हा मंगळावर दोन प्रोब सोडण्याच्या विचारात होता. त्याच्या दुर्दैवानं या दोन्ही चाचण्या अपयशी ठरल्या. पहिल्या वेळी तर मंगळाकडे जाणारा प्रोब पृथ्वीचं गुरुत्वाकर्षणसुद्धा भेदू शकला नाही आणि पृथ्वीवर येऊन कोसळला. यामुळे न्यूयॉर्कमध्ये असलेल्या ख्रुश्चेव्ह यांची चिडचिड सुरू झाली. सोव्हिएत युनियनमध्ये परतल्यावर 'आपल्याला लवकरच काहीतरी यश मिळवून दाखवा' अशी तंबीच त्यांनी मार्शल मित्रोफान नेदेलिन या आपल्या क्षेपणास्त्रनिर्मिती विभागाच्या प्रमुखाला दिली. अमेरिकेनं सोव्हिएत युनियनच्या लष्करी तसंच इतर कामांची टेहळणी करण्यासाठी पाठवलेल्या विमानांपासून लपण्यात यशस्वी ठरलेल्या यांगेल नावाच्या संशोधकानं काही काळापूर्वी R-12 नावाचं रॉकेट तयार केलं होतं; 'त्याचं काय झालं?' असा ख्रुश्चेव्ह यांचा सवाल होता. यामुळे नेदेलिन मनानं खचला. भडकलेल्या ख्रुश्चेव्ह यांना शांत केलं पाहिजे याची खूणगाठ त्यानं मनाशी बांधली.

खरं म्हणजे R-12 रॉकेट अजून परिपूर्ण नव्हतं. त्यामधले काही बारीकसारीक दोष दूर करणं गरजेचं होतं. तरीही २३ ऑक्टोबरला त्याच्या उड्डाणाची चाचणी घ्यायचं नेदेलिननं ठरवलं. ग्लुश्कोनं या रॉकेटसाठीचं इंजिन बनवलं होतं. जर या रॉकेटची चाचणी यशस्वी ठरली, तर आपल्या अंतराळभरारीच्या स्वप्नांमध्ये मोठा अडथळा येऊ शकतो, याची कल्पना असल्यामुळे कोरेलियॉव्ह काळजीत होता. या रॉकेटमध्ये वापरण्यात आलेलं इंधन सुरक्षित नसल्याचं मत कोरेलियॉव्हनं व्यक्त केलं खरं; पण नेदेलिननं मात्र त्याला पार उडवून लावलं. आपण कोरेलियॉव्हच्या पुढे जाण्याची भीती वाटत असल्यामुळे मत्सरापोटी कोरेलियॉव्ह काहीतरी बोलत असल्याचं विधान त्यानं केलं.

तेवढ्यात अगदी ऐन वेळी रॉकेटमधून इंधनगळती होत असल्याचं लक्षात

आल्यामुळे चाचणीच्या आदल्या रात्री रॉकेटमध्ये दुरुस्ती करण्याचं काम हाती घेण्यात आलं. रॉकेटमध्ये कुठल्याही प्रकारचा तांत्रिक दोष आढळला, तर तो दूर करण्यासाठी असंख्य गोष्टी तपासाव्या लागतात. हे करताना रॉकेटचा स्फोट होऊ शकतो. तसं होऊ नये यासाठी आधी रॉकेटमधलं सगळं इंधन बाहेर काढावं लागतं. इंधन बाहेर काढल्यावर रॉकेटमध्ये पेट घेण्यासारखं फारसं काही उरत नाही आणि विजेच्या जोडण्यांमध्ये काही दोष राहिला, तरी त्यातून घडणारा स्फोट लवकर नियंत्रित करता येतो. नेदेलिन मात्र पार बेचैन झाला होता. ख्रुश्चेव्ह यांना रॉकेटमधल्या इंधनगळतीमुळे त्याची चाचणी पुढे गेल्याचं समजलं तर आपली काही खैर नाही याची त्याला जाणीव असल्यामुळे त्यानं सुरक्षितपणे रॉकेटमधल्या तांत्रिक दोषांची तपासणी करण्याकडे साफ दुर्लक्ष केलं. रॉकेटमध्ये इंधन अगदी काठोकाठ भरलेलं असतानाच आपल्या सहकाऱ्यांना त्यानं तांत्रिक दोष दूर करण्यासाठीच्या तपासण्या करण्याचे आणि सगळे नटबोल्ट्स घट्ट बसवण्याचे आदेश दिले. प्रचंड धोका पत्करून संख्येनं दोनशेच्या वर असलेल्या तंत्रज्ञांनी रात्रीचा दिवस करत त्यांना मिळालेल्या आदेशांनुसार काम पूर्ण केलं. दुसऱ्या दिवशी सकाळी रॉकेटमध्ये आता कुठलाही धोका नसून आता आपण त्याची चाचणी घेऊ शकतो अशा अर्थाचे आदेश देणाऱ्या कागदावर त्यानं सही केली. अजूनही सगळे तंत्रज्ञ शेवटच्या क्षणी उद्‌भवत असलेल्या बारीकसारीक गोष्टी तपासत होते. नेदेलिनला रॉकेटच्या यशस्वी उड्डाणचाचणीपुढे दुसरं काहीच दिसत नव्हतं. रॉकेटपासून जेमतेम साठ फूट अंतरावर त्यानं एक स्टूल ठेवण्याचे आदेश दिले. या स्टुलावर उभं राहून सगळ्या कामाचं जवळून निरीक्षण करायचं नेदेलिननं ठरवलं होतं. कुणी आपल्या कामात कुचराई तर करत नाही ना, याकडे त्याचं बारकाईनं लक्ष होतं. अत्यंत मोठा धोका पत्करून आपण इंधन भरलेल्या रॉकेटची दुरुस्ती करत असल्याची जाणीव असल्यामुळे आधीच पार थकून गेलेले काही कामगार घाबरले होते. यामुळे भडकून 'त्यात घाबरण्यासारखं काय आहे? मी काय अधिकारी नाही की काय?' असे उद्गार नेदेलिननं काढले. थोडक्यात सांगायचं तर आपल्याला शहाणपणा शिकवण्याचा कुणी प्रयत्न करू नये, असं त्याला सुचवायचं होतं.

रॉकेटच्या उड्डाणाची चाचणी घेण्यासाठी अर्धा तास शिल्लक असतानाच्या घटनाक्रमात एक घोळ झाला. रॉकेटच्या उड्डाणासाठीची प्रक्रिया खूप किचकट असते. त्यात काहीतरी चूक झाली आणि रॉकेटच्या वरच्या भागाला चुकून एक सिग्नल मिळाला. यामुळे रॉकेटचं इंजिन सुरू झालं. त्यासरशी रॉकेटच्या खालच्या भागातल्या इंधनाच्या भागानं पेट घेतला आणि तिथं एखादा छोटा बॉम्ब फुटावा त्या प्रकारचा भयंकर स्फोट झाला. रॉकेट एका क्षणात जळून खाक तर झालंच; पण त्याशिवाय आजूबाजूच्या सगळ्या गोष्टींनीही पेट घेतला. त्याशिवाय नव्यानं डांबरीकरण

केलेला रॉकेटजवळचा मार्गही जळायला लागला. सोव्हिएत युनियनचा उपसंरक्षणमंत्री रॉकेटपासून काही फूट अंतरावर नेदेलिनशी गप्पा मारत उभा होता. या पेटत्या ज्वाळा चुकवत विलक्षण वेगानं धावत आणि सगळे अडथळे तोडत तो कसाबसा कुंपण ओलांडून पलीकडे गेला. या प्रयत्नांमध्ये त्याच्या दोन्ही पायांना फ्रॅक्चर झालं. अर्थात त्याला ठिकठिकाणी भाजलं होतंच. त्याला तातडीनं लष्करी इस्पितळात हलवण्यात आलं खरं; पण चार दिवसांनी त्याचं निधन झालं.

पेट घेतलेल्या रॉकेटभोवतालचं तापमान थेट तीन हजार अंश सेल्सिअसपर्यंत जाऊन पोहोचलं असल्यामुळे रॉकेटच्या आजूबाजूचे सगळे लोक जागीच खलास झाले. नेदलिनच्या मृतदेहाकडे तर बघवत नव्हतं. त्यानं मोठ्या गर्वानं घातलेली त्याची काही लष्करी पदकं तेवढी शाबूत होती आणि ती चमकत होती! उरलेली वितळून गेली. अशाच एका पदकामुळे तर त्याच्या मृतदेहाची ओळख पटू शकली. या महाभयानक घटनाक्रमाची माहिती या रॉकेटचा जनक यांगेल यानं ख्रुश्चेव्ह यांना दिली तेव्हा निराशा, संताप आणि उद्वेग यांच्या एकत्रीकरणातून सुन्न झालेल्या ख्रुश्चेव्ह यांनी 'तू कसा काय बचावलास?' असं विचारलं. त्यावर आपण रॉकेटचा स्फोट झाला तेव्हा त्याच्या जवळच असलेल्या सुरक्षित बंकरमध्ये सिगारेट ओढत असल्याचं यांगेलनं त्यांना सांगितलं. आपल्याला रॉकेटच्या उड्डाणाच्या चाचणीच्या आधीच्या विलक्षण तणावपूर्ण वातावरणापासून काही काळ बाहेर पडायचं असल्यामुळे आपण तिथे गेलो आणि बचावलो, असं तो म्हणाला. आपले सहकारी एका क्षणात जळून कसे खाक झाले याचा विलक्षण तणाव त्याला सहन होत नव्हता. आपल्याला हवी ती शिक्षा द्यावी असं त्यानं ख्रुश्चेव्ह यांना सांगितलं. तसंच घटनास्थळी आणि इतरत्रसुद्धा तो कित्येकदा धाय मोकलून रडत सुटला. अर्थातच नेहमीच्या पद्धतीनुसार या दुर्घटनेविषयीची माहिती सोव्हिएत युनियननं पार दाबून टाकली. कुणालाही याचा पत्ता लागला नाही. नेदेलिनचं एका विमान अपघातात निधन झालं असल्याची दुःखद बातमी प्रसारित करण्यात आली. किमान १५० लोक या दुर्घटनेत बळी पडले असावेत, असं इतिहासकार मानतात. या प्रसंगामुळे कोरेलियॉव्हसुद्धा पार हलला. कुठलं इंधन वापरावं याविषयी तो नव्यानं विचार करायला लागला. तसंच रॉकेटच्या उड्डाणाच्या चाचणीच्या वेळी काम करणारे अनेक कुशल तंत्रज्ञ आणि कामगार या दुर्घटनेत बळी पडल्यामुळे त्याला मोठाच धक्का बसला. आधीच कोरेलियॉव्हला शारीरिक आणि मानसिक पळापळीमुळे विलक्षण तणाव होता. त्यात या नव्या घडामोडीमुळे तो पार हादरून गेला. तरीही अंतराळभरारीचं त्याचं स्वप्न त्याला खुणावत होतं.

तिकडे सोव्हिएत युनियनशी सुरू असलेल्या शीतयुद्धात अंतराळयुद्धाचीसुद्धा भर टाकायची, का जरा सावकाशीनं पुढची पावलं टाकायची याविषयी अमेरिकी

राष्ट्रपती ड्वाईट आयसेनहॉव्हर संभ्रमात होते. आधीच त्यांचं सोव्हिएत युनियनशी असलेलं कमजोर नातं अगदी नाजूक झालं होतं. याचा भडका उडून शीतयुद्धानं वास्तविक युद्धाचं रूप धारण करण्याची भीती त्यांना सतावत होती. अशा परिस्थितीत सोव्हिएत युनियनची नव्यानं कुरापत काढण्याचं टाळावं असा सुज्ञ विचार ते करत होते. यासाठीच्या उपाययोजनांपैकी एक म्हणजे नवनवी क्षेपणास्त्रं, रॉकेट्स वगैरे बनवण्याच्या कामाला स्थगिती दिली नाही, तरी त्याचा वेग जरा कमी करण्याची होती. तसंच अंतराळभरारीच्या संदर्भात सोव्हिएत युनियनशी स्पर्धा करण्यापेक्षा आपल्या स्वतःच्या परिस्थितीचा विचार करून योग्य पावलं उचलावीत असंही त्यांना वाटत होतं. अंतराळभरारीसाठीचा खर्च अफाट होता आणि एवढं करून त्यातून यश हाती लागेलच याची खात्री देता येणं शक्य नव्हतं. फॉन ब्राऊन मात्र अर्थातच अंतराळभरारीची स्वप्नं बघण्यात मग्न होता. साहजिकच आयसेनहॉव्हर यांनी फॉन ब्राऊनच्या प्रकल्पाला भेट दिलेली असताना फॉन ब्राऊननं मोठ्या उत्साहानं त्यांना तिथली माहिती अगदी बारीकसारीक तपशिलांसह दिली. यामुळे या घडामोडींविषयी जरा साशंक असलेले आयसेनहॉव्हरसुद्धा खुश झाले.

असं असूनही मूळ जर्मन असल्यामुळे फॉन ब्राऊनकडे रागाच्या नजरेनं बघितलं जाण्याचे काही प्रकार अजूनही सुरू असत. नासामधल्याच काही सहकाऱ्यांनी फॉन ब्राऊनला अशा प्रकारे दुय्यम वागणूक देण्याचा प्रयत्न केल्यामुळे फॉन ब्राऊन निराश होई. त्यातच १९६० सालच्या सप्टेंबर महिन्यात फॉन ब्राऊनच्या आयुष्यावर आधारित असलेला I Aim at the Stars हा चित्रपट प्रकाशित झाला. त्याच्यासाठी हा चित्रपट नवी डोकेदुखी निर्माण करणारा ठरला. खरं म्हणजे आपल्या आयुष्याची चांगल्या अर्थानं दखल घेणारा आणि आपल्या कामगिरीचं कौतुक करणारा हा चित्रपट असेल अशी आशा फॉन ब्राऊन बाळगून होता. प्रत्यक्षात मात्र या चित्रपटात फॉन ब्राऊनवर टीकाच जास्त होती. फॉन ब्राऊनकडे बघण्याचा लोकांचा दृष्टिकोन अशा प्रकारे मिश्र स्वरूपाचा असला, तरी संभाव्य अंतराळवीरांना मात्र सगळीकडे 'हिरो'ची वागणूक दिली जाई. अनेक सार्वजनिक कार्यक्रमांमध्ये त्यांना आमंत्रित केलं जाई. लोक त्यांच्याकडे मोठ्या आदराच्या नजरेनं बघत. संभाव्य अंतराळवीर वर्तमानपत्रं, नियतकालिकं आणि टीव्ही यांच्यावरही वारंवार झळकत. त्यांचा सरावही जोरात सुरू असे. अधूनमधून त्यांना रॉकेटच्या उड्डाणांच्या चाचण्या बघायला मिळत. कित्येकदा रॉकेट हवेत झेपावण्यापूर्वी किंवा झेपावल्यावर लगेचच पेट घेई किंवा बेचिराख होई. हे दृश्य बघून स्वाभाविकपणे या संभाव्य अंतराळवीरांच्या मनात चलबिचल सुरू होई. आपल्याला घेऊन जाणाऱ्या रॉकेटची अशी अवस्था होऊ शकते, असा थरकाप उडवणारा विचार मनात शिरला की काही काळ त्यांच्या मनात काहूर माजे. नंतर मात्र आपण हे सगळं स्वीकारूनच या भूमिकेसाठी तयार

झालो असल्याचं ते स्वतःला बजावत आणि नव्या जोमानं सरावाला लागत.

अमेरिकी माध्यमं मात्र सोव्हिएत युनियनच आपल्याला अंतराळयुद्धात नव्यानं मात देणार अशी टीका करत होती. काही प्रमाणात याला ख्रुश्चेव्हसुद्धा कारणीभूत होते. कारण ते वारंवार सोव्हिएत युनियनच्या अंतराळभरारीसंबंधीच्या फुशारक्या मारत असत. अमेरिकेकडे याला प्रत्युत्तर देण्यासारखं काही नसल्यामुळे निमूटपणे हे ऐकून घेण्याशिवाय कुणाकडे दुसरा पर्यायच नसे. त्यातच एक टन वजनाचा मानवविरहित उपग्रह गुरू ग्रहावर रेडस्टोन रॉकेटद्वारा पाठवण्यासाठीचा फॉन ब्राऊनचा प्रकल्प अपयशी ठरला. अनेक महिने या मोहिमेसाठीची तयारी सुरू होती. २१ नोव्हेंबर, १९६० या दिवशी या रॉकेटचं उड्डाण होणार असं ठरलं. त्यासाठी रॉकेट उद्योगाशी संबंधित असलेले सगळे जण एकत्र जमले. पृथ्वीपासून सुमारे २१० किलोमीटर्स उंचीवर प्रवास करून हे रॉकेट सुखरूप पृथ्वीवर परतू शकलं, तर मानवाचा अंतराळप्रवास शक्य आहे असं वाटलं असतं. साहजिकच सगळेच जण या उड्डाणाकडे आशाळभूत नजर लावून बसले होते. उड्डाणाची वेळ जवळ आली. सगळी तयारी झाल्याची खात्री झाल्यानंतर काऊंटडाऊन सुरू झालं. रॉकेटच्या इंजिननं आपलं काम सुरू केलं आणि रॉकेट आता उड्डाण करत असल्याची सगळ्यांची समजूत झाली. प्रत्यक्षात मात्र रॉकेटनं उड्डाण केलंच नाही. ते आपल्या मूळ ठिकाणाहून फक्त चार इंच वर झालं. त्याच्यावरचा उपग्रहही तसाच होता. मग अंतराळाच्या दिशेनं काय झेपावलं होतं? सगळा गोंधळच होता. जी वस्तू अंतराळाच्या दिशेनं काही हजार फूट उंचीपर्यंत उडाली होती ती वस्तू आता वेगानं परत पृथ्वीकडे परतत होती. ही वस्तू आपल्या दिशेनं यायची भीती वाटल्यामुळे उपस्थित असलेल्या लोकांची एकच पळापळ सुरू झाली. ही वस्तू नजीकच्या समुद्रकिनाऱ्यासारख्या भागामध्ये जोरदार आवाजासह आदळली. दरम्यान रॉकेट अजून आपल्या जागेवरच होतं. त्याच्या इंजिनमधून पांढरा धूर बाहेर पडत होता. आता तरी रॉकेट उडणार का याकडे काही जण नजर लावून बसलेले असताना रॉकेटच्या वर असलेल्या उपग्रहाची एक बाजू उघडली आणि त्यातून पॅराशूट बाहेर पडलं आणि उघडलं. लवकरच ते जमिनीवर आलं. आता पुढे काय घडणार याविषयीच्या भीतीनं सगळ्या उपस्थित लोकांना पार ग्रासून सोडलं. हजारो लिटर इंधन आपल्या पोटात घेतलेलं रॉकेट जागेवरच फुरफुरत होतं. त्यामुळे ते आता दिशाहीन अवस्थेत कुठूनही कसंही तिरपांगडं होऊन उडेल, का त्याचा जागीच स्फोट होईल, का याहून आणखी वेगळंच काही घडेल याची कुणालाच कल्पना नव्हती. काहीतरी भयानक होणार हे नक्की असं तिथल्या प्रत्येकाला वाटत होतं. एका माणसानं घाईघाईत रॉकेटमधलं इंधन बाहेर पडावं यासाठी रॉकेटला दोन-तीन गोळ्या मारण्यासाठी कुणाला तरी पाचारण केलं जावं, अशी सूचना

मांडली. अर्थातच यात धोकाच जास्त होता. इतरही काही लोकांनी आपल्याला सुचतील त्या कल्पनांच्या आधारे विविध सल्ले दिले. शेवटी काहीच करायचं नाही असं ठरलं. वातावरण खूप उष्ण असल्यामुळे रॉकेटमधलं इंधन वायुरूपानं बाहेर पडेल आणि रॉकेट सुरक्षित राहील असा विचार त्यामागे होता. तोच योग्य ठरला आणि संकट टळलं.

अर्थातच रॉकेटनं काही वेडंवाकडं केलेलं नसलं तरी या उड्डाणाच्या सपशेल अपयशामुळे टीकाकारांच्या हाती नवंच कोलीत आलं. अमेरिकी अंतराळभरारीच्या स्वप्नाचे पत्रकारांनी पुरते वाभाडे काढले. 'जर रॉकेटला जोडण्यात आलेल्या उपग्रहाऐवजी तिथं मानवी अंतराळवीर असलेलं अंतराळयान असतं तर काय झालं असतं,' असा अंगावर काटा आणणारा प्रश्न काही जणांनी उपस्थित केला. न्यूयॉर्क टाइम्सनं 'सलग तिसऱ्या वेळा सोसाव्या लागलेल्या नामुष्कीमुळे पुढच्या वर्षीच्या सुरुवातीला अंतराळवीराला खरोखर अंतराळात पोहोचवण्याचं अमेरिकी स्वप्न पार भंगलं' अशी खरमरीत टीका केली. दरम्यान हे अपयश कशामुळे आलं याचा तपास करण्यात आला, तेव्हा एका इंजिनिअरनं एका विजेच्या जोडणीमध्ये बारीकशी ओढाओढ केल्यामुळे शॉर्ट सर्किट झाल्याचं आणि त्यामुळे दिशाभूल करणाऱ्या सूचना रॉकेटला नियंत्रित करणाऱ्या यंत्रणेला मिळाल्याचं निष्पन्न झालं. याचा परिणाम म्हणून आपलं इंधन संपत आल्याचा रॉकेटचा गैरसमज झाला आणि त्यामुळे रॉकेटचा प्रवास घडवणारी यंत्रणा आपोआप बंद झाली. अशा परिस्थितीत उपग्रहाला जोडण्यात आलेला एक भाग सुटा होणं अपेक्षित असतं. हा भाग उडून गेला. तसंच उपग्रहाला रॉकेट संकटात सापडलं असल्याचं वाटून त्यानं पॅराशूट बाहेर सोडण्याची व्यवस्था केली. अर्थातच एका अत्यंत क्षुल्लक चुकीचा परिणाम मात्र फार भयंकर झाला.

सातत्यानं येत असलेल्या या अपयशानंतरही मानवाला अंतराळात पाठवण्याच्या कामात तसा खंड पडला नाही. उलट निवड झालेल्या अंतराळवीरांपैकी कुठल्या अंतराळवीराला पहिला अंतराळवीर म्हणून संधी मिळावी याविषयी आता काथ्याकूट सुरू होता. जॉन ग्लेन नावाचा धीरगंभीर आणि एकाग्र चित्तानं आपलं काम करणारा अंतराळवीर यासाठी पात्र आहे असं बहुतेकांचं मत असलं तरी संभाव्य अंतराळवीरांनी आपसात मतदान करून हा निर्णय घ्यावा, असं ठरलं. त्यात कुणीच जॉन ग्लेनला मत दिलं नाही. याचं मुख्य कारण म्हणजे इतर अंतराळवीर मौजमजा करत असताना ग्लेन त्यांना सबुरीचा सल्ला देई; तसंच 'आपण सगळ्यांनी जबाबदारीनं वागलं पाहिजे,' असं सांगत राही. त्याच्या या उपदेशांना आणि आदर्शवादाला त्याचे सहकारी कंटाळून गेले असावेत. शेवटी १९ जानेवारी, १९६१ या दिवशी ॲलन शेफर्ड या संभाव्य अंतराळवीराची निवड 'पहिला अंतराळवीर' म्हणून

झाल्याचं जाहीर करण्यात आलं. रंगेल वृत्तीचा शेफर्ड आपल्या कामातल्या कौशल्याविषयीसुद्धा प्रसिद्ध होता. त्यानंतर दुसरा अंतराळवीर म्हणून गस ग्रिसम याचं नाव निश्चित करण्यात आलं. ही माहिती लोकांपर्यंत पोहोचू द्यायची नाही, असा निर्णय घेण्यात आला.

माणसाला अंतराळात पाठवण्याचा धोका पत्करण्यापूर्वी इतर एखाद्या सजीवावर हा प्रयोग करून बघितला जावा, असं बव्हंशी लोकांचं मत सोव्हिएत युनियनप्रमाणेच अमेरिकेतसुद्धा असल्यामुळे १९६१ सालच्या जानेवारी महिन्यात एका चिंपांझीला अंतराळात पाठवून बघायचं ठरलं. यासाठी अनेक चिंपांझींना प्रशिक्षण देण्यात आलं. हे प्रशिक्षण खूप काटेकोर पद्धतीनं दिलं जाई आणि आपल्या सूचना न ऐकणाऱ्या चिंपांझींना संबंधित प्रशिक्षक चांगलीच शिक्षा करत. अंतराळात गेल्यानंतरच्या परिस्थितीला अनुसरून ठरावीक बटणं आणि खटके दाबण्याच्या सूचना चिंपांझींना दिल्या जात. जे चिंपांझी या सूचना नीटपणे अमलात आणायचे त्यांना केळ्यांचं बक्षीस दिलं जाई. साहजिकच काय केल्यावर केळी खायला मिळतात हे समजल्यावर बहुतेक सगळे चिंपांझी हळूहळू आपलं काम व्यवस्थितपणे करायला लागत. या चिंपांझींपैकी आफ्रिकेहून आणल्या गेलेल्या '६५ क्रमांक' असलेल्या चिंपांझीची निवड करण्यात आली. उगीचच प्रसिद्धी नको म्हणून चिंपांझींना अजून नावं दिलेली नव्हती. ३१ जानेवारी या दिवशी या चिंपांझीला अंतराळात प्रवास करण्याचा इतिहास घडवण्याची संधी मिळालेली असली, तरी त्याविषयी तो फार खुश वाटत नव्हता. त्याला सगळीकडे जीवरक्षक यंत्रणेसाठीच्या तसंच त्याच्या परिस्थितीची माहिती मिळवण्याशी संबंधित असलेल्या जोडण्या बसवण्यात आल्या. सीटबेल्ट बांधून त्याला मर्क्युरी उपग्रहात बसवण्यात आलं.

या ६५ क्रमांकाच्या चिंपांझीला घेऊन रॉकेटनं ठरलेल्या वेळी उड्डाण केलं. या खेपेला रॉकेट जमिनीवरच अडकून पडलं नाही, यामुळे सगळ्यांचा जीव भांड्यात पडला खरा; पण लवकरच रॉकेट त्याच्या अपेक्षित वेगापेक्षा खूप जास्त वेगानं अंतराळाकडे झेपावत असल्याचं तंत्रज्ञांच्या लक्षात आलं. रॉकेटच्या यंत्रणेत कसलातरी बिघाड झाला होता, हे त्या चिंपांझीला कुठून समजणार आणि समजलं तरी तो काय करू शकणार, असा प्रश्न होता. तसंच ज्या सूचनांनुसार अंतराळयानाचं कामकाज चालायचं त्या सूचनांच्या प्रणालीतच घोळ झाला. स्वाभाविकपणे चिंपांझीला काहीच कळेनासं झालं. त्यानं नेहमीची बटणं आणि नेहमीचे खटके हे सगळं दाबून बघितलं; पण त्यांचा काही उपयोग झाला नाही. त्यामुळे त्यानं सगळीच बटणं आणि सगळेच खटके दाबून बघितले; पण कशाचाच काहीच ताळतंत्र लागेना. पृथ्वीपासून खूप वर गेल्यामुळे गुरुत्वाकर्षणाचा अभाव होता. त्यामुळे चिंपांझीला एकदम हलकं वाटत होतं. त्यातच त्याला विजेचे झटके बसायला लागले.

अनियंत्रित अवस्थेत असलेल्या मर्क्युरीमध्ये चिंपांझी एकदम केविलवाणा झाला. त्याला घेऊन हेलकावे खाणारा उपग्रह समुद्रात कोसळला. लवकरच या उपग्रहामध्ये पाणी शिरलं आणि चिंपांझी अजूनच गोंधळला. त्याचं लक्ष वेधून घेणारी आणि निरनिराळे इशारे करणारी बटणं आता एकदम शांत झाली असली तरी पाण्याच्या वाढत्या पातळीमुळे चिंपांझी पार गांगरून गेला. याची बातमी अमेरिकी नौदलाला देण्यात आली आणि तातडीनं त्यांच्या जीवरक्षकांना समुद्रात धाडण्यात आलं. दीड तास शोधाशोध केल्यानंतर जीवरक्षकांना चिंपांझीचा शोध लागला. अजून किंचितसा जरी उशीर झाला असता तरी ६५ क्रमांकाचा हा शूर चिंपांझी मरण पावला असता; पण तो वाचला. या घटनाक्रमानंतर त्याला 'हॅम' असं नाव देण्यात आलं.

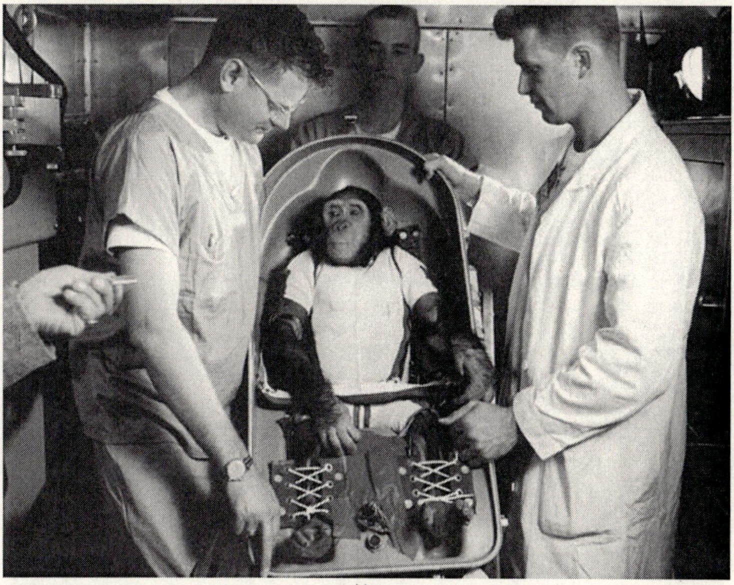

**हॅम**

नेहमीप्रमाणेच या उड्डाणाच्या अपयशाचा ताळेबंद मांडण्यात आला. त्यात रॉकेटच्या इंजिनकडे पाठवण्यात येणाऱ्या इंधनाचं प्रमाण खूपच जास्त असल्याचं आढळून आलं. अशा प्रकारे खूप जास्त इंधन मिळत असल्यामुळे १८५ किलोमीटर्स उंचीवर जाणं अपेक्षित असलेलं रॉकेट थेट २५३ किलोमीटर्स उंचीवर जाऊन पोहोचलं! तसंच रॉकेटच्या प्रवासाचा कोनही सदोष ठरला आणि यामुळे रॉकेट वेगानं पृथ्वीकडे खेचलं जायला लागलं. यामुळे सगळीच यंत्रणा पार विस्कळीत झाली. हॅम या चिंपांझीला '17g' या गुरुत्वाकर्षणाचा सामना करावा लागला.

याचा सोपा अर्थ म्हणजे g हे मापक गुरुत्वाकर्षणाची ताकद दाखवतं. याची किंमत कधीच बदलत नाही. म्हणजेच g हा एक स्थिरांक आहे. म्हणूनच आपण जेव्हा 17g इतकं गुरुत्वाकर्षण म्हणतो तेव्हा पृथ्वीवर सर्वसामान्यपणे जाणवत असलेल्या गुरुत्वाकर्षणाच्या तब्बल १७ पट गुरुत्वाकर्षण, असा त्याचा अर्थ होतो! जाताजाता आणखी एक उल्लेख केला पाहिजे. g या स्थिरांकाच्या किमतीला कुठल्याही वस्तूच्या वस्तुमानानं गुणलं की त्या वस्तूचं वजन ठरतं. चंद्रावरचं गुरुत्वाकर्षण पृथ्वीवरच्या गुरुत्वाकर्षणाच्या एक षष्ठांश असतं. साहजिकच तिथं आपलं वजन पृथ्वीवरच्या वजनाच्या एक षष्ठांश भरेल. उदाहरणार्थ, समजा पृथ्वीवर आपलं वजन ७२ किलो असेल तर चंद्रावर ते याच्या एक षष्ठांश म्हणजेच १२ किलो भरेल. अर्थात दोन्हीकडे आपलं वस्तुमान मात्र एकसारखंच असेल हे लक्षात घेतलं पाहिजे. सर्वसाधारणपणे जेमतेम साडेआठ मिनिटांच्या काळात रॉकेट शून्यापासून ताशी २७,००० किलोमीटर्स इतका प्रचंड वेग धारण करतं. यामुळे अंतराळवीराला 17g इतक्या गुरुत्वाकर्षणाला तोंड द्यावं लागतं. याचे विपरीत परिणाम होऊ नयेत म्हणून अंतराळवीरांना खास प्रकारचा पोषाख तर घालावा लागतोच; पण शिवाय बसून न राहता पाठीवर पडून राहावं लागतं. 'रिट्रो रॉकेट'चं काम सुरू झाल्यावर तर अनेकदा हा g आकडा खूपच वाढतो. त्यातच काही चूक झाल्यास हा आकडा प्रचंड वाढतो. आत्ता नेमकं तेच झालं.

gच्या वाढत्या पातळीवर सजीव आपलं सगळं भान गमावतो, बेशुद्ध पडतो आणि मरतो. 'अगदी थोडक्यात हॅम वाचला' असाच निष्कर्ष यातून निघाला. कहर म्हणजे अशा प्रकारे चिंपांझीला घेऊन जाणाऱ्या रॉकेटचं हे उड्डाणसुद्धा अयशस्वी ठरलेलं असलं आणि त्यातून चिंपांझी अगदी कसाबसा बचावलेला असला, तरी यानंतरचं म्हणजे २४ मार्चचं उड्डाण हे मानवी अंतराळवीराला घेऊन जाणाऱ्या रॉकेटचं असेल असा निर्णय काही अधिकाऱ्यांनी घेतला. फॉन ब्राऊनला मात्र याविषयी खात्री नव्हती. त्यानं आपल्या मुख्य सहकाऱ्यांना बोलावून घेतलं आणि प्रत्येकाला स्वतंत्रपणे या निर्णयाविषयी विचारलं. 'माणसाला अंतराळात नेणं सुरक्षित आहे का?' हा फॉन ब्राऊनचा त्यांना मुख्य प्रश्न होता. यातून माणसाला अंतराळात पोहोचवण्याच्या मोहिमेत यश मिळण्याची शक्यता ८८-९८ टक्के असल्याचा निष्कर्ष त्यानं काढला. म्हणजेच पूर्ण खात्री नसताना अंतराळवीराचा जीव धोक्यात घालायचा, का सोव्हिएत युनियनची याही खेपेला सरशी होऊ द्यायची, हे ठरवणं आता भाग होतं. धोका पत्करून अंतराळवीराला अंतराळात धाडायचा प्रयत्न केला आणि त्यात घात झाला तर हा सगळाच प्रकल्प गुंडाळून टाकण्यासाठी आपल्यावर प्रचंड दबाव येणार आणि जनमताच्या रेट्यापुढे कुणाचंच काही चालणार नाही, याची फॉन ब्राऊनला पुरेपूर कल्पना होती. 'आता काय

करायचं?' या प्रश्नात गुंतून गेल्यावर फॉन ब्राऊननं सरळ आपल्या सहकाऱ्यांना एकमतानं निर्णय घ्यायला सांगितलं. एका सहकाऱ्याचा अपवाद वगळता फॉन ब्राऊनच्या इतर सगळ्या सहकाऱ्यांनी अंतराळवीराला अंतराळात पाठवण्याच्या निर्णयाला पाठिंबा दिला. ज्या सहकाऱ्यानं याला आक्षेप घेतला, त्यानं मात्र हा प्रकार अत्यंत धोकादायक असल्याचं मत मांडलं. माणसाच्या जिवाशी खेळणं योग्य नसून, जेव्हा ही मोहीम जवळपास पूर्णपणे खात्रीशीररीत्या यशस्वी ठरेल असं वाटेल, तेव्हाच अंतराळवीराला रॉकेटद्वारा अंतराळात पाठवलं जावं, अशी त्याची भूमिका होती. यासाठी एकदा तरी रेडस्टोन रॉकेटनं मर्क्युरी उपग्रहाला अंतराळात सुखरूप नेऊन परत आणलं पाहिजे, असं तो म्हणाला. खरं म्हणजे ही रास्तच भूमिका होती; पण इतर सगळ्यांना आपलं नाव इतिहासात कायमस्वरूपी कोरलं जाण्याची घाई झालेली असल्यामुळे त्यांनी धोकादायक निर्णय घेतला होता. फॉन ब्राऊनला मात्र आक्षेप घेणाऱ्या आपल्या सहकाऱ्याचं मत पटलं. मानवी जिवाच्या संदर्भात एक चूक झाली, तर अमेरिकेचा अंतराळभरारीचा प्रकल्प कायमसाठी गुंडाळला जाण्याची दाट शक्यता त्याला सहन होत नव्हती. म्हणूनच त्यानं नासाला मानवी अंतराळभरारीपूर्वी आपल्याला मानवविरहित उड्डाणाची आणखी एक चाचणी घ्यायची असल्याचं कळवलं. हे कळताच ॲलन ऊर्फ अल शेफर्ड हा पहिला संभाव्य अंतराळवीर पार वैतागला. त्याला आपल्या जिवाची फिकीर तर होतीच; पण त्यापुढे जाऊन जर आपण या मोहिमेतून जगलो-वाचलो तर काय इतिहास घडेल या कल्पनेत तो रममाण झाला होता. साहजिकच त्यानं फॉन ब्राऊनच्या निर्णयाला स्थगिती देण्यात यावी आणि आपल्याला अंतराळात नेण्याच्या संकल्पनेवर शिक्कामोर्तब व्हावं यासाठी संबंधित अधिकाऱ्यावर दबाव टाकायचा प्रयत्न केला. त्या अधिकाऱ्यानं मात्र सावध भूमिका घेतली. रॉकेटच्या संदर्भातला अंतिम शब्द फॉन ब्राऊनचाच असला पाहिजे, असं म्हणून त्यानं मानवी अंतराळभरारीच्या संकल्पनेला स्थगिती देण्याच्या फॉन ब्राऊनच्या निर्णयाला पाठिंबा दिला. खरं म्हणजे मनातून हा अधिकारीसुद्धा वैतागला होता. खासगीत बोलताना त्यानं 'या भित्र्या जर्मन' फॉन ब्राऊनमुळे आपली प्रगती अपेक्षित वेगानं होत नसल्याची टीका केली. यामुळे मानवी अंतराळभरारीची तारीख पुढे ढकलून २५ एप्रिलवर नेण्यात आली. या निर्णयामुळे सोव्हिएत युनियन आपल्याला मानवी अंतराळभरारीच्या शर्यतीत मागे टाकू शकते याची सगळ्यांनाच कल्पना होती; पण आता कुणाचाच इलाज नव्हता. घेतलेला निर्णय पार पाडण, एवढंच त्यांच्या हातात शिल्लक होतं.

तिकडे नेदेलिनच्या धक्कादायक मृत्यूनंतर आणि व्हॉस्तॉकशी संबंधित असलेल्या तांत्रिक दोषांमुळे सोव्हिएत युनियनच्या मानवी अंतराळभरारीची स्वप्नं थोडी लांबणीवर गेली होती. १९६० सालच्या डिसेंबर महिन्यात हा प्रकल्प पूर्णत्वाला जाण्याच्या

दृष्टीनं आधी तयारी सुरू असली तरी, आता किमान १९६१ सालच्या फेब्रुवारी महिन्यापर्यंत तरी यासाठी वाट बघावी लागणार, याची कोरेलियॉव्हला कल्पना होती. दरम्यान १ डिसेंबर, १९६० या दिवशी दोन कुत्र्यांना रॉकेटद्वारा अंतराळात पाठवण्यात आलं. मानवी अंतराळवीरांना घेऊन रॉकेट ज्या कक्षेत जाणं अपेक्षित होतं, त्याच कक्षेत हेही रॉकेट गेलं. तिथं त्यानं पृथ्वीभोवती सतरा प्रदक्षिणा घातल्या. त्यानंतर रिट्रो रॉकेटचं काम सुरू झालं; पण ते खूप कमी वेळ काम करू शकलं. त्यामुळे कुत्र्यांना पृथ्वीवर परत आणणारं व्हॉस्टॉक अंतराळयान यशस्वीरीत्या सोव्हिएत युनियनच्या भूमीवर पोहोचू शकणार नाही, हे निश्चित झालं. सोव्हिएत युनियनच्या दृष्टीनं ही मोठीच अडचण होती. याचं कारण म्हणजे सगळ्या गोष्टी गुप्त ठेवण्यासाठी आणि खास करून आपल्या अपयशांवर पडदा घालण्यासाठी सोव्हिएत युनियन नेहमीच उत्सुक असे. या स्वभावाला अनुसरून ही कुत्री जिवंत अवस्थेत परत घेऊन येणाऱ्या अंतराळयानाला भलतीकडेच उतरू देण्यापेक्षा ते अंतराळयान पृथ्वीवर पोहोचण्याआधीच नष्ट करावं, अशी योजना संबंधित अधिकाऱ्यांनी आखली. असं होऊ शकतं याची तंत्रज्ञांना पूर्वकल्पना असल्यामुळे त्यांनी त्यासाठीची यंत्रणा अंतराळयानामध्ये आधीच बसवली होती. ही यंत्रणा आता कार्यान्वित करण्यात आली. यामुळे अंतराळातून पृथ्वीकडे रिट्रो रॉकेटच्या मदतीनं परतू पाहणारं अंतराळयान तिथंच नष्ट करण्यात आलं. आणखी दोन कुत्री सोव्हिएत युनियनसाठी शहीद झाली.

या चाचणीमध्ये आढळलेले दोष दूर करण्यात आले आणि २२ डिसेंबर, १९६० या दिवशी आणखी दोन कुत्र्यांना अंतराळात धाडण्यात आलं. या खेपेला रिट्रो रॉकेटच्या वरच्या भागातल्या इंजिनमध्ये दोष निर्माण झाला. यामुळे रिट्रो रॉकेटपासून कुत्र्यांना सामावलेलं अंतराळयान वेगळं झालं. आधीसारखं या खेपेला ते नष्ट करणंही जमलं नाही. यामुळे भेलकांडत ते सायबेरियामध्ये जाऊन पडलं. प्रचंड थंडी आणि हिमवर्षाव अशा बिकट परिस्थितीत एका निर्जन प्रदेशात स्थिरावलेल्या या अंतराळयानामधली दोन्ही कुत्री आश्चर्यकारकरीत्या बरेच तास जिवंत राहू शकली. या अंतराळयानात साठ तास अशा परिस्थितीमध्ये उलटून गेल्यावर त्याचा आपोआप स्फोट होण्यासाठीची यंत्रणा बसवण्यात आली होती. आता रिट्रो रॉकेटपासून सुटं होऊन सायबेरियामध्ये आल्यानंतर साठ तास होऊन गेले असल्यामुळे या अंतराळयानापाशी जाणं तसं धोक्याचं होतं. केव्हाही त्याचा स्फोट होण्याची शक्यता होती. अत्यंत काळजीपूर्वकरीत्या संबंधित तंत्रज्ञांनी स्फोट घडवू शकणाऱ्या यंत्रणेचं कामकाज ठप्प केलं. त्यानंतर त्यांनी आतल्या दोन कुत्र्यांना बाहेर काढलं. दुर्दैवानं तोपर्यंत त्यांचा मृत्यू झाला होता.

अशा प्रकारे सोव्हिएत युनियनच्या सजीवांना अंतराळात पाठवण्याच्या मोहिमांमध्येही

अनंत प्रकारच्या अडचणी येत गेल्या. ज्याप्रमाणे आपल्यासमोरच्या अडचणींमुळे वैतागून अमेरिका हताश झाली होती, तशीच काहीशी परिस्थिती सोव्हिएत युनियनचीसुद्धा होती. गंमत म्हणजे आपल्या अपयशाच्या पार्श्वभूमीवर आपला प्रतिस्पर्धी मात्र बराच पुढे गेला आहे, असा दोघांचाही गैरसमज झाला होता. प्रत्यक्षात दोन्ही महासत्ता मानवी अंतराळभरारीच्या संदर्भात निर्णायक टप्प्यावर अजून आलेल्याच नव्हत्या. सातत्यानं होत असलेल्या चुका, आढळत असलेले दोष, तंत्रज्ञानामध्ये दिसत असलेल्या उणिवा यांच्या जोडीला आपल्यावर आपल्या प्रतिस्पर्ध्यानं केलेल्या काल्पनिक कुरघोडीचं दडपण, अशी विचित्र अवस्था अमेरिका आणि सोव्हिएत युनियन हे दोघंही एकाच वेळी अनुभवत होते. दोघांनाही त्याची अजिबात कल्पना नव्हती, हे त्यामधलं थरारक रहस्य इतरही कुणालाच माहीत नव्हतं!

कोरेलियॉव्हवरचं दडपण वाढत चाललेलं असूनही त्यानं मानवी अंतराळवीराला अंतराळभरारी मारायला लावण्याच्या आपल्या स्वप्नापासून हटायला नकार दिला. आता यासाठीची तारीख खूप जवळ येत चाललेली असल्यामुळे कोरेलियॉव्ह खूप तणावाखाली होता. अमेरिकेत घडलं त्याच धर्तीवर एकंदर वीस संभाव्य अंतराळवीरांपैकी कुणाचा क्रमांक पहिला लागावा यासंबंधीची विचारणा त्यानं संभाव्य अंतराळवीरांकडेच केली. त्यांच्यापैकी सतरा जणांनी युरी गगारिनचं नाव घेतलं. गगारिननं संभाव्य अंतराळवीरांच्या सरावादरम्यान दाखवलेली चमक, तसंच त्याची मानसिक कणखरता यांचा ठसा सगळ्यांच्याच मनावर उमटला असल्याचा हा ठोस पुरावाच होता. दरम्यान संभाव्य अंतराळवीरांनी कोरेलियॉव्हशी चर्चा करायचं ठरवलं. आधीच तणावाखाली असलेल्या कोरेलियॉव्हला हे मोठं संकट वाटलं. जर अंतराळवीरांनीही शंकाकुशंका काढल्या आणि अंतराळभरारी मारण्याला नकार दिला, तर आपला प्रकल्प प्रचंड अडचणीत येऊ शकतो याची त्याला पुरेपूर कल्पना होती. साहजिकच त्यानं आणखी निराश होण्याची मानसिक तयारी करूनच या संभाव्य अंतराळवीरांची भेट घेतली. प्रत्यक्षात मात्र उलटंच घडलं. खास करून गगारिन अंतराळभरारीसाठी खूपच उत्सुक वाटला. सगळी संकटं, सगळ्या अडचणी हे बाजूला टाकून अंतराळसफर करण्याची त्याची जिद्द कोरेलियॉव्हला खूपच भावली. आत्तापर्यंत अंतराळभरारीच्या संदर्भात आलेल्या अडचणींपैकी अनेक अडचणी या माणसाच्या त्या रॉकेटमध्ये नसण्यामुळे आलेल्या आहेत, असं मत गगारिननं व्यक्त केलं. जर आपल्यासारखा एखादा माणूस या उड्डाणांच्या वेळी हजर असता तर त्यानं ऐन वेळेला योग्य त्या उपाययोजना करण्याचा प्रयत्न केला असता आणि बरीचशी उड्डाणं यशस्वी झाली असती, असं तो म्हणाला. उदाहरणार्थ, रॉकेटमधली स्वयंचलित यंत्रणा नीटपणे काम करत नसल्याचं किंवा बंद पडायला आलेली असल्याचं लक्षात आल्यानंतर आपण ती बंद करून मानवसंचालित यंत्रणेचा वापर करू

शकतो; पण प्राण्यांना हे अर्थातच जमणं शक्यच नसतं, असं म्हणत त्यानं कोरेलियॉव्हला दिलासा देण्याचा प्रयत्न केला. इतर संभाव्य अंतराळवीरांनीसुद्धा कुठलीच भीती व्यक्त केली नाही; उलट आपण हा प्रकल्प आणखी पुढे नेलाच पाहिजे, असं कोरेलियॉव्हला सांगितलं. यामुळे कोरेलियॉव्हची उमेद एकदम वाढली. नव्या जोषानं तो कामाला लागला. अर्थातच या प्रकल्पामधले धोके त्याला इतर कुणाहूनही जास्त नीटपणे माहीत असल्यामुळे तो कुठलाही धोका पत्करायला तयार नव्हता. जोपर्यंत माणसाला अंतराळात पाठवणं आणि त्याला तिथून पृथ्वीवर सुरक्षितपणे परत आणणं यासाठीचं तंत्रज्ञान अगदी खात्रीलायकरीत्या काम करण्याची हमी मिळत नाही, तोपर्यंत आपण सावधगिरी बाळगणार असल्याचं त्यानं संभाव्य अंतराळवीरांना सांगितलं. त्यांच्या जिवाशी खेळण्याची कोरेलियॉव्हची अजिबातच तयारी नव्हती.

मार्च महिन्यात आणखी दोन चाचण्या घेतल्या जाणार असं ठरलं. या चाचण्यांमध्ये उरलेले दोष दूर करता आले तर अंतराळवीराला घेऊन जाणारं रॉकेट खरंच उडू शकेल अशी आशा सगळ्यांना लागून राहिली. ८ मार्च या दिवशी अंतराळाच्या दिशेनं निघालेल्या रॉकेटमधल्या व्हॉस्तॉकमध्ये एका कुत्र्यासह आठ उंदीर, काही गिनिपिग्ज आणि इतर सरपटणारे काही सजीवही होते! त्यांच्यासमवेत अगदी जिवंत वाटेल अशा माणसाची एक प्रतिकृतीही होती. हा 'खोटा माणूस' एका खुर्चीला बांधण्यात आला होता. त्याला खऱ्या माणसासारखे हात-पाय, डोळे, तोंड असे सगळे अवयव आहेत असं त्याच्याकडे बघून वाटत होतं. अंतराळात आणखी प्राणी पाठवण्याच्या उत्साहात या प्रकल्पामधल्या लोकांनी या माणसाच्या प्रतिकृतीच्या पोकळ शरीरात आणि पोकळ हातपायांमध्ये आणखी उंदीर आणि गिनिपिग्ज कोंबले! इतकंच नव्हे, तर माणसाच्या या प्रतिकृतीला इव्हान इव्हानोविच असं नावही देण्यात आलं. या चाचणीचा मुख्य हेतू व्हॉस्तॉकमधली दळणवळण यंत्रणा नीटपणे काम करते का आणि त्यातून मानवी आवाज ऐकू येणं शक्य आहे का, या गोष्टी तपासण्याचा होता. यासाठी माणसाच्या प्रतिकृतीच्या शरीरात आधीच मुद्रित केलेल्या आवाजाचं रेकॉर्डिंग बसवण्यात आलं. यात एक पंचाईत होती. सोव्हिएत युनियनला नेहमीप्रमाणे हे सगळं जगापासून लपवून ठेवायचं होतं. साहजिकच या माणसाच्या प्रतिकृतीच्या शरीरातून ऐकू येणारं रेकॉर्डिंग हे खऱ्याखुऱ्या अंतराळवीराच्या उद्गारांसारखं असून चालणार नव्हतं. यामुळे सोव्हिएत युनियननं अंतराळात माणूस पाठवला, असं सगळ्या जगाला वाटलं असतं. याचं कारण म्हणजे आधीच्या अंतराळ मोहिमांप्रमाणेच या वेळीसुद्धा उपग्रहामधून येणारे संदेश बिनतारी माध्यमातून जगभरात पोहोचणार होते. ज्या लोकांकडे हे संदेश टिपण्यासाठीची यंत्रणा असेल, त्यांना आता 'टिक टिक' किंवा

'बीप बीप' याऐवजी मानवी आवाज ऐकू येणार होता. म्हणूनच या आवाजातून नीटसं काही कळू नये यासाठी एखादा रशियन माणूस गातो आहे असा आभास निर्माण करावा असं ठरलं. म्हणजेच रशियन गाण्याचं रेकॉर्डिंग माणसाच्या प्रतिकृतीमध्ये बसवण्याचा निर्णय घेण्यात आला; पण यातून नवाच गोंधळ निर्माण झाला. सोव्हिएत युनियनचा अंतराळवीर अंतराळातल्या उपग्रहात बसून गाणं गात असल्याचा अमेरिकी लोकांचा गैरसमज झाला असता. साहजिकच हा बेतही रद्द करण्यात आला. यामुळे शेवटी चर्चमधल्या प्रार्थनेच्या रेकॉर्डिंगवर शिक्कामोर्तब करण्यात आलं; कारण अशी प्रार्थना कुणी अंतराळात करेल असं कुणालाच वाटण्याची शक्यता नव्हती. ९ मार्चची ही चाचणी खूप यशस्वी ठरल्यामुळे कोरेलियॉव्ह एकदम आनंदून गेला. यामुळे मार्च महिन्याच्या अखेरीला आणखी एकदा इव्हान इव्हानोविचची चाचणी घ्यायचं ठरलं. त्यातही यश आलं, तर माणसाला अंतराळात धाडण्याचं धाडस करण्यात हरकत नाही, अशा निर्णयाप्रत कोरेलियॉव्ह जवळजवळ आला.

■

# गगारिनचा ऐतिहासिक अंतराळप्रवास

मानवाला अंतराळात पाठवण्यासाठीच्या हालचाली सोव्हिएत युनियनमध्ये जोर पकडायला लागल्या, तशी पहिला अंतराळवीर नक्की कोण असावा याविषयी तर्कवितर्क लढवले जायला लागले. बहुतेकांची युरी गगारिनला पसंती असली तरी त्याच्या जोडीला घर्मन टिटोव्हचंही नाव होतं. या दोघांचं तांत्रिक कौशल्य चांगलं होतं, दोघांचा स्वभाव घाई न करण्याचा होता आणि दोघंही अवघड परिस्थितीतून मार्ग काढू शकतील, असा विश्वास बहुतेकांना वाटत होता. गगारिनच्या चेहऱ्यावर तर सतत स्मितहास्य झळकत असल्यामुळे सगळेच जण त्याच्यावर फिदा होते. टिटोव्हलाही अनेकांची पसंती असली, तरी टिटोव्हच्या स्वभावातला एक कंगोरा म्हणजे आपल्या वरिष्ठांपुढे सहजासहजी मान झुकवायला तयार नसण्याचा होता. आपल्याला देण्यात आलेले आदेश आहेत तसे पाळण्याऐवजी अनेकदा त्यामागची कारणमीमांसा करत बसणं आणि कधीकधी तर या आदेशांवर हरकती घेणं, असे प्रकार तो करे. कदाचित अतिआत्मविश्वासापोटीसुद्धा हे घडत असावं. कोरेलियॉव्हच्या मनात मात्र गगारिनचं नाव अगदी ठळकपणे कोरलं गेलं होतं. गगारिनशी झालेल्या पहिल्या भेटीच्या वेळीच हा माणूस आपल्या कामाचा असल्याचं कोरेलियॉव्हच्या लक्षात आलं. गगारिनची पार्श्वभूमी समजून घेतल्यावर ख्रुश्चेव्ह यांचंही तेच मत झालं. टिटोव्हला गरज पडल्यास म्हणजेच 'राखीव अंतराळवीर' म्हणून वापरावं, असा निर्णय घेण्यात आला.

पहिल्या अंतराळवीराची निवड अंतिम टप्प्यात आलेली असतानाच एका चुकीमुळे संभाव्य अंतराळवीरांपैकी एकाचा चाचणीमध्ये वापरल्या जात असलेल्या उपग्रहामध्ये आग लागून जळालेल्या अवस्थेत मृत्यू झाला. कोरेलियॉव्हला यामुळे बसलेला धक्का ताजा असतानाच याच्या पुढच्या दिवशी फॉन ब्राऊननं मानवविरहित

रॉकेट अंतराळात यशस्वीपणे पाठवल्याची बातमी कानांवर आल्यामुळे कोरेलियॉव्ह अजूनच निराश झाला. तिकडे अमेरिकेत पहिला अंतराळवीर होण्याची हाताशी चालून आलेली संधी गमावल्यामुळे ॲलन शेफर्ड नाराज झाला. फॉन ब्राऊननं पाठवलेल्या रॉकेटमध्ये आपण असतो तर आपल्या नावावर इतिहास लिहिला गेला असता, अशी भावना त्यानं फॉन ब्राऊनपाशी बोलून दाखवली. आता माणसाला अंतराळात पाठवण्याचा धोका बराच कमी झाला असल्याचं फॉन ब्राऊनचंही या यशस्वी चाचणीमुळे मत झालं. २५ एप्रिल, १९६१ हा दिवस अमेरिकेच्या मानवी अंतराळभरारीसाठीच्या रॉकेट उड्डाणासाठी निश्चित करण्यात आला. कोरेलियॉव्हला याची कल्पना नसली तरी आधीच्या चाचणीमधल्या यशामुळे अमेरिका कदाचित माणसाला अंतराळात पाठवण्यासाठी लवकरच प्रयत्न करेल, असं त्याला वाटायला लागलं. यानंतर दोन दिवसांनी इव्हान इव्हानोविच आणि त्याचे प्राणिमित्र यांना घेऊन जाणारं रॉकेट नव्या चाचणीसाठी उडालं. ही चाचणीसुद्धा पूर्णपणे यशस्वी ठरली. ठरल्या वेळी रिट्रो रॉकेटचा प्रवास सुरू झाला आणि अंतराळयानामधलं पॅराशूटसुद्धा उघडलं. या पॅराशूटला लोंबकाळून इव्हानोविच ही माणसाची प्रतिकृती जमिनीवर उतरली, तेव्हा तिथल्या गावकऱ्यांची एकच झुंबड उडाली. त्यांना हा खरा जिवंत माणूसच वाटला. तो का हालचाल करत नाही हे त्यांना समजेना! भीतभीत ते इव्हानोविचला मदत करण्यासाठी म्हणून त्याच्याजवळ गेले. तेवढ्यात कुठून तरी काही सोव्हिएत सैनिक तिथं आले आणि या सैनिकांनी इव्हानोविचला आपल्याबरोबर नेलं. अशा अवस्थेतल्या इव्हानोविचला मदत करण्याऐवजी आणि त्याचा जीव वाचवण्याची धडपड करण्याऐवजी हे सैनिक असं वागत असल्याचं बघून गावकऱ्यांना खूप वाईट वाटलं; पण त्याकडे निमूटपणे बघण्यावाचून दुसरा पर्याय त्यांच्याकडे नव्हताच!

अलीकडच्या या घडामोडींमुळे धीर आलेल्या कोरेलियॉव्हनं २८ मार्च या दिवशी सोव्हिएत अधिकाऱ्यांची भेट घेऊन माणसाला अंतराळात पाठवण्यासाठीची पुरेशी तयारी झाली असल्याचा दावा केला. १ मे या सोव्हिएत युनियनसाठी ऐतिहासिक असलेल्या दिवसाच्या मुहूर्तावर आपण गगारिनला अंतराळात पाठवावं असा कोरेलियॉव्हचा विचार होता. सुज्ञपणे विचार करत असलेल्या ख्रुश्चेव्ह यांनी मात्र या विनंतीला नकार दिला. चुकून समजा अंतराळवीराला अंतराळात पाठवण्याची मोहीम काही कारणानं फसली आणि अंतराळवीराचा त्यात मृत्यू झाला तर १ मे या दिवसाचं खरं महत्त्व विसरून लोकांच्या मनात कायमसाठी ही दुर्घटनाच पक्की बसेल अशी भीती ख्रुश्चेव्ह यांना वाटली आणि ती रास्तच होती. यामुळे कोरेलियॉव्हनं अंतराळवीराला अंतराळात पाठवण्याची तारीख आणखी पुढे आणली. त्यानुसार ५ एप्रिल या दिवशी आपली पत्नी आणि दोन मुलं यांचा निरोप घेऊन गगारिन

अंतराळभरारीसाठीच्या ठिकाणी निघाला. गगारिन कुठं जाणार आहे याची त्या तिघांना कसलीच कल्पना नव्हती. कोरेलियॉव्ह तर अतिश्रम आणि मानसिक ताण यांच्या मिश्रणामुळे अगदी थकलेला दिसत होता. अधूनमधून काही तास विश्रांती घेऊनसुद्धा त्याच्या चेहऱ्यावर तजेल्याच्या बारीक खुणासुद्धा दिसत नव्हत्या. आत्तापर्यंतच्या मोहिमांमध्ये आणि चाचण्यांमध्ये अनेकदा प्रचंड अपयश सोसावं लागलं असलं तरी त्यात माणसाचा बळी जाण्याचं प्रमाण अगदी नगण्य होतं. आता मात्र आपल्या किंवा आपल्या सहकाऱ्यांच्या चुकीमुळे गगारिनचे प्राण जाऊ शकतात, ही कल्पना त्याला अस्वस्थ करून सोडत राहिली. तरीही एप्रिल महिन्यात अमेरिकेत फॉन ब्राऊन अंतराळवीराला अंतराळभरारी करण्यासाठी पाठवणार याविषयी कोरेलियॉव्हच्या मनात कुठलीच शंका नसल्यामुळे तो आपले शारीरिक आणि मानसिक कष्ट विसरून काम करतच राहिला. १२ एप्रिल, १९६१ या दिवशी गगारिनला घेऊन कोरेलियॉव्हचं R-7 रॉकेट अंतराळाच्या दिशेनं झेपावेल असं ठरलं. आदल्या दिवशी कोरेलियॉव्हनं गगारिनला अनेक सूचना दिल्या. त्याच दरम्यान कोरेलियॉव्ह किती आजारी असल्यासारखा दिसतो हे गगारिनच्या लक्षात आलं. शेवटी अतिताण सहन न झाल्यामुळे कोरेलियॉव्ह जवळपास चक्कर येऊन खालीच पडला. तातडीनं डॉक्टरांना तिथं पाचारण करण्यात आलं. कोरेलियॉव्हला गोळ्या देऊन विश्रांती घेण्याची सक्ती करण्यात आली. डॉक्टरांचं म्हणणं ऐकलं नाही तर त्याचे गंभीर परिणाम कोरेलियॉव्हला भोगावे लागतील, असं सांगण्यात आलं. कोरेलियॉव्हनं नेहमीप्रमाणेच हे म्हणणं पार धुडकावून लावलं.

उड्डाणापूर्वीची रात्र गगारिन आणि टिटोव्ह यांनी जागून गप्पा मारण्यातच घालवली. आपल्याला पहिला अंतराळवीर म्हणून संधी मिळत असल्याचा अपूर्व आनंद शक्य तितका झाकून ठेवण्याचा गगारिन जितका प्रयत्न करत होता तितकाच ही संधी अगदी थोडक्यात आपल्या हातून गेल्याचं वैषम्य दडपण्याचा टिटोव्ह प्रयत्न करत होता. अर्थात अगदी शेवटच्या क्षणी नियतीचे फासे आपल्या पारड्यात पडू शकतात, याची टिटोव्हला कल्पना असल्यामुळे तो त्यासाठीची प्रार्थना मनात करत राहिला. तिकडे डॉक्टरांचा सल्ला काही तासांच्या विश्रांतीनंतर धुडकावून लावत कोरेलियॉव्ह पुन्हा कामाला लागला. ख्रुश्चेव्ह यांनी माणसाला अंतराळात पाठवण्याच्या दृष्टीनं सगळं तंत्रज्ञान आता पुरेसं विश्वासार्ह आहे का, असा सवाल कोरेलियॉव्हला केला असता आपल्याला जेवढं काही करणं शक्य आहे, ते करण्यात आलेलं असल्याचं उत्तर कोरेलियॉव्हनं दिलं. तरीही काही अनपेक्षित दोषांमुळे अगदी शेवटच्या क्षणी घात होऊ शकतो याची कल्पना इतर कुणापेक्षा त्यालाच जास्त होती. तसंच इव्हान इव्हानोविचला सलग दोन वेळा अंतराळाची सफर यशस्वीपणे घडवून आणण्यात त्याला यश आलेलं असलं तरी

आपल्या R-7 रॉकेटच्या एकूण सोळा चाचण्यांपैकी निम्म्या वेळा रॉकेट जळालं असल्याची आठवण त्याला सतावत होती. त्यातही रॉकेटचा वरचा भाग अचानकपणे पेट घेत असल्याच्या घटना जास्त वेळा घडल्या होत्या आणि आता तर गगारिन रॉकेटच्या त्याच भागात असणार होता.

रॉकेटनं उड्डाण केल्याकेल्या पहिल्या चाळीस सेकंदांचा काळ सगळ्यात महत्त्वाचा असणार होता. तिथं काहीतरी चुकण्याची दाट शक्यता होती. त्यानंतर अंतराळात गेल्यावर गुरुत्वाकर्षणाच्या अभावामुळे गगारिनला आपण एकदम हलके असल्याची भावना येणार होती. शारीरिक तसंच मानसिक अशा दोन्ही पातळ्यांवर हा खूप महत्त्वाचा मुद्दा असल्याचं डॉक्टरांचं मत होतं. तसंच रिट्रो इंजिनचं काम व्यवस्थितपणे पार पडू शकेल अथवा नाही, हा पुढचा मुद्दा होता. त्यात काही चूक झाली तर गगारिनचा जागीच जळून कोळसा होण्याची किंवा तो कायमसाठी अंतराळात अडकून पडण्याची आणि तिथंच काही काळात मरण पावण्याची जवळपास खात्रीच होती. काही अडचण आली तर त्यातून मार्ग काढण्यासाठी स्वयंचलित यंत्रणा बंद करून गगारिनला काही धडपड करून बघायची असेल तर त्यासाठी एक तीन आकडी कोड होता. खरं म्हणजे हा कोड गगारिनला आत्ता सांगणं वर्ज्य होतं; पण न राहवून कोरेलियॉव्हनं तो गगारिनला सांगितलाच. आणखी एक भीती म्हणजे गुरुत्वाकर्षणाच्या अभावामुळे गगारिन आपलं सगळं ताळतंत्र गमावून बसण्याची आणि एखादी जीवघेणी घोडचूक करण्याची शक्यता असल्याचा अंदाजही डॉक्टरांनी मांडला होता. कोरेलियॉव्हला या गोष्टीचीसुद्धा काळजी लागून राहिली होती. त्याला झोप लागणं शक्यच नव्हतं. पाण्यातून बाहेर काढलेल्या माशासारखी त्याची तडफड सुरू राहिली. शेवटी पहाटे पाचच्या सुमाराला नीनाचा फोन आल्यावर त्याच्या विचारांची तार जरा तुटली. आपली तब्येत एकदम ठीकठाक असल्याची आणि आपण अगदी शांतपणे झोपलेलो असताना या फोनमुळेच जागे झालेलो असल्याची बतावणी त्यानं केली.

सकाळच्या न्याहरीसाठी गगारिन आणि टिटोव्ह यांना साथ देण्यासाठी कोरेलियॉव्ह होताच. ही न्याहरी म्हणजे अंतराळात अंतराळवीरांना जशा प्रकारचं घट्टशीर अन्न खावं लागतं, तशाच अन्नाची होती. कोरेलियॉव्ह किती थकलेला आहे हे बघून गगारिन तर पार काळजीतच पडला. जसजशी रॉकेटच्या उड्डाणाची वेळ जवळ आली, तसतसा एकूण सगळ्याच लोकांच्या मनावरचा ताण विलक्षण वाढला. अनेक जण बेचैन अवस्थेत होते. कोरेलियॉव्हची अवस्था तर अगदी सौम्य मानसिक रुग्णासारखी झाली होती. भावनांचा कल्लोळ त्याच्या मनात दाटला. हळूच हुंदके देणाऱ्या कोरेलियॉव्हकडे बघून त्याच्या काही सहकाऱ्यांचाही बांध फुटला. अगदी शेवटच्या क्षणी एक भलतीच शंका निघाली. जर गगारिन काही

तांत्रिक चुकांमुळे परदेशी भूमीवर आणि खास करून सोव्हिएत युनियनच्या शत्रूंमधल्या एखाद्या देशाच्या भूमीवर जाऊन पोहोचला, तर जगातला पहिला अंतराळवीर म्हणून त्याचा गौरव करण्याऐवजी शत्रूचा हस्तक म्हणून त्याच्याकडे बघितलं जाईल, ही रास्त भीती व्यक्त करण्यात आल्यामुळे गगारिनच्या हेल्मेटवरच्या USSR या अक्षरांवर सोनेरी रंगाचा मुलामा देण्यात आला.

एका खास लिफ्टचा वापर करून गगारिनला व्हॉस्तॉक अंतराळयानामधल्या त्याच्या खुर्चीपर्यंत पोहोचवण्यात आलं. अंतराळवीराचा खास पोशाख परिधान केलेल्या गगारिनच्या शरीराला जीवरक्षक यंत्रणा जोडण्यात आली. इतर तांत्रिक गोष्टी तपासण्यात आल्या. ऑक्सिजनचा पुरवठा सुरू करण्यात आला. सकाळी सात वाजता व्हॉस्तॉकमधली संदेशवहन यंत्रणा सुरू करण्यात आली. सकाळी ९ वाजून ७ मिनिटांनी गगारिनचं रॉकेट अंतराळाच्या दिशेनं झेपावेल असं ठरलं होतं. वातावरण हलकंफुलकं ठेवण्यासाठी आणि बहुधा गगारिनपेक्षा स्वतःच्या मनावर आलेला विलक्षण ताण दूर करण्यासाठी कोरेलियॉव्हनं गगारिनशी संभाषण सुरू ठेवलं :

**कोरेलियॉव्ह** : तुझं अन्न भरलेल्या नळ्या उपग्रहामध्ये तुझी वाट बघतायत ... तुझं दुपारचं जेवण, तुझी सकाळची न्याहरी, तुझं रात्रीचं जेवण ...

**गगारिन** : हो- मला माहीत आहे.

**कोरेलियॉव्ह** : माझं बोलणं तुला नीट समजतंय का?

**गगारिन** : हो.

**कोरेलियॉव्ह** : अन्नाच्या एकंदर ६३ नळ्या आहेत ... तू चांगलाच जाडजूड होणार आहेस ...
गगारिन हसला.

**कोरेलियॉव्ह** : आज तू अंतराळात गेल्यावर सगळं काही खाऊ शकतोस.

**गगारिन** : नाही, माझ्या दृष्टीनं मुख्य आकर्षण म्हणजे व्होड्काबरोबर मी सॉसेजेस खाऊ शकेन.
सगळेच हसले.
थोड्या वेळानंतर

**कोरेलियॉव्ह** : तू कामात बुडालेला आहेस का?

**गगारिन** : नाही, फार नाही ... तुम्हाला काही हवं आहे का?

**कोरेलियॉव्ह** : मला Lillies of the Valley या कवितेचा पुढचा भाग सापडला ... ऐकू येतंय ना?

**गगारिन** : *(हसत हसत)* हो हो ... In the Thicket of Bulrushes

**कोरेलियॉव्ह** : आज रात्री आपण सगळे ही कविता गाऊ या थोडा वेळ गेल्यानंतर

**गगारिन** : संदेशवहनाची चाचणी घेणारे हे लोक आज माझा अगदी अंतच बघतायेत..

**गगारिन**

वरवर तणावमुक्त असल्याचं भासवणारा आणि सगळ्या घडामोडींकडे बारकाईनं लक्ष देणारा कोरेलियॉव्ह आतून भयंकर अस्वस्थ झाला होता. आपल्यासमोरच ठेवण्यात आलेला लाल रंगाचा फोन वापरण्याची अजिबात वेळ येऊ नये, अशी तो मनोमन प्रार्थना करत होता; कारण मोहीम काही कारणामुळे अपयशी ठरली किंवा काही संकट कोसळलं, तरच त्या फोनचा वापर केला जावा असं ठरलं होतं. जसजशी रॉकेटच्या उड्डाणाची वेळ जवळ येत चालली, तसतसा कोरेलियॉव्हच्या मनावरचा ताण असह्य झाला. सगळी तयारी झाली. सकाळी बरोबर ९ वाजून ७ मिनिटांनी ठरल्याप्रमाणे गगारिनला घेऊन रॉकेट झेपावलं. रॉकेटचं उड्डाण कसं होतं आहे याविषयी सगळ्यांच्याच मनात धाकधूक होती. गगारिन मात्र शांत होता. अगदी शेवटपर्यंत तो मस्तपैकी एक गाणं गुणगुणत होता. त्याच्या हृदयाचे ठोके आणि त्याचा रक्तदाब अगदी सर्वसामान्य होते. रॉकेटच्या उड्डाणाच्या वेळी नेहमीप्रमाणेच मोठा आवाज झाला आणि रॉकेटच्या उडण्याच्या तळापाशी जाळ निर्माण झाल्यासारखं दृश्य दिसलं. आता गगारिनच्या नाडीचे ठोके वाढले आणि त्यांचा वेग प्रतिमिनिट १५७ वर गेला. रॉकेट अंतराळाच्या दिशेनं तरी ठीकठाक उडालं. त्याचा स्फोट झाला नाही किंवा ते किंचितसं दिशाहीन झाल्यासारखं क्षणभर वाटलं, तरी लगेचच पुन्हा मार्गावर आलं. उड्डाणाला वीस सेकंद झाल्यानंतर गगारिननं सगळं आलबेल असल्याचं जमिनीवरच्या आपल्या साथीदारांना सांगितलं. उड्डाणाला दोन मिनिटं झाल्यावर मुख्य रॉकेटला जोडण्यात आलेली चार 'बूस्टर' रॉकेट्स सुटी झाली आणि गळून पडली. त्यांचं काम व्यवस्थितपणे पार पडल्याचा हा दिलासादायक पुरावाच होता; कारण पृथ्वीच्या गुरुत्वाकर्षणाच्या ताकदीच्या विरुद्ध दिशेनं प्रवास करणाऱ्या रॉकेटला आवश्यक असलेला वेग पुरवण्याचं मर्यादित काम या रॉकेट्सवर सोपवण्यात आलं होतं. हे काम करून आता ते सुटे

झाले. गुरुत्वाकर्षणाच्या विलक्षण प्रभावामुळे निर्माण झालेल्या G-forces ची ताकद गगारिनला चांगलीच जाणवत होती आणि त्यामुळे त्याला आपल्याला कुणीतरी जोर लावून खाली ढकलत असल्याचा भास होत होता. यानंतर आणखी एक मिनिट उलटून गेल्यावर रॉकेटचा nose cone हा पुढचा भाग गळून पडला. यामुळे खालचं जग गगारिनला दिसू शकलं. जणू काही जगाच्या वरून आपण जगाचा नकाशा बघत असल्यासारखं ते अद्भुत दृश्य होतं. तसं त्यानं आपल्या पृथ्वीवरच्या सहकाऱ्यांना सांगितलं. आपल्याला अगदी नद्यासुद्धा स्पष्टपणे दिसत असल्याची माहिती त्यानं पुरवली. आता गुरुत्वाकर्षणाच्या ताकदीमुळे गगारिनला त्याच्या खुर्चीत मागे जोरानं ढकललं जात असल्यासारखी भावना आली. त्याच्या चेहऱ्यावरचे स्नायूसुद्धा या दबावामुळे पार आखडून गेले आणि त्याच्या तोंडून शब्द बाहेर पडणंसुद्धा जरासं अवघड झालं.

दरम्यान गगारिनला घेऊन जाणाऱ्या रॉकेटचा प्रवास कसा सुरू आहे याविषयीची तांत्रिक खबरबात पुरवणारी यंत्रणा सुरुवातीला 'सगळं ठीकठाक सुरू आहे' असा इशारा देत असताना कोरेलियॉव्हला जरा बरं वाटत होतं. तितक्यात चित्र पालटलं. रॉकेटच्या प्रवासात अडचणी निर्माण होत असल्याचे किंवा गगारिनच्या दृष्टीनं संकटमय परिस्थिती निर्माण होत असल्याचे संकेत या यंत्रणेनं द्यायला सुरुवात केली. साहजिकच कोरेलियॉव्ह एकदम काळजीत पडला. जर या संकटांची पातळी आणखी गंभीर पातळीवर जाऊन पोहोचली, तर गगारिनला रॉकेटमधून सुरक्षितपणे बाहेर काढण्यासाठीची आपत्कालीन यंत्रणा लगेचच कार्यान्वयित करण्याची गरज आहे, याची कोरेलियॉव्हला जाणीव होती. कमालीच्या तणावाखाली त्यानं गगारिनच्या प्रवासाविषयीची माहिती देत असलेल्या यंत्रणेकडे आपलं सगळं लक्ष वळवलं. कुठल्याही क्षणी आपलं स्वप्न भंगणार अशी भीती त्याला वाटत होती. तेवढ्यात या यंत्रणेनं पुन्हा एकदा परिस्थिती जरा निवळल्याचा आणि संकट कमी झाल्याचा निर्वाळा दिला. हे बघून कोरेलियॉव्हला किती बरं वाटलं असेल याची आपल्याला कल्पनासुद्धा येणार नाही! त्याचं सगळं शरीर शहारून गेलं आणि तो चांगलाच थरथरत होता. काहीही करून गगारिनशी बोलायची त्याची तीव्र इच्छा होती. त्यानं गगारिनला तो 'ठीक आहे का?' अशी विचारणा केली आणि उत्तरादाखल सगळं ठीकठाक असल्याचं गगारिननं सांगताच कोरेलियॉव्हचा जीव भांड्यात पडला. रॉकेटच्या उड्डाणाला सात मिनिटं झाल्यावर कोरेलियॉव्ह ज्या ठिकाणी होता त्या केंद्राशी गगारिनचा प्रस्थापित झालेला संपर्क तुटून दुसऱ्या केंद्राशी हा संपर्क सुरू होणार होता. त्याआधीच कोरेलियॉव्ह आणि गगारिन यांच्या संभाषणात खंड पडला. गगारिनचं बोलणं ऐकू येणं बंद झालं. साहजिकच गगारिन सुखरूप आहे का नाही, हे कोरेलियॉव्हला कळेना. त्याबरोबर कोरेलियॉव्हची देहबोली पार

बदलली. त्याचा चेहरा पांढराफटक पडला. त्याच्या हातांच्या जोरदार थरथरण्यामुळे त्याच्या हातामधला मायक्रोफोनसुद्धा हलायला लागला. जिवाच्या आकांतानं तो गगारिनशी संपर्क साधण्याचा प्रयत्न करायला लागला. त्याच्या आवाजात विलक्षण बदल झाले. काही सेकंदांमध्ये कोरेलियॉव्हमध्ये झालेले हे अभूतपूर्व बदल बघून त्याचे सहकारीसुद्धा पार हादरले. त्यांच्यापैकी एकानं तर 'मी कोरेलियॉव्हला ओळखू शकणार नाही इतका तो वेगळा दिसायला लागला' असं नमूद केलं आहे! गगारिनशी पुन्हा संपर्क होताच कोरेलियॉव्ह नव्यानं स्थिरस्थावर झाला.

रॉकेटच्या उड्डाणाला दहा मिनिटं झाल्यानंतर त्यासोबत ताशी ४५,००० किलोमीटर्स वेगानं प्रवास करत व्हॉस्तॉक पृथ्वीच्या गुरुत्वाकर्षणापलीकडे जाऊन पोहोचलं. आता गुरुत्वाकर्षणाचा प्रभाव नसल्यामुळे गगारिनला एकदम हलकं वाटत होतं. आपलं शरीर म्हणजे कापसाची एखादी वात असावी असं त्याला वाटलं. आता ताशी आठ किलोमीटर्स वेगानं जाणारं व्हॉस्तॉक हळूहळू वळण घेत होतं. गगारिनला व्हॉस्तॉकचा वेग अजिबातच जाणवत नव्हता. व्हॉस्तॉकच्या प्रवासानुसार त्याला पृथ्वीचं दिसत असलेलं दृश्य हळूहळू बदलत होतं. जमिनीवर दिसत असलेल्या पुसट दृश्यांमध्ये गगारिन अगदी ठीकठाक असल्याचं वाटत होतं. तसं त्यानं पृथ्वीवरच्या आपल्या सहकाऱ्यांना सांगितलंही. एक गंमत म्हणजे आपलं वजन अजिबात जाणवत नसल्याचा गगारिनला कुठलाही त्रास होत नसला, तरी त्याच्या आजूबाजूच्या सगळ्या वस्तूसुद्धा हलक्याफुलक्या झाल्यामुळे मात्र तो जरा हैराण झाला. त्याला काहीतरी लिहायचं होतं; पण पेन्सिल त्याच्या आवाक्याबाहेर हवेत लटकून राहिलेली होती! अर्थातच या सगळ्याचा आनंदही तो लुटत होता. म्हणूनच उत्तेजित होत 'कुठल्याच वस्तूचं वजन न जाणवण्याचा हा अनुभव निव्वळ अद्भुत आहे ... इथली प्रत्येक गोष्ट आनंदानं हवेत आपोआप लटकून राहिल्यासारखी डोलत आहे ... अगदी सुंदर दिसतंय हे ... खूपच रंजक ...' असं त्यानं पृथ्वीवरच्या आपल्या सहकाऱ्यांना सांगितलं. आपण केवळ खुर्चीला बांधलेल्या पट्ट्यामुळे तरंगत नसल्याची त्याला जाणीव झाली. असं असूनही आपण जवळपास आडवे आणि अत्यंत हलके झालो आहोत हे त्याला जाणवत होतंच. सुंदर दिसत असलेली पृथ्वी, निळं आकाश, पृथ्वीभोवतालचं मोहक इंद्रधनुष्य यांची वर्णनं त्यानं केली. अमेरिकेवरून गगारिन जात असताना तिथं रात्र झाली असल्यामुळे त्याला फारसं काही दिसू शकलं नाही; पण आकाशात चमचमणारे तारे मात्र त्याला अगदी अद्भुत वाटत होते. ॲटलांटिक समुद्राच्या दक्षिण भागातलं पाणी करड्या रंगाचं असल्याचंही त्याच्या नजरेनं टिपलं. अंतराळात खाण्यापिण्यात मात्र त्याला कसल्याच अडचणी जाणवल्या नाहीत. त्याचे पृथ्वीवरचे सहकारी मात्र काळजीत होते. गुरुत्वाकर्षणाच्या अभावामुळे त्याच्यावर गंभीर दुष्परिणाम होण्याची भीती

त्यांना वाटत होती. प्रत्यक्षात मात्र तसं काही घडलं नाही.

गगारिनच्या या अचाट सफरीची वार्ता आता पृथ्वीवरच्या मानवजातीपर्यंत पोहोचवणं गरजेचं झालं. ठरल्याप्रमाणे संबंधित अधिकाऱ्यांनी सगळ्या माहितीची चाचपणी करून सोव्हिएत युनियनमधल्या सगळ्या रेडिओ केंद्रांना एक तास उशिरानं तशी सूचना दिली. नेमक्या कुठल्या शब्दांमध्ये ही वार्ता पोहोचवायची हे सांगण्यात आलं : 'सोव्हिएत युनियननं आज व्हॉस्तॉक या आपल्या अंतराळयानामधून पहिला माणूस अंतराळात पाठवला ... हे अंतराळयान पृथ्वीच्या कक्षेत व्यवस्थितपणे पोहोचलं ... व्हॉस्तॉक या अंतराळयानाचा चालक म्हणजेच अंतराळवीर युरी अलेक्सआयविच गगारिन हा सोव्हिएत युनियनचा नागरिक आहे ...'

१०८ मिनिटांच्या अंतराळवारीनंतर व्हॉस्तॉक अंतराळयानानं पृथ्वीभोवतीची आपली एक प्रदक्षिणा पूर्ण केली. आता रिट्रो रॉकेटनं आपलं काम केलं. त्याबरोबर गगारिनला घेऊन व्हॉस्तॉक पुन्हा सोव्हिएत युनियनच्या दिशेनं निघालं. रिट्रो रॉकेटनं सकाळी १०.२५ वाजता आपलं काम सुरू केल्याची नोंद गगारिननं केली. रिट्रो रॉकेटनं व्हॉस्तॉकला पृथ्वीच्या कक्षेतून बाहेर काढल्यानंतर दहा सेकंदांच्या आत रिट्रो रॉकेट व्हॉस्तॉकपासून सुटं होणं गरजेचं होतं. म्हणजे मग व्हॉस्तॉक पृथ्वीच्या वातावरणात येऊन पोहोचलं असतं आणि पृथ्वीच्या दिशेनं त्याचा परतीचा प्रवास सुरू झाला असता. प्रत्यक्षात मात्र रिट्रो रॉकेटनं आपलं काम सुरू केलं; पण ते व्हॉस्तॉकला जोडलेलंच राहिलं. यामुळे जेमतेम ४० सेकंदांचा काळ उलटून गेल्यावर गगारिनला एक मोठा हादरा जाणवला. यामुळे व्हॉस्तॉक चहूबाजूंनी फिरल्यासारखं घोंघावायला लागलं. दर सेकंदाला ३० अंश इतक्या प्रचंड वेगानं हे अंतराळयान फिरत असावं असा गगारिनचा अंदाज होता. यामुळे गगारिन स्वतःभोवती गोलाकार फिरल्यासारखा अस्ताव्यस्त स्थितीत गरगरला. त्याच्या आजूबाजूचं सगळंसुद्धा तसंच वेडंवाकडं फिरत होतं. त्याला एका क्षणात आफ्रिका दिसायचं तर दुसऱ्या क्षणात क्षितिज आणि तिसऱ्या क्षणी आकाश. असं व्हायचं कारण म्हणजे रिट्रो रॉकेटनं आपलं काम सुरू केल्याकेल्या व्हॉस्तॉक अंतराळयान हे रिट्रो रॉकेटपासून सुटं होणं गरजेचं होतं. ते काही तांत्रिक कारणामुळे घडू शकलं नाही. यामुळे गगारिनचा जोड कायम राहिला आणि विलक्षण वेगानं तो फिरत राहिला. आता गगारिनचं आयुष्य धोक्यात येण्याची दाट शक्यता होती. आजूबाजूला प्रचंड उष्णता निर्माण होत असल्याची त्याला जाणीव झाली. तसंच त्याच्या जवळची यंत्रणा ओढ बसून तुटण्या-फाटण्याचे भीतिदायक आवाज त्याला ऐकू येत होते. दरम्यान, गगारिनचा पृथ्वीवरच्या केंद्राशी असलेला संपर्क तुटल्यामुळे पृथ्वीवरच्या तंत्रज्ञांना गगारिनच्या परिस्थितीचा काहीच अंदाज नव्हता. गगारिन याही परिस्थितीत शांत राहिला. जर आपण काहीही करून आपली शुद्ध हरपू दिली नाही,

तर आपण धडपड करून यातून जिवंतपणी बाहेर पडू शकू, असा आत्मविश्वास त्याला वाटत होता. अर्थात पृथ्वीच्या वातावरणात यासाठी परतणं गरजेचं होतं; पण आसपासच्या संकटमय परिस्थितीत ते कितपत शक्य होईल याची त्याला कल्पना नव्हती. गगारिनची शारीरिक अवस्था वेगानं बिघडत चालली होती. त्याची दृष्टी अधू झाल्यासारखं त्याला वाटलं. तरीही गगारिन खचून गेला नाही आणि धडपडत राहिला. तेवढ्यात त्याला आपल्या अंतराळयानामध्ये एक विचित्र छटेचा जांभळा रंग दिसला. याचा अर्थ आपण पृथ्वीच्या वातावरणात परतत आहोत असा त्यानं लावला आणि त्याला जरा हायसं वाटलं. आताही व्हॉस्तॉक गरगरतच होतं; पण त्याच्या गरगरण्याचा वेग बराच मंदावला होता.

तिकडे कोरेलियॉव्हची पुरती घबराट उडाली. रिट्रो रॉकेटची सुरुवात यशस्वी ठरलेली असल्याचं माहीत असूनही यानंतरसुद्धा अनेक चुका घडू शकतात याची पुरेशी कल्पना असल्यामुळे कोरेलियॉव्ह साशंक होता. आता शांतपणे धीर धरण्याखेरीज दुसरं काहीच त्याच्या हातात नव्हतं. गगारिन आपल्यासमोर सुखरूप अवस्थेत हसत असताना त्याला बघायचं होतं. दरम्यान त्यानं ख्रुश्चेव्ह यांना फोन करून घडलेल्या इतिहासाविषयीची माहिती दिली. तोपर्यंतच्या घटनाक्रमामुळे ख्रुश्चेव्ह विलक्षण उत्तेजित झाले आणि गगारिन जिवंत आहे का असं त्यांनी जवळपास ओरडूनच कोरेलियॉव्हला दोन वेळा विचारलं.

दरम्यान अतिप्रखर सूर्यकिरणांनी अंतराळयानामध्ये प्रवेश केल्यामुळे आपण पृथ्वीच्या वातावरणात परतत असल्याची गगारिनला खात्री पटली. आपण या प्रकाशामुळे आंधळे होतो की काय असं त्याला क्षणभर वाटलं. पृथ्वीवर आपण सुखरूप पोहोचू, असा आशेचा किरणही त्याच्या मनात यामुळे पेटला. अर्थात त्याचं अंतराळयान अजूनही गरागरा फिरत असल्यामुळे गगारिनच्या मनात अजून धाकधूक सुरू होती. तेवढ्यात अचानकपणे घडलेल्या काही गोष्टींमुळे गगारिन त्याच्या अंतराळयानामधून बाहेर फेकला गेला! अर्थात पृथ्वीपासून १३,००० फूट अंतरावर असताना त्याचं पॅराशूट वेळेत उघडल्यामुळे त्याला तसा धोका नव्हता. त्याच्या खूप खाली त्याची मायभूमी होती. तिथली व्होल्गा नदी त्याची वाट बघत होती. हा सगळा भाग त्याच्या परिचयाचा होता आणि आपल्या प्रशिक्षण काळात त्यानं इथून पॅराशूटचा अनेकदा सरावही केला होता. सुमारे दोन तास अंतराळप्रवास करून त्यानं आजवर कुणीच बघू न शकलेल्या नजरेतून पृथ्वीकडे बघितलं होतं. हळूहळू जमिनीकडे येत एका मऊ मातीसारख्या जमिनीवर गगारिनचं पॅराशूट उतरलं. तिथं एक स्त्री आणि तिची नात अशा दोघी जणी त्याला दिसल्या. गगारिनचा विचित्र पोषाख बघून त्या दोघीही जरा बिचकल्यो. ती मुलगी तर पार घाबरली आणि तिथून पळून गेली. आपण सोव्हिएत युनियनचेच नागरिक असल्याचं

त्यानं ओरडून त्या स्त्रीला सांगितलं. तेवढ्यात तिथं काही मजूर आले. त्यांना गगारिननं गेल्या दोन तासांमधल्या घटनाक्रमाविषयी सांगताच ते डोळे विस्फारून त्याच्याकडे नुसते बघतच राहिले! त्यानं आपलं नाव सांगताच या लोकांनी रेडिओवर ते नुकतंच ऐकल्याचं सांगितलं.

तिकडे कोरेलियॉव्ह आणि त्याचे सहकारी बेभान झाले! कोरेलियॉव्हचा आनंद गगनात मावेनासा झाला. त्यानं शॅम्पेन पित तो साजरा केला खरा; पण त्याला धुंदी चढण्यासाठी शॅम्पेनची अजिबात गरज नव्हती. त्याचं इतक्या वर्षांचं स्वप्न साकार झाल्याचं समाधान त्यासाठी पुरेसं होतं. त्याच्या कुठल्याही सहकाऱ्यानं त्याला यापूर्वी इतक्या आनंदी आणि मोकळ्याढाकळ्या अवस्थेत बघितलं नव्हतं. जणू काही मणभर ओझं त्याच्या मानेवरून दूर झाल्यासारखी त्याची अवस्था होती. कोरेलियॉव्ह आणि त्याचे सहकारी यांनी आधी गगारिनला पृथ्वीवर परत आणणाऱ्या अंतराळयानाचं 'दर्शन' घेतलं. कोरेलियॉव्हनं हे अंतराळयान अगदी नीट न्याहाळलं. लगेचच विमानानं ते सगळे गगारिनला भेटायला गेले. गगारिनला बघताच जणू एखाद्या मृत माणसानं पुनर्जन्म घ्यावा, अशा अविश्वासाच्या नजरेनं कोरेलियॉव्ह गगारिनकडे बघत राहिला. त्याच्या तोंडून एक शब्दसुद्धा फुटेना. शेवटी गगारिननंच ही कोंडी फोडली. कोरेलियॉव्ह आणि पावलोविच यांना उद्देशून त्यानं 'लेफ्टनंट गगारिन रिपोर्टिंग ... सगळं एकदम ठीकठाक आहे ... सर्गई पावलोविच - सगळं अगदी ठीकठाक आहे ...' असं म्हटलं. गगारिनचे हे शब्द ऐकून कोरेलियॉव्हचा गळाच दाटून आला. त्याच्या तोंडून शब्दच फुटेनात. काही काळानंतर गगारिनच्या अभूतपूर्व कामगिरीबद्दल त्याला तातडीनं देण्यात आलेली बढती जाहीर करत कोरेलियॉव्ह 'मेजर गगारिन - तुझ्या कामगिरीचं कौतुक करावं तितकं कमीच आहे ... तू खरा हिरो आहेस ...' असं म्हणाला. सोव्हिएत युनियनमधून गगारिनच्या यशाची बातमी सगळीकडे प्रसारित करण्यात आली. अमेरिकेवर आणखी एकदा कुरघोडी केल्याच्या आनंदात आख्खं सोव्हिएत युनियन पुरतं न्हाऊन निघालं. अमेरिकेमध्ये सकाळी साडेपाच वाजता एका वार्ताहरानं या बातमीची दखल घ्यायचं ठरवलं. मुख्य म्हणजे या बातमीविषयी नासाची प्रतिक्रिया जाणून घेण्यात त्याला खूपच स्वारस्य होतं. यामुळे त्यानं नासाला फोन लावला. तिथं प्रसिद्धी विभागात काम करणाऱ्या एका माणसानं फोन घेतला. तो अतिकामामुळे वैतागून नुकताच झोपी गेला असावा. त्यात ही कसली कटकट असं म्हणून त्यानं फोन घेतला. साहजिकच वार्ताहरानं त्याला सोव्हिएत युनियननं माणसाला अंतराळात पाठवल्यासंबंधीच्या बातमीविषयीची प्रतिक्रिया विचारली तेव्हा वैतागून त्यानं 'आम्ही सगळे झोपलेले आहोत ... तू उगीच माझ्या डोक्याला कटकट करू नकोस ...' असं म्हणून फोन आपटला. दुसऱ्या दिवशीच्या अमेरिकी वर्तमानपत्रामधल्या

मुखपृष्ठावरच्या मुख्य बातमीच्या मथळ्यानं मात्र तो नक्कीच खडबडून जागा झाला असेल :

Daily Mirror

TODAY the Mirror celebrates the greatest story of OUR lifetime.. the greatest story of OUR century

# MAN IN SPACE..MAN IN SPACE

HE went into Space just after 7 yesterday morning. A fresh-faced 27-year-old Russian family man. Yuri Gagarin. Gagarin means Wild Duck. Around the world he went. Flashing over oceans and continents. Reporting simply: "The flight is normal. I feel well."

The Wild Duck landed somewhere in Russia just before 9 o'clock. Rush-hour time for Earthbound Britons. His first words..."I feel well. I have no injuries or bruises."

Who cannot fail to be stirred by this mighty achievement? Today the Mirror salutes the Russians—and the Wild Duck.

# MAN IN SPACE..MAN IN SPACE

**गगारिनची बातमी**

१४ एप्रिल रोजी सोव्हिएत युनियनमध्ये जल्लोष साजरा करण्यासाठी राष्ट्रीय सुट्टी जाहीर करण्यात आली. मॉस्कोमध्ये गगारिनच्या कामगिरीचं प्रचंड कौतुक करण्याचा घाट घालण्यात आला. सोव्हिएत युनियनच्या जनतेला आपल्या देशाच्या या पराक्रमी कामगिरीचं विलक्षण कौतुक वाटत होतं. अर्थातच सगळ्यांचं देशप्रेमही यामुळे खूप उफाळून आलं. लाखोंच्या संख्येनं लोक बाहेर पडले. मॉस्कोमधल्या 'लाल चौका'त एका बाजूला ख्रुश्चेव्ह आणि दुसऱ्या बाजूला ब्रेझनेव्ह अशा दोन अत्यंत ताकदवान माणसांच्या मध्ये उभा असलेला गगारिन मोठ्या आनंदानं हात हलवत लोकांच्या अभिवादनाचा स्वीकार करत होता. तेवढ्यात ख्रुश्चेव्ह यांनी गगारिनला गच्च मिठी मारली आणि रस्त्यावरच्या लोकांनी कानठळ्या बसतील अशा आवाजात जल्लोष केला. यातली एक गंमत म्हणजे 'रेड कार्पेट'वरून चालत येणाऱ्या गगारिनच्या बुटांची नाडी खरं म्हणजे निघाली होती; पण तरीही तो तसाच चालत आला. त्याचा तोल यात गेला नाही म्हणून बरं!

या धामधुमीत कोरेलियॉव्ह कुठे होता? सोव्हिएत उच्चपदस्थ आणि काही मोजके लोक यांच्याखेरीज इतर कुणालाच त्याच्या कामगिरीविषयी माहीत नव्हतं. सर्वसामान्य लोकांप्रमाणेच कोरेलियॉव्हसुद्धा जनसागरात शांतपणे मिसळून गेला होता. सोव्हिएत युनियनच्या पोलादी पंज्यामुळे आणि कोरेलियॉव्हला घातपात होण्याच्या भीतीमुळे त्याचं नाव पूर्णपणे गुप्त राखण्यात आलं. खरा हिरो खरं

म्हणजे कोरेलियॉव्हच होता; पण तो पडद्याआड राहिला. तेवढ्यात त्याच्या मोटारीमध्ये कसलातरी दोष निर्माण झाला आणि तो दुरुस्त करणं त्याला जमेनासं झालं. त्या दिवशी सगळे गॅरेजवालेसुद्धा जल्लोषाच्या मनःस्थितीत असल्यामुळे कुणीच कोरेलियॉव्हला मदत केली नाही. शेवटी कोरेलियॉव्ह वेळेत लाल चौकापर्यंत पोहोचूसुद्धा शकला नाही आणि त्यानं तिथे आपण वेळेत जाऊ शकणार नाही याची जाणीव होताच तो प्रयत्नसुद्धा सोडून दिला! ज्या माणसामुळे सोव्हिएत युनियनला हे वैभव लाभलं, त्या माणसाविषयी जवळपास कुणालाच माहीत नसणं हा खरं म्हणजे एखाद्या माणसाला पार निराश करून सोडणारा प्रसंग ठरू शकला असता. कोरेलियॉव्ह मात्र या सगळ्यापलीकडे गेला होता. आपल्या भव्यदिव्य स्वप्नांची पूर्तता होत असल्याचा आनंद त्याच्या दृष्टीनं पुरेसा होता.

**ख्रुश्चेव्हसह गगारिन**

इतिहासाची पुनरावृत्ती होण्याची ही नवी घटना अमेरिकेला पुन्हा एकदा लज्जास्पद अवस्थेत घेऊन गेली. आधीसुद्धा 'मागासलेल्या' सोव्हिएत युनियननं अमेरिकेला अंतराळभरारीच्या संदर्भात वारंवार धक्के दिलेले असताना माणसाला अंतराळात पाठवण्यासंबंधीची सोव्हिएत युनियनची कामगिरी म्हणजे तर अमेरिकेला बसलेली मोठी थप्पडच होती. न्यूयॉर्क टाइम्सनं अमेरिकेच्या या नामुष्कीविषयी भरभरून लिहिलं. जॉन. एफ. केनेडी या नव्या राष्ट्रपतीनं देशाची सूत्रं हाती घेतली होती. केनेडींनी आता युद्धपातळीवर काम करून या कामाला वेग दिला नाही, तर अमेरिकेची पीछेहाट थांबणं शक्य नसल्याचं सूतोवाच या वर्तमानपत्रानं केलं. केनेडींनी त्यासाठीचं काम करण्याचे आदेश तातडीनं दिले खरे; पण नेमकं यानंतर तीन दिवसांनीच अमेरिका आणि सोव्हिएत युनियन यांच्यामधल्या शीतयुद्धानं एकदम वेगळं वळण घेतलं.

याची थोडक्यात पार्श्वभूमी अशी- क्यूबा आणि अमेरिका यांचं वैर जुनं होतं. फिडेल कॅस्ट्रो या झुंजार नेत्यानं अमेरिकेचा बाहुला असलेल्या बतिस्ता या नेत्याला राष्ट्रपतिपदावरून हटवून देशात क्रांती घडवली होती. तेव्हापासून अमेरिकेनं कॅस्ट्रो यांचा खून करण्याचे अनेक अयशस्वी प्रयत्न केले. हे प्रकरण तापत गेलं आणि शेवटी क्यूबानं आपल्या भूमीवर सोव्हिएत युनियनची अण्वस्त्रं अमेरिकेच्या दिशेनं रोखण्यासाठी ख्रुश्चेव्ह यांना तयार केलं. अमेरिकेजवळच्या भूमीत अशा प्रकारे सोव्हिएत युनियनची अण्वस्त्रं आल्यामुळे अमेरिका आणि सोव्हिएत युनियन यांच्यामध्ये विलक्षण तणावाचं वातावरण निर्माण झालं. याचा परिणाम तिसरं महायुद्ध सुरू होण्यात होऊ शकतो, असा इशारा अनेक जणांनी दिला. सुमारे एक आठवडाभर अमेरिका आणि सोव्हिएत युनियन यांच्यामधला हा सुप्त संघर्ष आणखी तीव्र होत गेला. सगळं जग श्वास रोखून क्यूबाच्या भूमीकडे बघत राहिलं. सध्याचा प्रसंग याच मालिकेमधला होता. आयसेनहॉव्हर या माजी अमेरिकी राष्ट्रपतीनं क्यूबामधून अमेरिकेमध्ये आलेल्या १४०० बंडखोरांना विमानानं क्यूबामध्ये पाठवून फिडेल कॅस्ट्रो यांची सत्ता उलथून टाकण्यासंबंधीचा बेत आखला होता. अमेरिकेच्या कुख्यात 'सेंट्रल इंटेलिजन्स एजन्सी (सीआयए)' या गुप्तचर संस्थेनं या कटाची पटकथा लिहिली. हे लोक शेजारच्या ग्वाटामाला देशातून क्यूबन भूमीवर उतरतील, असं ठरलं होतं. या लोकांची कामगिरी फत्ते व्हावी यासाठी अमेरिका हवाई संरक्षण पुरवेल असं आश्वासनही देण्यात आलं. प्रत्यक्ष घुसखोरीचा दिवस जवळ आल्यावर मात्र राष्ट्रपती केनेडी यांच्या मनात चलबिचल सुरू झाली. आता निर्णय फिरवायला खूप उशीर झाला होता. १७ एप्रिल या दिवशी 'बे ऑफ पिग्ज' इथं बंडखोर जेव्हा घुसले तेव्हा त्यांना हवाई संरक्षण द्यायला अमेरिकी हवाई दल हजर नव्हतं. अत्यंत हुशारीनं चपळ हालचाली करत कॅस्ट्रो यांनी या बंडखोरांचा पुरता पाडाव केला. अनेक बंडखोर ठार झाले; तर उरलेले कॅस्ट्रो यांच्या सैनिकांच्या तावडीत सापडले. अमेरिकेचा या कटामधला सहभाग उघड झाला, बंडखोरांचा दारुण पराभव नामुष्कीचा ठरला आणि बंडखोरांनी आपला अमेरिकेनं ऐन वेळी घात केल्यामुळे आरडाओरडा सुरू केला. ख्रुश्चेव्ह यांच्या दृष्टीनं अमेरिकेवर कुरघोडी करण्याची ही आणखी एक नामी संधी ठरली.

या सगळ्या निराशाजनक परिस्थितीतून मार्ग काढण्यासाठी आणि लोकांचं मनोधैर्य वाढवण्यासाठी अंतराळभरारीच्या संदर्भात आपण वेगानं प्रगती केली पाहिजे, असं केनेडी यांना वाटलं. एकीकडे अमेरिकेचा पाडाव केल्यामुळे २० एप्रिल या दिवशी क्यूबामध्ये फिडेल कॅस्ट्रो आनंदोत्सव साजरा करत असताना केनेडी यांनी उपराष्ट्रपती लिंडन जॉन्सन यांना अंतराळभरारीच्या कामात लक्ष घालायला सांगितलं. 'सोव्हिएत युनियनवर वर्चस्व गाजवण्यासाठी या क्षेत्रात

आपण नक्की काय केलं पाहिजे?' असा त्यांचा सवाल होता. शेफर्डच्या अंतराळभरारीकडे आता सगळ्यांचं लक्ष एवीतेवी लागलेलंच होतं. ५ मे, १९६१ हा दिवस त्यासाठी मुक्रर करण्यात आला. त्या दिवशी शेफर्डच्या लवकरच्या नाश्त्यानंतर डॉक्टरांनी त्याची तपासणी केली आणि सकाळी ४ वाजता अंतराळवीराचा पोषाख घालून शेफर्ड अंतराळभरारीसाठी सज्ज झाला. अर्थात शेफर्ड अंतराळात जाणार असला तरी गगारिनसारखा तो पृथ्वीच्या कक्षेत जाणार नव्हता. त्याच्या जवळपर्यंत जाऊन तो परत येणार होता.

मनानं अत्यंत खंबीर असलेल्या शेफर्डला आपण इतिहास घडवणार याविषयी शंका वाटत नव्हती. सगळ्या चाचण्या आणि तपासण्या पुढचे तीन तास होत राहिल्या. या सुमाराला एक अत्यंत अनपेक्षित अडचण आली. शेफर्डला अत्यंत घाईघाईनं लघुशंकेला जावंसं वाटायला लागलं. अंतराळवीराचा पोषाख घातलेल्या आणि अंतराळयानामधल्या खुर्चीमध्ये बसलेल्या शेफर्डनं आता तिथून हलणं म्हणजे पुन्हा सगळी तयारी पहिल्यापासून करण्यासारखं होतं. साहजिकच शेफर्डनं पाठवलेला निरोप फॉन ब्राऊनपर्यंत पोहोचवण्यात आला, तेव्हा फॉन ब्राऊन एकदम थक्कच झाला. शेफर्डनं आपली लघुशंका रोखलीच पाहिजे असं त्यानं सांगताच ते अजिबात शक्य नसल्याचं आणि आपल्याला आपल्या अंतराळवीराच्या पोषाखातच निसर्गधर्म पूर्ण करावा लागेल असं शेफर्डनं सांगितलं. यामुळे शेफर्डच्या शरीराला जोडण्यात आलेल्या जीवरक्षक यंत्रणेचं तसंच त्याच्या तब्येतीची चाचपणी करणाऱ्या यंत्रणेचं काय होईल या कल्पनेनंच डॉक्टर मंडळी तसंच सगळे तंत्रज्ञ लोक हे सगळेच हैराण झाले. यामुळे या यंत्रणेत शॉर्ट सर्किट होणार आणि शेफर्ड जागीच जळून खाक होणार याची त्यांना खात्री होती. तरीही शेफर्ड हार मानायला तयार नव्हता. त्यानं संबंधित तंत्रज्ञांना सगळ्या यंत्रणेचा वीजपुरवठा बंद केला की सगळा धोका संपुष्टात येईल, असा दावा केला आणि त्याला या तंत्रज्ञांकडे उत्तर नसल्यामुळे त्यांनी नाइलाजानं तसं केलं. त्याबरोबर शेफर्डनं आपला कार्यभाग उरकला!

उपग्रहात शेफर्डनं प्रवेश करून चार तास उलटून गेल्यावर त्याच्या उड्डाणाचा 'काऊंटडाऊन' सुरू झाला. शेफर्डचा हा ऐतिहासिक प्रवास बघण्यासाठी तीनशे पत्रकार तिथं हजर होते. अमेरिकेच्या सगळ्या आशा आपल्याबरोबर घेऊन जाणाऱ्या शेफर्डच्या रॉकेटनं अखेर उड्डाण केलं. हे उड्डाण यशस्वी ठरलं. खूप उत्कंठेनं आणि काळजीनं रॉकेटकडे बघत असलेल्या सगळ्यांनीच सुटकेचा निःश्वास सोडला. रेडस्टोन रॉकेटच्या उड्डाणात कुठेच अडथळा आला नाही. या रॉकेटनं पृथ्वीपासून शेफर्डला वरवर नेलं; ठरलेल्या अंतरानंतर शेफर्ड या रॉकेटपासून सुटा झाला. रॉकेट पुन्हा पृथ्वीच्या वातावरणात परतलं आणि आता अनियंत्रित अवस्थेत असल्यामुळे त्याच्या ठिकऱ्या उडाल्या. शेफर्डचं पृथ्वीच्या वातावरणात पुनरागमन

कसं होतं याकडे अर्थातच सगळ्यांची नजर लागून राहिली होती. त्यात कसलीच अडचण आली नाही. शेफर्ड पुन्हा पृथ्वीच्या वातावरणात परतला आणि समुद्रात पॅराशूटच्या साहाय्यानं सुखरूप उतरला. हेलिकॉप्टरने शेफर्डला थेट 'व्हाइट हाउस' या अमेरिकी राष्ट्रपतींच्या निवासस्थानी नेण्यात आलं. शेफर्डनं अंतराळात जेमतेम १५ मिनिटांची सफर केली होती; गगारिनसारखं त्यानं पृथ्वीच्या कक्षेतसुद्धा भ्रमण केलं नव्हतं. तरीही सोव्हिएत युनियनच्या दिमाखदार यशापुढे सातत्यानं झुकत चाललेली अमेरिकी मान जरा ताठ करण्याची संधी शेफर्डनं नक्कीच साधली. वॉशिंग्टन शहरात शेफर्डचं स्वागत करण्यासाठी हजारो नागरिक जमले.

अशा रीतीनं अमेरिकेचा अंतराळाच्या संदर्भात सुरू असलेला उपवास एकदाचा

**राष्ट्रपती केनेडींसह शेफर्ड**

संपला खरा; पण त्यावर समाधान मानून चालणार नाही, असं प्रत्येक अमेरिकी नागरिकाचं मत होतं. अमेरिकी राष्ट्रपती केनेडी यांनी उपराष्ट्रपती जॉन्सन यांना तसं बजावलंच होतं. अमेरिकेनं यापुढे अंतराळभरारीच्या संदर्भातले निकष ठरवावेत आणि इतर देश फार फार तर अमेरिकेच्या यशाचा पाठलाग करण्यासाठी धडपडतील अशी आपली वाटचाल व्हायला हवी, असा केनेडी आणि जॉन्सन या दोघांचाही निर्धार होता. जॉन्सननं या संदर्भात अनेक जणांशी सल्लामसलत केली. त्यात फॉन ब्राऊनचाही समावेश होता. आपण चंद्रावर पहिला माणूस धाडण्याच्या संदर्भात सोव्हिएत युनियनला मागे टाकू शकतो, असा आत्मविश्वास फॉन ब्राऊननं व्यक्त केला. २५ मे, १९६१ या दिवशी राष्ट्रपती केनेडी यांनी अमेरिकी काँग्रेससमोर

बोलताना चंद्रावर माणूस पाठवण्यासंबंधीचा प्रकल्प मानवजातीसाठी अत्यंत महत्त्वाचा असून, या दशकात तो साध्य होऊ शकतो, असा उल्लेख केला.

फॉन ब्राऊन तर जर्मनीत असल्यापासूनच चंद्रावर माणसाला पाठवण्याची स्वप्नं बघत असे. फक्त ही स्वप्नं त्यानं बऱ्यापैकी गुप्त राखली होती आणि आपल्या अगदी जवळच्या काही मोजक्या लोकांचा अपवाद वगळता त्याचा उल्लेख इतरांसमोर करायचं टाळलं होतं, इतकंच. १९४१ साली आपल्या एका मित्राशी बोलताना त्यानं आपल्या या स्वप्नाविषयीची कबुली देताना हिटलरपाशी हा विषय काढण्याची आपली हिंमत नसल्याचं अगदी स्पष्टपणे म्हटलं होतं. आता मात्र खुद्द अमेरिकी राष्ट्रपतीनंच हा विषय अगदी खुलेपणानं आपल्या सहकाऱ्यांसमोर मांडला होता आणि सगळी अमेरिकी जनतासुद्धा या संकल्पनेनं भारावून गेली. अचानकपणे फॉन ब्राऊनच्या अनेक वर्षं विफल ठरलेल्या प्रयत्नांना वेग मिळाला. साहजिकच त्याच्या मनातलं नैराश्य पार दूर झालं. फॉन ब्राऊनच्याच रेडस्टोन रॉकेटनं पहिल्यावहिल्या अमेरिकी अंतराळवीराला अंतराळात नेण्याचा महापराक्रम गाजवला होता. आता त्याच्याच 'सॅटर्न' रॉकेटचा वापर अमेरिकी माणसाला चंद्रावर नेण्यासाठी होण्याची दाट शक्यता होती. अर्थात सोव्हिएत युनियनसुद्धा चंद्रावर माणूस पाठवण्यासाठी जोरदार धडपड करत असल्यामुळे, ही शर्यत जिंकण्यासाठी फॉन ब्राऊनला जोरदार धडपड करण्याची गरज होती. केनेडी यांच्या भाषणाची वार्ता सोव्हिएत युनियनमध्ये प्रसारित करण्यात आलेली नसली तरी पाश्चिमात्य माध्यमांनी ती छापली असल्यामुळे कोरोलियॉव्हला त्याविषयी समजलं. अंतराळभरारीसाठी राखून ठेवण्यात आलेला निधी आणि लष्करासाठी राखून ठेवण्यात आलेला निधी यांच्यात अजूनही स्पर्धा सुरू होती.

■

# आता चंद्राकडे नजर

अमेरिकेच्या अंतराळभरारीची बातमी ऐकल्यावर सोव्हिएत युनियनमध्ये माणसाला अंतराळभरारी करवून आणण्यासाठीची आणखी एक मोहीम कोरेलियॉव्हनं आखली. १९६१ सालच्या ऑगस्ट महिन्याचा मुहूर्त कोरेलियॉव्हनं यासाठी निश्चित केला. ख्रुश्चेव्हना हे समजताच त्यांनी १३ ऑगस्टपूर्वी ही मोहीम पूर्णत्वाला गेली पाहिजे असा आदेश कोरेलियॉव्हला दिला. या तारखेचं महत्त्व कोरेलियॉव्हला समजलं नाही; पण ख्रुश्चेव्हचा आदेश अमलात आणण्यावाचून दुसरा पर्याय त्याच्यासमोर नव्हता. घर्मन टिटोव्ह या अंतराळवीराला घेऊन हे अंतराळयान झेपावणार होतं. यामुळे कोरेलियॉव्हवरचा दबाव वाढला. चोवीस तासांहून जास्त वेळ अंतराळात फेरफटका मारणारं हे अंतराळयान जगाभोवती एकंदर सतरा प्रदक्षिणा घालेल असं ठरलं. ठरल्याप्रमाणे टिटोव्हला घेऊन रॉकेटनं केलेलं उड्डाण यशस्वी ठरलं आणि कोरेलियॉव्हचा जीव भांड्यात पडला. अर्थात टिटोव्हला अंतराळभरारी करण्याचा अनुभव अजिबातच सुखावह वाटला नाही. आपण वर पाय आणि खाली डोकं अशा अवस्थेत प्रवास करत असल्याची विलक्षण त्रासदायक भावना टिटोव्हला सतावत राहिली. त्यामुळे त्याला आपण खूप आजारी आहोत असं वाटत राहिलं. त्याला खाणं-पिणं सुचेना आणि त्याच्याकडे देण्यात आलेल्या यंत्रणेचं कामकाज चालवणंसुद्धा त्याला नकोसं झालं. साहजिकच जमिनीवरचे तंत्रज्ञ यामुळे काळजीत पडले. टिटोव्हच्या तब्येतीचं सतत परीक्षण करून त्यासंबंधीचा अहवाल या तंत्रज्ञांकडे पाठवत असलेल्या यंत्रणेनं टिटोव्हला कसंसं होत असून, ओकाऱ्या आल्यासारख्या भावनेनं पछाडलेलं असल्याचं तसंच 'व्हर्टिगो'चा त्रास होत असल्याचं सुचवलं. अखेर आपल्या बाराव्या प्रदक्षिणेच्या सुमाराला टिटोव्हला जरा बरं वाटायला लागलं आणि त्यानं पृथ्वीची दृश्यं टिपायला सुरुवात केली. तेवढ्यात,

त्याच्या आजूबाजूचं तापमान नियंत्रित करणारी यंत्रणा बिघडली आणि यामुळे थंडीनं तो पार काकडून गेला. तसंच गगारिनच्या वेळेला झालं होतं तसंच टिटोव्हच्याही बाबतीत रिट्रो रॉकेट यंत्रणेनं केलं. यामुळे अनियंत्रित अवस्थेत आपण गरागरा फिरत असल्याचं टिटोव्हला जाणवलं. आधीच त्याची अवस्था एकदम खराब झालेली असताना नव्यानं उद्भवलेल्या या संकटामुळे तो अजूनच दारुण परिस्थितीत गेला. हेलपाटत तो पृथ्वीच्या दिशेनं येणार आणि कुठंतरी कोसळून ठार होणार हे आता जवळपास नक्कीच होतं. तेवढ्यात पुन्हा एकदा नशिबानं त्याला साथ दिली. खाली येत पृथ्वीपासून दीडशे फूट उंचीपर्यंत पॅराशूटला लटकलेल्या अवस्थेत पोहोचल्यानंतर टिटोव्हला एक रेल्वे जाताना दिसली. आता आपण या रेल्वेवर आदळणार किंवा तिच्या चाकांखाली येणार याची त्याला खात्री होती; पण तेवढ्यात जोरानं आलेल्या वाऱ्याच्या झोतामुळे तो मागच्या बाजूला असलेल्या नांगरलेल्या शेतामध्ये जाऊन पडला आणि सुरक्षित राहिला.

दरम्यान १३ ऑगस्ट या दिवशी ख्रुश्चेव्ह यांनी नंतर कुप्रसिद्ध ठरलेली बर्लिनची भिंत बांधण्याच्या प्रकल्पाची सुरुवात केली आणि त्याबरोबर कोरेलियॉव्हला या तारखेचं महत्त्व समजलं. आपल्या पकडीचा पोलादी पडदा युरोपमधून जाण्यासाठीची ही व्यवस्था ख्रुश्चेव्ह यांनी करून पाश्चिमात्य जगाला नवा इशारा दिला. एकीकडे अंतराळभरारीच्या संदर्भातलं अभूतपूर्व यश आणि दुसरीकडे बर्लिनच्या भिंतीद्वारा उभी केलेली पोलादी पकड या दोन्ही गोष्टींना दिमाखानं सगळ्या जगापुढे नाचवण्याचा ख्रुश्चेव्ह यांचा हेतू तेव्हातरी अगदी सफल वाटत होता.

या काळात कोरेलियॉव्हची बाजू अनेक कारणांनी लंगडी पडत गेली. एक तर एका नव्या तंत्रज्ञानं अंतराळभरारीसाठी रॉकेट तयार करण्याचं काम आपण जास्त उत्तम प्रकारे करू शकतो, ही गोष्ट ख्रुश्चेव्ह यांच्या मनावर ठसवण्यात यश मिळवलं. हा माणूस सतत ख्रुश्चेव्ह यांची खुशामत करणं, त्यांना मेजवानीसाठी आमंत्रित करणं अशा गोष्टी करे. कोरेलियॉव्हला हे प्रकार अजिबातच पसंत नसत. आपलं काम हीच आपली ओळख असल्याचं तो माने. ख्रुश्चेव्ह मात्र निव्वळ कामापेक्षा उथळ प्रकारांमुळेसुद्धा जास्त दिपून जात असल्यामुळे कोरेलियॉव्ह अडचणीत आला. दुसरं म्हणजे ज्या ग्लुश्कोबरोबर कोरेलियॉव्हचे संबंध पूर्वीपासूनच ताणलेले असूनसुद्धा कोरेलियॉव्हच्या रॉकेटच्या इंजिनच्या निर्मितीचं काम ग्लुश्कोकडे असायचं, त्या ग्लुश्कोचं आणि कोरेलियॉव्हचं नव्यानं वाजलं. एकदा नव्हे, तर दोन वेळा कोरेलियॉव्ह आणि ग्लुश्को यांच्यात कडाक्याचं भांडण झालं आणि दोघंही एकमेकांवर अगदी तारस्वरात ओरडून आरोप करत राहिले. यामुळे दोघांमधला जो काही किंचितसा सुसंवाद होता, तो आता पुरता नष्ट झाला आणि हे दोघं एकत्र काम करणार नाहीत हे जवळपास नक्की झालं. याला काही दिवस झाल्यावर

पुढच्या अंतराळभरारीसाठी नक्की कुणाकडे रॉकेटनिर्मितीची जबाबदारी द्यायची, हे ठरवण्यासाठी ख्रुश्चेव्ह यांनी एक बैठक बोलावली. त्यात कोरेलियॉव्हसकट त्याच्या नव्या प्रतिस्पर्ध्यांना आपापल्या प्रस्तावाचं सादरीकरण करायला सांगण्यात आलं. कोरेलियॉव्हच्या प्रतिस्पर्ध्यानं नेहमीप्रमाणेच झोकदारपणे आपल्या संकल्पनेचं सादरीकरण करून ख्रुश्चेव्ह यांच्यावर आपला ठसा उमटवला. कोरेलियॉव्हच्या सादरीकरणात नेहमीप्रमाणेच तांत्रिक कौशल्य दिसत असलं, तरी उठाव नव्हता. त्यातच आपल्या रॉकेटचं इंजिन आता ग्लुश्को बनवणार नसून, दुसरा एक कुशल तंत्रज्ञ हे काम करणार असल्याचं कोरेलियॉव्हनं सांगताच ख्रुश्चेव्ह अक्षरशः आपल्या खुर्चीतून उडालेच! रॉकेटच्या इंजिनचा आराखडा तयार करण्यात आणि त्याच्या पुढचं काम करण्यात सोव्हिएत युनियनमध्ये ग्लुश्कोचा हात कुणी धरू शकेल, यावर कुणाचाच विश्वास बसू शकत नव्हता. 'असं असताना कोरेलियॉव्हनं हा निर्णय कसा काय घेतला?' असा सवाल ख्रुश्चेव्ह यांनी करताच यात आपला काही दोष नसून ग्लुश्कोनंच हे काम करायला नकार दिला असल्याचं उत्तर कोरेलियॉव्हनं दिलं. हे ऐकताच ग्लुश्को चवताळला आणि त्यानं कोरेलियॉव्ह धादांत खोटं बोलत असल्याचं सांगितलं. अशा प्रकारे ख्रुश्चेव्ह आणि त्यांचे सहकारी यांच्यादेखत कोरेलियॉव्ह-ग्लुश्को वाद सुरू झाला. तावातावानं दोघं ख्रुश्चेव्ह यांच्या उपस्थितीत एकमेकांवर डाफरत असल्याचं अविश्वसनीय दृश्य बघून सगळेच भांबावून गेले. यामुळे वैतागून गेलेल्या ख्रुश्चेव्ह यांनी कोरेलियॉव्हच्या प्रकल्पाला तात्पुरती स्थगिती द्यायचे आदेश दिले. तसंच कोरेलियॉव्हच्या रॉकेटला ग्लुश्कोच्या इंजिनची जोडणी देण्यासंबंधीच्या शक्यता तपासून, त्याविषयीचा अहवाल सादर करण्याचे आदेश संबंधितांना दिले. आपोआपच कोरेलियॉव्हच्या प्रतिस्पर्ध्याला यामुळे रॉकेटनिर्मिती प्रकल्पात आघाडी मिळाली.

अशा रीतीनं कोरेलियॉव्हच्या मार्गातल्या नव्या अडचणींमुळे चंद्रावर माणसाला पोहोचवण्याच्या त्याच्या स्वप्नांच्या प्रवासाचा वेग कमी झाला. तिकडे अमेरिकेत फॉन ब्राऊन मात्र धडाक्यानं आपल्या चंद्रमोहिमेची पावलं टाकत होता. पृथ्वी आणि चंद्र यांच्यामधलं सुमारे ३.८६ लाख किलोमीटर्स अंतर पार करण्यासाठी रॉकेटमध्ये खूप जास्त इंधन असण्याची गरज होती. तसंच यासाठी वेगानं उड्डाण करू शकणारं रॉकेटसुद्धा गरजेचं होतं. फॉन ब्राऊननं तयार केलेल्या Saturn I रॉकेटमध्ये ही क्षमता नसल्यामुळे नव्या रॉकेटच्या निर्मितीचं काम हाती घेणं गरजेचं होतं. यासाठीची परवानगी १९६२ मध्ये नासानं दिली. आता फॉन ब्राऊनची टीम Saturn V या नव्या रॉकेटच्या निर्मितीवर काम करायला लागली. फुटबॉलच्या मैदानाहून मोठ्या आकाराच्या या रॉकेटची क्षमता किती असावी याचा अंदाज यावा म्हणून सांगायचं, तर एके ठिकाणी करण्यात आलेल्या वर्णनानुसार न्यूयॉर्क ते सिॲटल

या शहरांमध्ये एकामागे एक अशा फोक्सवॅगन गाड्या ओळीनं उभ्या केल्या आणि त्या सगळ्या गाड्या सुरू असतानाची क्षमता एकत्रित केली तर त्याहून जास्त क्षमता या रॉकेटमध्ये असेल असं ठरलं. इतकंच नव्हे, तर यापुढच्या आणखी अवाढव्य रॉकेटच्या निर्मितीचे आराखडेही फॉन ब्राऊन आखत होता. या नव्या रॉकेटचं नाव Nova असेल असं त्यानं ठरवलं.

चंद्रावर पोहोचू शकेल अशा रॉकेटमधला सगळ्यात महत्त्वाचा भाग अर्थातच रॉकेटच्या इंजिनाचा होता. या इंजिनमधला पहिला टप्पा आत्तापर्यंतच्या सगळ्यात प्रभावी रॉकेटच्या किमान दुप्पट क्षमतेचा होता. इतक्या ताकदवान इंजिनचं कामकाज व्यवस्थितपणे चालायचं असेल, तर त्यासाठी इंजिननं प्रति मिनिट दीड लाख लिटर इंधन वापरणं अपेक्षित होतं! अशा प्रकारच्या इंजिनच्या कामकाजामधला मुख्य धोका म्हणजे कुठंही बारीकशी चूक झाली, तरी सगळं इंजिन जागीच जळून खाक होण्याची असलेली शक्यता, हा होता. कारण यामुळे इंजिनमध्ये जोरदार दाब निर्माण होणं आणि या दाबामुळे स्फोट घडणं शक्य होतं. दुसरा एक धोका म्हणजे इंजिनच्या वरच्या टप्प्यांमध्ये इंधन म्हणून द्रवरूपी असलेला म्हणजेच लिक्विड हायड्रोजन वापरला जाण्याचा होता. हे इंधन वजनानं कमालीचं हलकं असलं तरी त्याचं तापमान खूपच कमी असतं. त्याच्या अतिशीतलतेमुळे जेव्हा त्याचा इंजिनमधल्या धातूंशी संपर्क येतो, तेव्हा त्या धातूंमधल्या वेल्डिंगला वितळवून ते सुटं करू शकतं.

हे सगळे किचकट तांत्रिक प्रश्न सोडवण्याबरोबरच मुळात रॉकेटद्वारा अंतराळयान चंद्रावर कसं पाठवायचं, हा आणखी एक महत्त्वाचा मुद्दा होता. यासाठी फार पूर्वी फॉन ब्राऊननं आपल्या एका लेखात भाष्य केलं होतं. त्याचा सारांश म्हणजे जसं धावणाऱ्या शेळ्यांचा वेध घेण्यासाठी लांडगा त्यांना समांतर असलेल्या रेषेत लांबून पळत जाऊन त्यांच्या पुढे जाऊन मग त्यांना त्यांच्या रस्त्यातच गाठेल, तसं करावं असा होता. म्हणजेच पृथ्वीवरून रॉकेट सोडलं की ते चंद्राच्या पुढे जाईल आणि आपल्यामागून येणाऱ्या चंद्रावर अलगदपणे उतरेल. फॉन ब्राऊनच्या या मूळ संकल्पनेत थोडे बदल करून खरंच अशा प्रकारे चंद्राकडे झेपावणं योग्य ठरेल, असं शास्त्रज्ञांचं मत पडलं. तांत्रिक भाषेत याला Earth Orbit Rendezvous (EOR) असं म्हणतात. याचा मुख्य फायदा म्हणजे खूप जड गोष्टी चंद्रापर्यंत म्हणजेच प्रचंड दूरपर्यंत एकाच रॉकेटनं नेण्याचा महाकर्मकठीण प्रकार करण्यापेक्षा अंतराळयान, चंद्रावर उतरणारं यान आणि इतर यंत्रणा या सगळ्या आधी सुट्या अवस्थेत पृथ्वीच्या कक्षेत पोहोचवायच्या; तिथे त्या योग्यरीत्या जोडायच्या आणि त्यानंतर त्या चंद्रावर पाठवायच्या असा होता. अर्थात या कल्पनेच्या भराऱ्या होत्या. अशा प्रकारे अंतराळात ही जोडणी-मोडणी कितपत शक्य आहे, याविषयी सगळ्यांच्याच

मनात शंका होत्या.

या गोंधळाच्या वातावरणात जॉन ह्युबोल्ट नावाच्या कुणाला फारशा माहीत नसलेल्या एका इंजिनिअरनं नवीच संकल्पना मांडली. वर वर्णन केलेल्या तंत्रज्ञानापेक्षा Lunar Orbit Rendezvous (LOR) हे तंत्रज्ञान वापरावं, असं त्यानं सुचवलं. त्यानुसार चंद्राच्या कक्षेचा वेध घेणारे दोन उपग्रह एका वेळी एकाच रॉकेटद्वारा पाठवावेत. या दोन उपग्रहांमधला एक नियंत्रकाचं काम करत चंद्राच्या कक्षेत फिरेल. दुसरा उपग्रह थेट चंद्राच्या पृष्ठभागावर जाईल. तिथलं आपलं काम संपल्यावर चंद्राच्या पृष्ठभागावर उतरलेला दुसरा उपग्रह चंद्राच्या कक्षेत फिरत असलेल्या पहिल्या नियंत्रक उपग्रहाशी परत एकदा स्वतःला जोडून घेईल. यामुळे चंद्रावर माणूस पाठवण्यासंबंधीचं तंत्रज्ञान एक तर खूप सोपं होईल आणि त्यासाठी कमी ताकदीचं रॉकेटसुद्धा चालू शकेल, असा ह्युबोल्टचा दावा होता. नासाच्या एका बैठकीत ह्युबोल्टनं जेव्हा हा मुद्दा प्रथम मांडला, तेव्हा तिथं हजर असलेल्या शास्त्रज्ञ-तंत्रज्ञ मंडळींनी त्यावर कडाडून टीका केली. हा अत्यंत अव्यवहार्य मार्ग असून, त्यातून फक्त अपयश हाती येण्याची आपल्याला खात्री असल्याचं मत अनेक जणांनी व्यक्त केलं. तसंच पृथ्वीपासून इतक्या दूरवरच्या ठिकाणी चुकून अपघात घडला तर काय होईल, याचं उत्तरही ह्युबोल्टकडे नव्हतं. म्हणजेच अशा वेळी अंतराळवीर जागीच ठार होणार, अशी एकमेव शक्यता यातून दिसत होती. याऐवजी आधीच्या प्रस्तावानुसार चंद्राच्या नव्हे, तर पृथ्वीच्या कक्षेत नियंत्रणासाठीची यंत्रणा असणार होती. म्हणजेच अपघाताच्या वेळी पृथ्वीच्या कक्षेमध्ये असलेल्या नियंत्रक उपग्रहाद्वारा प्रयत्न करणं, तसं तुलनेनं सोपं झालं असतं. साहजिकच ह्युबोल्टच्या कल्पनांच्या भराऱ्यांना लगेचच सुरुंग लावण्यात आला. त्यामागे अजून एक कारण होतं. चंद्राच्या पृष्ठभागाविषयीच्या कविकल्पना प्रत्यक्षात कितपत बरोबर आहेत, याचा अंदाज नव्हता. चंद्राचा पृष्ठभाग कडक असतो का मऊ असतो, एखाद्या पठारासारखा सरळसोट असतो का खाचखळग्यांनी भरलेला असतो, तिथं पृथ्वीच्या पृष्ठभागाप्रमाणे पर्वत-टेकड्या-दऱ्या असतात का, या सगळ्या प्रश्नांची उत्तरं माहीत नसताना थेट चंद्राच्या पृष्ठभागावर उपग्रह उतरवण्याचा प्रयत्न करणं धाडसी ठरू शकलं असतं. लाखो डॉलर्स खर्च करून तयार केलेलं अंतराळयान समजा चंद्राच्या पृष्ठभागावर उतरू शकलं, तरी तिथं आल्याआल्या तो त्या पृष्ठभागामध्येच खचून गेलं आणि त्यामधल्या माणसांच्या मृत्यूला कारणीभूत ठरलं तर?

एकीकडे अशा प्रकारच्या अत्यंत गंभीर आणि किचकट संकल्पनांविषयी मूलभूत स्वरूपाचे प्रश्न शिल्लक असताना दुसरीकडे सगळ्या नासामधलं वातावरण एकदम हलकंफुलकं करणारा कल्पनेपलीकडचा घटनाक्रम सुरू होता. माणसाला

अंतराळवारी करवून आणण्यापूर्वी सोव्हिएत युनियनप्रमाणेच अमेरिकेनंही एखाद्या प्राण्याला तिथं धाडण्याचा निर्णय घेतला. या मोहिमेसाठी एनॉस नावाच्या एका चिंपांझीची निवड करण्यात आली. अत्यंत हुशार असलेला एनॉस अंतराळभरारी मारण्यासाठीच्या प्रशिक्षणामध्ये एकदम उत्साहानं सहभागी तर झालाच; पण त्याला दिल्या जात असलेल्या सूचनाही तो अगदी तंतोतंत पाळत असे. आजूबाजूच्या सगळ्या लोकांच्या दृष्टीनं एकीकडून अत्यंत मजेशीर तर दुसरीकडून खूपच लज्जास्पद वाटेल असा एक प्रकार म्हणजे कंटाळा आला की एनॉस महाराज सरळ हस्तमैथुन करायला सुरुवात करत. एखाद्या माणसाला दुसऱ्या माणसासमोर हा प्रकार करताना अर्थातच खूप लाज वाटेल; पण एनॉसच्या बाबतीत ही अडचण नव्हती! त्याच्यावरचा ताण खूप वाढला किंवा सातत्यानं त्याला काही कंटाळवाण्या कृती कराव्या लागल्या की तो सरळ आपले कपडे खाली ओढून आपल्यावरचा ताण मोकळा करे! आता अंतराळात गेल्यावर चुकीच्या वेळी एनॉसनं हा प्रकार सुरू केला तर काय होईल, याची कल्पनासुद्धा तंत्रज्ञांना करवत नसल्यामुळे त्यांनी वेगवेगळ्या उपाययोजना केल्या. त्यामधला एक उपाय म्हणजे त्यांनी हॅमच्या लिंगाला एक कॅथेटर जोडला. यामुळे त्यानं लघुशंका केली तरी त्याला जोडण्यात आलेल्या यंत्रणेत बिघाड होण्याचा प्रश्न नव्हता आणि दुसरं म्हणजे त्याची आवडती सवय उफाळून आली तरी त्यावर नियंत्रण ठेवणं तंत्रज्ञांना शक्य झालं.

एनॉस

अखेर एनॉसला अंतराळात पाठवण्यात आलं. त्याचा प्रवास एकदम व्यवस्थितपणे पार पडला आणि तो सुखरूप पृथ्वीवर परतला. अर्थातच या काळात त्याची खूप 'गैरसोय' झालेली असल्यामुळे तो जरा घुश्शातच होता. त्यामुळे त्याच्या पृथ्वीवरच्या आगमनानंतर आयोजित करण्यात आलेल्या पत्रकार परिषदेत सुरुवातीलाच त्यानं पत्रकारांकडे बघून दात विचकले. त्यानंतर नासाच्या प्रतिनिधींनी पत्रकारांना एनॉसविषयी आणि त्यानं यशस्वीपणे पार पाडलेल्या मोहिमेविषयी पत्रकारांना माहिती दिली; तसंच काही वेळानंतर प्रश्नोत्तरांना सुरुवात झाली. या काळात एनॉस अजूनच वैतागून गेला. शेवटी त्याचा नाइलाज झाला. त्यानं सरळ आपली पँट खाली घेतली आणि सर्वांच्या देखत आपला आवडता कार्यक्रम अगदी दिलखुलासपणे

सुरू केला! यामुळे नासाच्या अचंबित झालेल्या प्रतिनिधींनाही काय करावं हे समजेना. एक लज्जास्पद हास्याची लहर त्या ठिकाणी पसरली. छायाचित्रकार असा ऐतिहासिक क्षण टिपण्यासाठी तयारच होते! त्याबरोबर एनॉसच्या अंतराळभरारीच्या शाब्दिक कर्तृत्वासह त्याच्या दुसऱ्या अभूतपूर्व कामगिरीची चित्रमय नोंद इतिहासात कायमसाठी झाली!

१९६२ सालच्या फेब्रुवारी महिन्यात जॉन ग्लेन हा अंतराळवीर रॉकेटमधून अंतराळभरारी मारून आला तेव्हा मात्र नासाची कीर्ती अजूनच वाढली. या अंतराळभरारीचं वैशिष्ट्य म्हणजे अंतराळप्रवास सुरू असताना रॉकेटच्या स्वयंचलित यंत्रणेत कसलातरी दोष निर्माण झाल्यामुळे रॉकेट आपली अपेक्षित दिशा सोडून उजवीकडे झुकल्यासारखं होत पुढे जायला लागलं. स्वाभाविकपणे यामुळे रॉकेट चुकीच्या ठिकाणी जाऊन पेट घेण्याची किंवा कशाला तरी धडकून कोसळण्याची दाट शक्यता होती. ग्लेनला याची पृथ्वीवरच्या तंत्रज्ञांनी जाणीव करून दिल्यावर त्यानं ही स्वयंचलित यंत्रणा बंद करून स्वतः रॉकेटला त्याच्या मूळ मार्गावर आणलं आणि स्वतःचा जीव वाचवला. त्यानं हे पाऊल उचललं नसतं तर अतिउष्णतेपासून त्याचा बचाव करणारी यंत्रणा निकामी झाली असती आणि अंतराळातून पृथ्वीकडे परतण्याच्या सुमाराला सुमारे २२०५ अंश सेल्सिअस तापमानामध्ये त्याचा क्षणात वितळून अंत झाला असता! अमेरिकेमध्ये ग्लेनच्या या पराक्रमी सफरीविषयी 'लाईव्ह' माहिती दिली जात असल्यामुळे सगळीकडेच त्याच्याविषयी विलक्षण काळजीचं वातावरण निर्माण झालं. पृथ्वीवरून ग्लेनच्या मदतीसाठी झटणाऱ्या तंत्रज्ञांचा ग्लेनशी नीटपणे संपर्क होत नसल्यामुळे तेही हताश झाले. ग्लेनचा मृत्यू होणार हे जवळपास नक्कीच होतं. अशा परिस्थितीत ग्लेननं अक्षरशः चमत्कार केला आणि काही वेळातच आपल्या पृथ्वीवरच्या सहकाऱ्यांशी तो बोलायला लागला. अशा प्रकारे अत्यंत कठीण प्रसंगातून मार्ग काढून ग्लेन जेव्हा हसऱ्या चेहऱ्यानं पृथ्वीवर परतला, तेव्हा त्याचं जंगी स्वागत एखाद्या विजयी वीराप्रमाणे करण्यात आलं, यात आश्चर्य वाटण्यासारखं काहीच नव्हतं! २३ फेब्रुवारी, १९६२ या दिवशी न्यूयॉर्क शहरातून ग्लेनला घेऊन काढण्यात आलेली भव्य मिरवणूक बघण्यासाठी चाळीस लाख नागरिक जमले!

जॉन ग्लेनच्या अंतराळभरारीमुळे अमेरिका अंतराळात माणसाला पाठवू शकते हे सिद्ध झालेलं असलं, तरी चंद्रावर माणसाला पाठवण्यासाठी नक्की कुठल्या तंत्रज्ञानाचा वापर केला पाहिजे याविषयी अजून एकमत होत नव्हतं. जवळपास वर्षभर काथ्याकूट करूनसुद्धा पृथ्वीच्या कक्षेत उपग्रह पाठवून तिथून ते चंद्राकडे पाठवायचे, का थेट चंद्राच्या कक्षेत उपग्रह पाठवायचे, हे स्पष्ट होत नव्हतं. नासामध्ये याविषयी इतक्या चर्चा आणि इतके वादविवाद यांचं स्तोम माजलं, की

चंद्रावर माणूस तर जाऊ शकणार नाही; पण नासामधल्या या संदर्भातल्या कागदपत्रांची थप्पी रचली तर ती मात्र नक्कीच चंद्राला स्पर्श करेल असं एका माणसानं उद्वेगानं म्हटलं! हळूहळू तांत्रिक गोष्टींचा जास्त उलगडा होत गेला, तसतसं ह्युबोल्टच्या संकल्पनेत तथ्य असल्याचं स्पष्ट होत गेलं. चंद्राच्या कक्षेत पोहोचणारा उपग्रह नियंत्रक म्हणून काम करेल आणि दुसरा उपग्रह थेट चंद्रावर उतरेल, यात तांत्रिकदृष्ट्या चुकीचं असं काही नाही, असं अनेक जण म्हणायला लागले. यासाठी Saturn V रॉकेटचा वापर करणं शक्य आहे का याचाही विचार सुरू झाला. दोन्ही उपग्रहांचं सगळ्यात कमीत कमी वजन नक्की किती असलं पाहिजे या गोष्टीचाही अभ्यास सुरू झाला. फॉन ब्राऊन आणि त्याचे सहकारी यांना मात्र ह्युबोल्टची संकल्पना अजूनही अव्यवहार्य वाटत होती. त्यांनी आपल्या मूळ संकल्पनेवरच काम सुरू ठेवलं. या संदर्भात १९६६ सालच्या एप्रिल महिन्यात एक चर्चासत्र भरवण्यात आलं. दिवसभरच्या चर्चेनंतरही फॉन ब्राऊन आपल्या मतांवर अडून बसला आणि यातून काहीच निष्पन्न होऊ शकलं नाही. याच ठिकाणी काही आठवड्यांनंतर पुन्हा एकदा असंच चर्चासत्र भरवण्यात आलं आणि तेही आधीसारखंच कुठल्याही निर्णयाविना संपणार असं दिसत असताना, अचानकपणे फॉन ब्राऊन आपल्या खुर्चीवरून उठला आणि त्यानं आपण चंद्राच्या कक्षेत एक आणि चंद्राच्या पृष्ठभागावर दुसरा असे दोन उपग्रह सोडण्याच्या संकल्पनेला पाठिंबा देत असल्याचं धक्कादायक विधान केलं. यामुळे त्याचे सहकारीसुद्धा पार चक्रावून गेले!

फॉन ब्राऊनचं मतपरिवर्तन का झालं? त्यानं आपल्या संकल्पनेचा आणि ह्युबोल्टच्या संकल्पनेचा खोलात जाऊन तुलनात्मक अभ्यास केला. त्यातून ह्युबोल्टची संकल्पना जास्त व्यवहार्य असल्याचं त्याच्या लक्षात आलं. शिवाय आपण आपल्याच मुद्द्यावर अडून बसलो, तर हे प्रकरण असंच भिजत राहील आणि सोव्हिएत युनियन चंद्रभ्रमण करण्याच्या संदर्भात आघाडी घेईल, ही भीती तर त्याच्या डोक्यात सतत होतीच. यामुळे आपण या वादविवादात जिंकलो का हरलो यापेक्षा अमेरिका चंद्रावर माणूस पाठवणारा पहिला देश ठरावा, ही जास्त महत्त्वाची गोष्ट असल्याचा मुद्दा त्यानं लक्षात घेतला. म्हणूनच दिलदारपणे त्यानं ह्युबोल्टचा पर्याय मान्य केला. त्यासरशी या पर्यायावरचं काम सुरू झालं खरं; पण या कामासाठी आपल्या रॉकेटमध्ये जे F-1 इंजिन वापरलं जाणार होतं, त्यात तांत्रिक त्रुटी शिल्लक असल्याचा धक्का त्याला लवकरच बसला. २८ जून या दिवशी कॅलिफोर्नियामध्ये या इंजिनची चाचणी घेतली जात असताना, जेमतेम काही सेकंदांच्या काळातच इंजिननं पेट घेतला आणि ते जागीच नष्ट झालं. या इंजिनवरच तर सगळ्यांची भिस्त होती. चंद्रापर्यंतचं दूरचं अंतर जड उपग्रह घेऊन रॉकेटनं पार करायचं असेल तर त्यासाठी रॉकेटचं इंजिन भरभक्कम आणि खात्रीशीररीत्या काम

करणारं असायलाच हवं होतं. यामधली मुख्य अडचण म्हणजे प्रचंड मोठ्या प्रमाणात रॉकेल आणि लिक्विड ऑक्सिजन ही दोन इंधनं विलक्षण वेगानं इंजिनच्या इंधनाच्या टाक्यांमध्ये भरत राहणं आणि हे होत असताना त्यांच्यामध्ये अगदी एखाद्या सेकंदाचाही फरक पडू न देणं महत्त्वाचं असताना त्यात चुका होत. साहजिकच यामुळे इंधनांच्या मिश्रणाच्या प्रक्रियेत घोळ होत आणि इंजिन त्यामुळे पेट घेई. अनेक घटकांवर हे अवलंबून असल्यामुळे एकाही घटकात बारीकशी जरी चूक झाली किंवा तांत्रिक दोष शिल्लक राहिला तरी लगेचच इंजिन उद्ध्वस्त होई. यावर अगदी युद्धपातळीवर काम सुरू झालं; पण अनेक उपाययोजना करूनसुद्धा त्या सगळ्या फसल्या. साहजिकच 'इतकं मोठं इंजिन मुळात वापरणं शक्य तरी आहे का?' असा मूलभूत प्रश्न आता उपस्थित झाला!

अमेरिकेत अशा प्रकारे दोन उपग्रह एकाच वेळी चंद्रावर कसे पाठवायचे यासंबंधीचा काथ्याकूट सुरू असताना ग्लेन अंतराळभरारी मारून आल्याची बातमी सोव्हिएत युनियनमध्ये पसरली. सोव्हिएत लष्कराचं लक्ष्य प्रामुख्यानं अमेरिकेवर हवाई हल्ला करण्यासाठीची रॉकेट्स तयार करण्याचं असलं, तरी ख्रुश्चेव्ह यांना मात्र अमेरिकेच्या अंतराळभरारीचं महत्त्व लगेचच समजलं. अमेरिका आपल्याला या संदर्भात मागे टाकू शकते, याची त्यांना जाणीव झाल्यामुळे सालाबादप्रमाणे त्यांनी कोरेलियॉव्हकडे धाव घेतली. अशा अडचणीच्या वेळी तोच काहीतरी सनसनाटी करू शकतो, याची त्यांना कल्पना असल्यामुळे त्यांनी नव्यानं कोरेलियॉव्हला त्या दृष्टीनं हालचाली करायला सांगितलं. अमेरिका एकाच वेळी दोन उपग्रह अंतराळात पाठवण्याचा प्रयत्न करत असल्याचं आणि त्यांपैकी एका उपग्रहाला दुसऱ्या उपग्रहाचा नियंत्रक बनवण्याच्या धडपडीत असल्याचं कोरेलियॉव्हला माहीत होतं. अमेरिकेला हे जमण्यापूर्वी कोरेलियॉव्हनं ते साध्य करावं, अशी खुश्चेव्ह यांची इच्छा होती. खरं म्हणजे कोरेलियॉव्हला त्याच्या चंद्राच्या मोहिमेच्या भरारीसाठीसुद्धा सोव्हिएत उच्चपदस्थांकडून मदत मिळत नव्हती आणि ख्रुश्चेव्ह यांनीसुद्धा त्याला कमी महत्त्व द्यायचं धोरण अवलंबलं होतं. यामुळे इतक्या कमी वेळात निधीअभावी दोन उपग्रह एका वेळी पाठवण्याची कल्पनासुद्धा कोरेलियॉव्ह करू शकत नव्हता. यावर इलाज म्हणून त्यानं एक नामी शक्कल लढवली. त्यानुसार पहिल्या दिवशी एक उपग्रह अंतराळात सोडून पृथ्वीच्या कक्षेत न्यायचा आणि तो व्यवस्थितपणे पृथ्वीभोवती फिरायला लागला की दुसऱ्या दिवशी दुसरा उपग्रह तिथे पाठवायचा. म्हणजेच लागोपाठ दोन दिवशी दोन उपग्रह अंतराळात पाठवायचे. दुसरा उपग्रह अशा पद्धतीनं पाठवायचा की पहिल्या उपग्रहाच्या तो अगदी जवळ जाऊन पोहोचेल. म्हणजे मग हे दोन्ही उपग्रह स्वतंत्रपणे वेगवेगळ्या वेळी पृथ्वीच्या कक्षेत पोहोचलेले नसून, ते एकाच वेळी पृथ्वीवरून सोडण्यात आले असल्याचा भास

निर्माण करता येईल, अशी भन्नाट कल्पना कोरेलियॉव्हनं लढवली. याखेरीज दुसरं काही करणं प्राप्त परिस्थितीत शक्यच नव्हतं.

या बेतानुसार ११ ऑगस्ट, १९६२ या दिवशी सकाळी ११.३० वाजता पहिल्या रॉकेटच्या उड्डाणासाठीची सज्जता झाली. कोरेलियॉव्ह खरं म्हणजे खूप काळजीत होता. त्या सुमाराला अनेक रॉकेट्सच्या उड्डाणांमध्ये असंख्य तांत्रिक दोष निर्माण झाल्यामुळे ऐन वेळी उड्डाण रद्द करण्याची वेळ कोरेलियॉव्हवर बऱ्याचदा आली होती. या खेपेला मात्र कप्तान अँड्रियन निकोलायेव्हला घेऊन जाणारं रॉकेट अगदी व्यवस्थितपणे उडालं आणि अंतराळात जाऊन पोहोचलं. नंतर सोव्हिएत टीव्हीवर दाखवण्यात आलेल्या छायाचित्रांमध्ये आपल्या व्हॉस्तॉकमध्ये मस्तपैकी जेवताना आणि अभिवादन करण्यासाठी हात दाखवणारा निकोलायेव्ह सगळ्यांना दिसला. पहिल्या उड्डाणानंतर चोवीस तास झाल्यावर दुसरं रॉकेट मेजर पॅवेल पॉपॉव्हिचला घेऊन उडालं. त्यातल्या व्हॉस्तॉकमधून पॅवेलनंही सोव्हिएत युनियनला अभिवादन केलं. लवकरच पृथ्वीच्या कक्षेमध्ये फिरणाऱ्या या दोन व्हॉस्तॉकमध्ये फक्त जेमतेम पाच किलोमीटर्सचं अंतर असल्याचं जाहीर करण्यात आलं. अशा प्रकारे दोन उपग्रह पृथ्वीच्या कक्षेत नक्की कसे पाठवण्यात आले याविषयी मात्र सोव्हिएत युनियननं पूर्णपणे चुप्पी साधली. यामुळे रॉकेटनिर्मिती, तसंच अंतराळभरारी यांच्या संदर्भात सोव्हिएत युनियन अमेरिकेच्या मानानं खूपच पुढे गेली असल्याचा गैरसमज अमेरिकेमधल्या काही तंत्रज्ञांनी करून घेतला. सोव्हिएत युनियनमध्ये मात्र बेदिक्कतपणे जल्लोष सुरू झाला. कोरेलियॉव्हच्या दृष्टीनं या धामधुमीत झालेला फायदा म्हणजे त्याच्या N-1 रॉकेटच्या निर्मितीला परवानगी मिळाली. आता ७५ टन म्हणजेच ७५,००० किलो वजन वाहून नेण्याची क्षमता या रॉकेटमध्ये असेल यासाठीची तरतूद करायचं ठरलं. अर्थातच सोव्हिएत युनियनच्या इतिहासामधलं हे सगळ्यात ताकदवान रॉकेट ठरेल, याविषयी सगळ्यांना खात्री होती. ग्लुश्कोचा अपवाद वगळता सोव्हिएत युनियनमधले सगळे महत्त्वाचे तंत्रज्ञ तसंच अधिकारी या रॉकेटच्या निर्मितीमध्ये प्रत्यक्ष-अप्रत्यक्षरीत्या सहभागी झाले. १९६५ साली या रॉकेटचं उड्डाण घडवून आणण्याचा घाट घातला गेला. म्हणजेच त्याच्या निर्मितीसाठीचं सगळं अवघड आणि किचकट काम पूर्ण करण्यासाठी कोरेलियॉव्हपाशी तीन वर्षांचा अवधी होता. अर्थात या रॉकेटचा कुठल्या ठरावीक मोहिमेशी तसा थेट संबंध जोडण्यात आलेला नसला, तरी हे काम नंतरसुद्धा करता येईल, ही गोष्ट ओळखून कोरेलियॉव्हनं त्याकडे सध्या दुर्लक्ष करण्याचा सुज्ञ निर्णय घेतला.

■

# अंतराळात माणूस फेरफटका मारतो तेव्हा

कोरेलियॉव्हनं आपल्या नव्या N-1 रॉकेटचं काम सुरू केलं खरं; पण त्याला नेहमीप्रमाणेच निधीच्या कमतरतेचा फटका बसायला लागला. हे रॉकेट तयार करण्याचा कार्यक्रम महाखर्चीक होता. जर रशियन माणसाला चंद्रावर पाठवायचं असेल, तर त्यासाठी हा खर्च करण्याची तयारी सोव्हिएत अधिकाऱ्यांनी दाखवली पाहिजे, असं तो आपल्या जवळच्या माणसांपाशी बोलत राही; पण प्रत्यक्षात मात्र हे कितपत साध्य होईल, याची त्याला स्वतःलाच शाश्वती नसे. या रॉकेटला खूप इंजिन्स जोडणं तर गरजेचं होतंच; पण शिवाय ग्लुश्कोची साथ नसल्यामुळे या इंजिनांच्या विश्वासार्हतेविषयी जास्त खबरदारी घेणं कोरेलियॉव्हच्या दृष्टीनं आणखी गरजेचं होतं. याचा साधासोपा अर्थ म्हणजे या इंजिनांची स्वतंत्रपणे आणि त्यानंतर रॉकेटला ती जोडल्यानंतर अशा दोन्ही वेळा चाचण्या घेणं आवश्यक होतं. नव्या तंत्रज्ञानाच्या वापरामुळे त्यात चुका शिल्लक राहणं अगदी स्वाभाविकच होतं. या चुका दुरुस्त करत करत आणि त्या अनुभवांमधून शिकत पुढे जाणं, हा योग्य मार्ग होता. निधीच्या कमतरतेमुळे मात्र कोरेलियॉव्हला ही 'चैन' परवडण्यासारखी नव्हती. तिकडे अमेरिकेत राष्ट्रपती केनेडी आता अंतराळभरारीच्या कार्यक्रमाला आणि खास करून चंद्रावर अंतराळवीर पाठवण्याच्या संकल्पनेला जोरदार पाठिंबा देत असले आणि पाण्यासारखा पैसा त्यात ओतत असले, तरी सोव्हिएत युनियनमधल्या जुन्या प्रश्नांनी कोरेलियॉव्हला पुन्हा भंडावून सोडलं. शेवटी रॉकेटच्या इंजिन्सची आणि रॉकेटची उड्डाणपूर्व चाचणी न घेताच त्यांचा थेट वापर करण्याची अत्यंत धोकादायक परिस्थिती त्याच्यावर उद्भवली. हा जिवावरचा खेळ होता. चाचणी न घेताच रॉकेटला उड्डाण करायला लावलं आणि ते फसलं तर काय कहर होईल याची कोरेलियॉव्हला कल्पना असली तरी त्याच्यासमोर दुसरा पर्याय होताच कुठे?

खरं म्हणजे कोरेलियॉव्हला कुठल्याही गोष्टीचा बारीकसारीक विचार करून, त्याची सखोल चाचणी घेऊन मगच पुढे जाणं पसंत असे. आता हे शक्य नसल्यामुळे त्यानं एखाद्या सदोष इंजिनमधले दोष ओळखून असं इंजिन आपोआप बंद करू शकण्याची यंत्रणा रॉकेटमध्ये बसवायचं ठरवलं. काहीच नसण्यापेक्षा निदान ही सोय तरी करावी आणि धोका जरा कमी करावा, असा त्याचा यामागचा हेतू होता. सोव्हिएत युनियननं आपल्या शत्रूंवर हल्ला करण्यासाठी अद्ययावत रॉकेट्स बनवावीत, यावरच ख्रुश्चेव्ह यांचा अजूनही भर होता. तसंच सोव्हिएत युनियनच्या अर्थकारणाची घडी विस्कटत चाललेली असल्यामुळे अंतराळामध्ये मोहिमा काढण्यासाठी अफाट खर्च करण्यापेक्षा सर्वसामान्य सोव्हिएत नागरिकांना मूलभूत सुविधा पुरवण्यावर भर द्यावा, असं सगळेच वरिष्ठ लोक म्हणत होते. याचाच एक भाग म्हणून कोरेलियॉव्ह आणि ग्लुश्को यांना पुन्हा एकत्र काम करण्यासाठी जवळ आणावं, या हेतूपोटी ख्रुश्चेव्ह यांनी त्या दोघांना काही काळ त्यांच्या पत्नींसह एकत्र आणलं. यासाठी त्यांनी त्या सगळ्यांची आपल्याबरोबर एकत्र सुट्टीच आखली. यातून फारसं काही निष्पन्न झालं नाही. कोरेलियॉव्ह आणि ग्लुश्को यांच्यामधला दुरावा टिकून राहिला. या सुट्टीचा एक फायदा म्हणजे कोरेलियॉव्हनं आपल्या N-1 रॉकेटची रेखाचित्रं ख्रुश्चेव्ह यांना दाखवत त्याविषयीची सखोल माहिती दिली. याची ख्रुश्चेव्ह यांच्यावर चांगली छाप पडली. त्यांनी कोरेलियॉव्हला 'या प्रकल्पाचा एकूण खर्च किती येईल,' असं विचारल्यावर जेव्हा कोरेलियॉव्हनं 'साधारण १०००-१२०० कोटी रुबल्स' असं उत्तर दिलं, तेव्हा अवाक् झालेले ख्रुश्चेव्ह विचारात पडले!

**व्हॅलेंशिया तेरेश्कोव्हा**

अशा कठीण परिस्थितीतून कसाबसा मार्ग काढत पुढे जात राहिलेल्या कोरेलियॉव्हनं आपल्या पोतडीतून आणखी एक नवी जादू काही दिवसांमध्येच बाहेर काढली. २६ वर्षं वयाच्या व्हॅलेंशिया तेरेश्कोव्हा हिला पहिली महिला अंतराळवीर बनवण्याचा त्यानं निर्णय घेतला. अत्यंत साधारण परिस्थितीशी झगडून तेरेश्कोव्हा इथपर्यंत पोहोचली होती. आधीप्रमाणेच एकापाठोपाठ दोन रॉकेट्स अंतराळात सोडायची आणि दोन अंतराळयानं अशा प्रकारे जवळपास

एकाच वेळी तिथं पोहोचवायची, असा कोरेलियॉव्हचा हेतू होता. त्यानुसार मेजर व्हॅलेंटिन ब्यिकोस्वी यानं आपल्या व्होस्तॉकमधून पृथ्वीला दोन दिवस प्रदक्षिणा घातल्यानंतर १५ जून १९६३ या दिवशी तेरेश्कोव्हानं अंतराळभरारी मारून इतिहास घडवला. सोव्हिएत युनियनमध्ये सगळ्या लोकांना समान संधी तर मिळतेच; पण स्त्रियांना यासाठी खास प्रोत्साहन दिलं जातं, असा प्रचार करण्याची सुवर्णसंधी यामुळे ख्रुश्चेव्ह यांच्यासमोर चालून आली. या संधीचा पुरेपूर फायदा उठवत त्यांनी तेरेश्कोव्हाच्या अंतराळभरारीतून आपलं उखळ पांढरं करून घेतलं. तेरेश्कोव्हाच्या या कामगिरीमुळे इतके दिवस सोव्हिएत युनियननं अंधारात ठेवलेल्या कोरेलियॉव्हचं नाव अंतराळशास्त्रज्ञ म्हणून अचानकपणे पुढे मात्र आलं. त्याची पार्श्वभूमी म्हणजे आपल्या यशामुळे उत्तेजित झालेल्या तेरेश्कोव्हानं दुसऱ्या एका रशियन अंतराळवीराशी लग्न करून शानदार मेजवानी आयोजित केली. या समारंभाला कोरेलियॉव्ह, ग्लुश्को यांनीही हजेरी लावली. या समारंभाचं वृत्त अमेरिकेतही छापून आलं. त्यात सोव्हिएत युनियनकडून गुप्त राखण्यात आलेले अंतराळतंत्रज्ञ आणि रॉकेटतंत्रज्ञ हे अनुक्रमे कोरेलियॉव्ह आणि ग्लुश्को असल्याची शक्यता व्यक्त करण्यात आली. अर्थात याहून जास्त काही माहिती या वृत्तात नसल्यामुळे फॉन ब्राऊनसारख्यांपर्यंत कोरेलियॉव्हचं नाव खात्रीशीरपणे पोहोचू शकलं नाही. एवीतेवी फॉन ब्राऊनची तो बनवत असलेल्या रॉकेटच्या इंजिनशी संबंधित असलेल्या तांत्रिक अडचणींमधून सुटका होत नसल्यामुळे त्याचं सगळं लक्ष त्याच प्रश्नाकडे एकवटलं होतं. अमेरिकी उच्चपदस्थ, तसंच माध्यमं हे सगळेसुद्धा उतावीळ होऊन अमेरिकी अंतराळशास्त्रज्ञांच्या या 'अपयशा'वर टीका करायला लागले होते.

आता या किचकट प्रश्नातून कसा मार्ग काढायचा आणि अमेरिकी राष्ट्रपतींनी घालून दिलेल्या मुदतीच्या आत आपलं रॉकेट चंद्रावर कसं पाठवायचं, या काळजीमुळे अस्वस्थ झालेल्या फॉन ब्राऊनला अचानकपणे त्याच्या एका सहकाऱ्यानं दिलेला सनसनाटी सल्ला योग्य वाटला. याचा सारांश म्हणजे अत्यंत किचकट असलेल्या या रॉकेटच्या संदर्भातल्या सगळ्या गोष्टींची एकापाठोपाठ एक चाचणी घेत बसण्यापेक्षा सगळ्या चाचण्या एकदमच घ्याव्यात. खरं म्हणजे कोरेलियॉव्हप्रमाणेच फॉन ब्राऊनसुद्धा नेहमी आपल्या कामाविषयी अत्यंत जागरूक असे. कुठल्याही बाबतीत 'शॉर्टकट' घेणं किंवा घाईघाईत पुढे जाणं त्याला पसंत नसे. आता मात्र हा मार्ग त्याला पसंत पडला. याचं मुख्य कारण म्हणजे या पद्धतीनं काम केल्यास रॉकेटनिर्मितीच्या आणि त्याच्या प्रत्यक्षातल्या उड्डाणाच्या संदर्भातले अनेक टप्पे एका दमात पार करणं शक्य झालं असतं आणि खूप वेळ वाचला असता. या प्रकारे आपलं काम पुढे नेण्यात सगळंच एकदम ठप्प होण्याचा किंवा काहीतरी विपरीत घडण्याचा मोठा धोका आहे, याची फॉन ब्राऊनला जाणीव होती; पण

तरीही हा धोका पत्करून आपण पुढची वाटचाल करावी, असं त्यानं ठरवलं. आता अजस्त्र रॉकेटच्या निर्मितीच्या कामाला जरा वेग आला. राष्ट्रपती केनेडी आधी एकदा या रॉकेटनिर्मिती प्रकल्पाच्या ठिकाणी भेट देऊन आले होते; पण या कामाचं महत्त्व लक्षात घेऊन १६ नोव्हेंबर, १९६३ या दिवशी त्यांनी या प्रकल्पाला पुन्हा एकदा भेट दिली. नियतीच्या मनात काही वेगळंच असल्यामुळे रॉकेटच्या निर्मितीचं काम पूर्णत्वाला गेल्याचं, तसंच या रॉकेटचं प्रत्यक्षातलं उड्डाण बघण्याचं केनेडी यांचं स्वप्न मात्र नंतर अपूर्णच राहिलं! इथूनच केनेडी आधी ह्यूस्टनला गेले आणि तिथून डॅलसला. केनेडी यांना विनाछत गाडीतून रस्त्यातून जात असल्याचं बघून उत्तेजित झालेल्या जनसागरानं काही क्षणांनंतर एका हल्लेखोराच्या गोळ्यांना बळी पडताना बघितलं. केनेडी यांच्या हत्येमुळे सगळं जग तर हादरलंच; पण अमेरिकेच्या अंतराळभरारी प्रकल्पावर त्याचे खूपच विपरीत परिणाम झाले. केनेडी हे या प्रकल्पाला अगदी धडाडीनं पाठिंबा देणारे होते. त्यांच्या पश्चात राष्ट्रपतिपदाची सूत्रं हाती घेतलेल्या लिंडन जॉन्सनना मात्र सोव्हिएत युनियनशी सुरू असलेला संघर्ष, क्यूबा प्रश्न यांच्यामधून इतर गोष्टींकडे लक्ष द्यायला वेळ होईनासा झाला. त्यातच व्हिएतनाममध्ये घुसखोरी करण्याचा आत्मघातकी निर्णय काही काळातच अमेरिकेनं घेतला आणि त्याबरोबर अमेरिकेच्या अंतराळमोहिमेच्या कामावरचं जॉन्सन यांचं लक्ष पुरतंच उडालं.

**सोव्हिएत युनियनचे अंतराळवीर आपल्या प्रशिक्षकांसह; बसलेला डावीकडून चौथा गगारिन त्याच्या शेजारी कोरेलियॉव्ह आणि नीना**

---

असं असूनही नासानं १९६४ मध्ये तयार केलेल्या आपल्या 'जेमिनी' या अंतराळयानामधून एका वेळी दोन अंतराळवीरांना अंतराळात नेण्याची सोय तर

करून दिलीच; पण त्यापुढे जात हे अंतराळयान किमान दोन आठवडे पृथ्वीच्या कक्षेत फिरू शकेल, तसंच तिथे आपली कक्षाही बदलू शकेल, अशा भन्नाट सोयी त्यात उपलब्ध करून दिल्या. पृथ्वीवरून चंद्रावर पोहोचण्यासाठी नेमका दोन आठवड्यांचा वेळच तर लागणार होता. म्हणजेच चंद्रावर यशस्वीपणे उतरून परतण्यात हे अंतराळयान यशस्वी ठरण्याची दाट शक्यता होती. कोरेलियॉव्ह तयार करत असलेल्या 'सोयूझ' या अंतराळयानाच्या निर्मितीचं काम मात्र १९६५ सालापर्यंत तयार होईल, असं वाटत नव्हतं. साहजिकच अमेरिकेच्या जेमिनी अंतराळयानामुळे सोव्हिएत युनियनला पिछाडीवर जावं लागेल, अशी शक्यता ख्रुश्चेव्ह यांना वाटायला लागली. यामुळे १९६४ सालच्या फेब्रुवारी महिन्यात त्यांनी अचानकपणे कोरेलियॉव्हला फोन करून अमेरिकेवर परत एकदा मात करण्यासाठी प्रोत्साहित केलं. अमेरिका जर एका वेळी अंतराळवीरांची तुकडी अंतराळात पाठवण्याची तयारी करत असेल, तर कोरेलियॉव्हनं एका वेळी अंतराळवीरांची तुकडी पाठवण्यासाठीची व्यवस्था करावी, असं ख्रुश्चेव्ह यांनी त्याला सांगितलं. यामुळे कोरेलियॉव्ह पार वैतागून गेला. त्याचं व्हॉस्तॉकवर चालू असलेलं काम अशा प्रकारे अचानकपणे थांबवणं त्याला अजिबात पसंत तर नव्हतंच; पण ख्रुश्चेव्ह यांच्या मनात आलं म्हणून एका वेळी तीन अंतराळवीरांना अंतराळात पाठवण्यासाठीचं तंत्रज्ञान विकसित करायचं म्हणजे काही सहजसाध्य गोष्ट अजिबातच नव्हती. तरीही आपली चंद्रावर अंतराळवीर पाठवण्याची मोहीम कायम ठेवत हे नवं काम करायचं कोरेलियॉव्हनं ठरवलं. चंद्रावरच्या उड्डाणासाठी कोरेलियॉव्हला अर्थातच N-1 रॉकेटची गरज होती. त्यावरचं काम चांगलंच थंडावलेलं असल्यामुळे कोरेलियॉव्ह पार वैतागून गेला. त्यानं सोव्हिएत अधिकाऱ्यांना हे काम पुढे नेण्यासाठी आपल्याला मदत हवी असल्याचं आर्जव करणारं पत्रही लिहिलं. एकूणच अतिकाम आणि विलक्षण मानसिक ताण यामुळे कोरेलियॉव्हची तब्येत पार बिघडत चालली होती. त्याचा जुना हृदयविकार बळावत चालल्याची चिन्हं दिसत होती आणि शिवाय गुदमार्गामधून मोठ्या प्रमाणावर रक्तस्राव होण्यासारख्या त्रासानंही तो खूप अशक्त झाला होता. यामुळे त्यानं सरळ काही दिवस सुट्टी घेतली आणि त्यानंतर ख्रुश्चेव्ह यांनी त्याच्या चंद्रावर उड्डाण करण्याच्या मोहिमेच्या पुढच्या कामाला हिरवा दिवा दाखवल्यामुळे तो जरा सुखावला. १९६६ सालच्या सुरुवातीला या रॉकेटची चाचणी घेण्याचं काम सुरू होईल, अशी चिन्हं दिसत असली तरी ख्रुश्चेव्ह यांनी आपला हात जरा आखडता घेऊनच या प्रकल्पाला मान्यता दिल्याचं दिसत होतं. याचं कारण म्हणजे त्या वर्षीच या प्रकल्पाच्या कामासाठी ४.५० कोटी रुबल्सचा निधी लागेल असा कोरेलियॉव्हचा अंदाज असताना याच्या जेमतेम निम्मी रक्कम मंजूर करण्यात आली. इंजिनच्या निर्मितीसाठी पाच कोटी रुबल्स लागणार असताना

फक्त दोन कोटी रुबल्स मंजूर करण्यात आले. अशा प्रकारे आपल्या चंद्रावरच्या उड्डाणाच्या मोहिमेचं काय होणार, हा प्रश्न कोरेलियॉव्हच्या मनात टिकून राहिला.

दरम्यान तीन अंतराळवीरांना घेऊन उडणारं अंतराळयान तयार झालं. तीन अंतराळवीरांना एका वेळी न्यायचं असल्यामुळे अंतराळयानात अजिबातच जागा शिल्लक नव्हती. साहजिकच तिन्ही अंतराळवीर नेहमीच्या अंतराळवीरांचा पोषाख न घालता आपले नेहमीचे कपडे घालून दाटीवाटीनं अंतराळयानात बसले. त्यांचं नेमकं काय होणार याची अजिबातच शाश्वती नसल्यामुळे कोरेलियॉव्ह श्वास रोखून आणि थरथरत्या अवस्थेत या दृश्याकडे बघत राहिला. ही मोहीम खूपच धोकादायक असल्याचं कोरेलियॉव्हला माहीत होतं. त्यादृष्टीनं काही चुका झाल्या तरी त्या निस्तरण्यासाठीच्या थोड्याफार उपाययोजना कोरेलियॉव्हनं केल्या होत्या. प्रत्यक्षात मात्र रॉकेट अगदी व्यवस्थितपणे अंतराळात गेलं आणि त्यामधल्या उपग्रहात असलेल्या तीन अंतराळवीरांनी पृथ्वीला सोळा घिरट्या घातल्या. त्यांना अगदी चित्तथरारक वाटतील अशी अनेक दृश्यंही आपल्या कॅमेऱ्यांमध्ये टिपता आली. यामुळे अंतराळात आणखी जास्त वेळ राहण्याचा मोह एका अंतराळवीराला झाला आणि त्यानं तिथूनच कोरेलियॉव्हपाशी तशी विचारणा केली. कोरेलियॉव्ह मात्र अशा प्रकारच्या कुठल्याही सवलती देण्यासाठी अनुकूल नव्हता. त्यानं ठरल्याप्रमाणे अंतराळवीरांना पृथ्वीवर परतण्याचे आदेश दिले. अंतराळवीरांच्या तिकडीचा पृथ्वीच्या दिशेनं प्रवास सुरू झालेला असला तरी कोरेलियॉव्हची काळजी मात्र संपलेली नव्हती. उलट अंतराळभरारी तर व्यवस्थितपणे पार पडली; पण आता हे अंतराळवीर सुखरूप परततील का,याची त्याला खात्री नव्हती. कारण तीन अंतराळवीरांना पृथ्वीवर परत आणायचं तर त्यासाठीसुद्धा यंत्रणांमध्ये बरेच बदल करण्यात आले होते. यामुळे कोरेलियॉव्हचा चेहरा काळजीनं साफ उतरला होता. जेव्हा तीन अंतराळवीर पृथ्वीवर अगदी ठीकठाक अवस्थेत परतले, तेव्हा कुठं त्याचा जीव भांड्यात पडला.

अमेरिकेच्या दोन अंतराळवीरांना अंतराळात पाठवण्यासाठीच्या 'जेमिनी' प्रकल्पाचं काम अजून पूर्ण झालेलं नव्हतं आणि तिच्या 'अपोलो' या अंतराळयानाचं काम तर अजून बाल्यावस्थेतच होतं. असं असताना सोव्हिएत युनियननं एका वेळी तीन अंतराळवीरांना अंतराळात पाठवून अमेरिकेवर परत एकदा मात केली. साहजिकच ज्या ठिकाणाहून या रॉकेटचं उड्डाण झालं, त्या ठिकाणी आता मोठा जल्लोष सुरू झाला. तसंच १९६६ मध्येच सोव्हिएत युनियन माणसाला चंद्रावर पाठवणार यात आपल्याला अजिबात शंका वाटत नसल्याचं मत अमेरिकेमधल्या काही पत्रकारांनी व्यक्त केलं. आश्चर्याची गोष्ट म्हणजे सोव्हिएत युनियनमधल्या या जल्लोषात ज्यांच्यामुळे मुळात कोरेलियॉव्हनं या प्रकल्पावर काम सुरू केलं होतं, त्या ख्रुश्चेव्ह

यांचा कुठंच पत्ता नव्हता. यामागचं कारण म्हणजे दरम्यानच्या काळात सोव्हिएत युनियनमध्ये पुन्हा एकदा एक छोटी क्रांती घडली आणि ख्रुश्चेव्ह यांना नजरकैदेत टाकण्यात आलं!

दरम्यान १९६५ सालच्या मार्च महिन्यात कोरेलियॉव्हनं आपल्या जादूई पोतडीतून आणखी एक विलक्षण युक्ती बाहेर काढली. तोपर्यंत अंतराळात गेलेल्या सगळ्या अंतराळवीरांनी आपल्या अंतराळयानातून पृथ्वीभोवती फेरफटका मारला होता. हीच कल्पना अफाट आणि मती गुंगवून टाकणारी असली तरी एवढ्यावर कोरेलियॉव्हचं समाधान झालं नव्हतं. यामुळे त्यानं आता अंतराळयानातून बाहेर पडून एखाद्या अंतराळवीरानं अंतराळात पाय ठेवावा, असा भन्नाट संकल्प सोडला. अर्थातच यासाठी त्या अंतराळवीराला सुरक्षा यंत्रणा जोडणं गरजेचं होतं. दरम्यान कोरेलियॉव्हचा आजार बळावला आणि त्याला न्यूमोनिया झाला. अशा अवस्थेतही कडाक्याच्या थंडीकडे दुर्लक्ष करून रॉकेटच्या उड्डाणाच्या वेळी कोरेलियॉव्ह हजर राहिलाच. या रॉकेटमधून दोन अंतराळवीर अंतराळात जातील आणि त्यांच्यापैकी ॲलेक्सी लिओनोव्ह हा अंतराळवीर अंतराळयानातून बाहेर पडेल आणि अंतराळाचा एक छोटा फेरफटका मारून तो पुन्हा आपल्या अंतराळयानात परतेल, असं ठरलं.

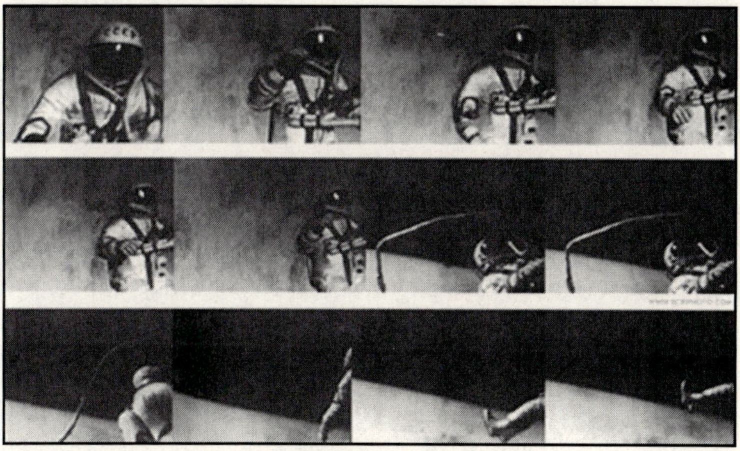

**लिओनोव्हचा 'स्पेस वॉक'**

१८ मार्च या दिवशी ठरल्याप्रमाणे रॉकेटचं उड्डाण झालं आणि ते यशस्वी ठरलं. आपल्या पाठीला अठरा फूट लांबीचा दोर बांधून आणि सगळी जीवरक्षक तसंच सुरक्षा यंत्रणा जोडून लिओनोव्ह अंतराळयानातून बाहेर पडला. त्यानं अंतराळयान हातानं धरून ठेवलं असलं तरी, आता आख्खी पृथ्वी अक्षरशः त्याच्या खाली फिरत होती! हे दृश्य आणि ही भावना या गोष्टी अर्थातच त्याच्या कल्पनेपलीकडच्या

असल्यामुळे त्याचं मन भावनांनी ओथंबून गेलं. तेवढ्यात पृथ्वीवरून त्याच्या एका सहकाऱ्यानं सगळ्यांच्या माहितीसाठी केलेलं 'सगळ्यांनी कृपया इकडे लक्ष द्यावं ... माणूस अंतराळात आता सुटा फिरतो आहे ...' हे विधान त्याला ऐकू आलं. आता लिओनोव्हनं अंतराळयानाला धरलेला आपला हात काढला. यामुळे तो हवेतल्या एखाद्या पिसासारखा हलका झाला. तरीही तो ताशी २८,००० किलोमीटर्स वेगानं प्रवास करत होता. लिओनोव्हच्या या अद्‌भुत पराक्रमाची दृश्यं स्तिमित झालेलं जग बघत होतं.

लिओनोव्हनं अशा प्रकारे अंतराळात दहा मिनिटं सुटं राहायचं आणि त्यानंतर पुन्हा अंतराळयानात परतायचं असं ठरलं होतं. तेवढ्यात आपल्यावर विलक्षण संकट कोसळलं असल्याची लिओनोव्हला जाणीव झाली. त्याला आपल्या हात-पायांचं अस्तित्वच जाणवेना. म्हणजेच आपलं सगळं नियंत्रण गमावून बसलो असल्याची भयभीत करून सोडणारी भावना त्याला गारठवून गेली. लिओनोव्हनं घातलेला अंतराळवीराचा पोषाख काही कारणामुळे अचानक सैल झाला होता. यामुळे त्याचे या पोषाखात झाकलेले हात-पाय आता पोषाखाबरोबरच एखाद्या फुग्यासारखे फुगून गेले. म्हणजेच आपल्या हातापायांचं नियंत्रण जवळपास गमावून बसल्याच्या अवस्थेत असलेला लिओनोव्ह आता अंतराळात दिशाहीन अवस्थेत तरंगत होता. एखाद्या विज्ञानकथेत हे शोभून दिसलं असतं खरं; पण हे प्रत्यक्षात घडत असल्याचं बघून सगळे अवाक झाले. लिओनोव्हनं आपल्या पायांच्या बाजूनं आपल्या अंतराळयानात परतायचं ठरलेलं असताना हे आता पार अशक्य असल्यामुळे डोक्याच्या बाजूनं यासाठी प्रयत्न करण्याचं त्यानं ठरवलं. कारण अशा अवस्थेत अंतराळात फार काळ तरंगत राहणं अशक्य असल्याची त्याला जाणीव होती. त्याची जीवरक्षक यंत्रणा काही मिनिटांमध्येच बंद पडण्याची दाट शक्यता होती. लिओनोव्ह कसाबसा अंतराळयानात परतला; मात्र आता रिट्रो रॉकेटची स्वयंचलित यंत्रणा बंद पडल्याचं त्याच्या लक्षात आलं. एकामागून एक महाभयानक संकटं उद्‌भवत चालल्यामुळे पृथ्वीवरच्या सहकाऱ्यांची नुसती पळापळ सुरू झाली. अशा वेळी प्रचंड आजारी असूनसुद्धा कोरेलियॉव्हनं सगळी सूत्रं आपल्या हाती घेतली. रिट्रो रॉकेटची स्वयंचलित यंत्रणा बंद पडल्यामुळे अंतराळवीरांनी स्वतःच रिट्रो रॉकेटची यंत्रणा सुरू करावी, असं त्यानं सांगितलं. हे कामही सोपं नव्हतं. नेमकं कुठल्या क्षणी हे काम सुरू करायचं हे ठरवणं भाग होतं. अन्यथा स्फोट होऊन किंवा आकडेमोड चुकून अंतराळवीर जागीच ठार होण्याची जवळपास खात्रीच होती. कोरेलियॉव्हनं अशा दबावाच्या अवस्थेतसुद्धा फटाफट निर्णय घेतले आणि अंतराळवीरांना तसे आदेश दिले. कोरेलियॉव्हच्या आदेशांनुसार अंतराळवीरांनी पुढची पावलं उचलली. रिट्रो रॉकेट चालू करून अंतराळयानाचा वेग कमी करत

पृथ्वीच्या कक्षेत परत शिरून ते पृथ्वीकडे परतायला लागले. प्रत्यक्षात मात्र पुढचे तब्बल चार तास त्यांचा पृथ्वीवरच्या आपल्या सहकाऱ्यांशी असलेला संपर्क पार तुटून गेला. यामुळे हे अंतराळवीर जिवंत आहेत का, याचा काहीच सुगावा कुणाला लागला नाही. कोरेलियॉव्ह आणि त्याचे सगळे सहकारी अर्थातच भयंकर दबावाखाली होते. त्यानंतर मात्र सैबेरियामधल्या बर्फाळ प्रदेशात दोन झाडांच्या मध्ये लटकलेल्या अवस्थेत ते सुखरूप असल्याचं समजलं आणि सगळ्यांना हायसं वाटलं!

**लिओनोव्हच्या पराक्रमाप्रीत्यर्थ जारी करण्यात आलेलं टपाल तिकीट**

अमेरिकेचं सगळं लक्ष व्हिएतनाम युद्धाकडे वळलेलं असल्यामुळे अंतराळभरारीसंबंधीच्या प्रकल्पांना तिथं बऱ्यापैकी दुय्यम स्थान दिलं जात असताना कोरेलियॉव्ह मात्र अक्षरशः धडाकेबाज कामगिरी करून दाखवत होता. अंतराळभरारीच्या युद्धात सोव्हिएत युनियनला त्यानं अमेरिकेच्या खूपच पुढे नेलं असल्याची भावना सगळीकडे पसरली. त्यातच ख्रुश्चेव्ह यांच्यानंतर सोव्हिएत युनियनचा कारभार हाती घेतलेल्या लिओनिद ब्रेझनेव्ह आणि अॅलेक्सी कोसिगिन यांच्या जोडगोळीनं ख्रुश्चेव्ह यांच्या अनेक धोरणांवर फेरविचार सुरू केल्याचा फायदा कोरेलियॉव्हला मिळाला. त्याच्या प्रतिस्पर्ध्यानं ख्रुश्चेव्ह यांची खुशमस्करी करून केलेल्या प्रगतीमध्ये आता खूप अडचणी आल्या. त्याची चौकशी करण्यात आली आणि त्याला दिल्या जात असलेल्या अनेक सवलती रद्द करण्यात आल्या. बदललेल्या परिस्थितीचा फायदा घेण्याचा कोरेलियॉव्हचा तर जोरदार प्रयत्न सुरू होताच. त्यानं सोव्हिएत उच्चपदस्थांना आर्जवं करणारी पत्रं लिहिण्याचा सपाटा लावला. याचा परिणाम होऊन कोरेलियॉव्हच्या N-1 म्हणजेच L-3 या रॉकेटच्या कामाला वेग आला. या रॉकेटमधून माणसाला चंद्रावर पाठवण्याचा प्रयोग १९६८ मध्येच करावा, असं ठरलं. निधीअभावी हताश झालेल्या कोरेलियॉव्हला अनपेक्षितपणे हा निधी मंजूर करण्यात आला आणि आणखी निधीसुद्धा मिळेल, असं त्याला सांगण्यात आलं. कोरेलियॉव्ह पाच कोटी रुबल्स मिळवण्यासाठी धडपडत असताना, त्याच्या हातात एकदम ५० कोटी

रुबल्स आले! काहीही करून चंद्रावर पहिला माणूस पाठवण्याचा मान अमेरिकेला मिळता कामा नये, असे आदेश कोरेलियॉव्हला देण्यात आले. यासाठी त्याला जे काही हवं असेल ते मिळेल, असं सांगण्यात आलं.

असंख्य उच्चपदस्थांनी निर्माण केलेल्या अडचणी, विलक्षण राजकारण, निधीची अनुपलब्धता, विनाकारण निर्माण करण्यात आलेले प्रतिस्पर्धी, आपल्या कामाविषयी घेतल्या जाणाऱ्या शंका, असा महाकर्मकठीण प्रवास करूनसुद्धा विलक्षण यश मिळवणाऱ्या कोरेलियॉव्हच्या आयुष्यात अचानकपणे हा बदल घडल्यामुळे आपण अमेरिकेच्या अंतराळभरारी प्रकल्पाच्या सोयीसुविधांपर्यंत पोहोचू शकू, अशी आशा कोरेलियॉव्हला वाटायला लागली. १९६५ मध्ये खुश होऊन त्यानं आपल्या सहकाऱ्यांना उद्देशून 'आपल्या नजरेसमोर चंद्र आहे ... तिथे १९६८ सालापर्यंत आपल्याला पोहोचायचं आहे ...' असं सांगितलं. कोरेलियॉव्हच्या आयुष्यातल्या या सनसनाटी घटनाक्रमाच्या पार्श्वभूमीवर फॉन ब्राऊन मात्र आता अडचणीत होता. अपोलो प्रकल्पाचा वाढत चाललेला खर्च, तसंच एकूणच अंतराळभरारीच्या प्रकल्पांमध्ये होत असलेली दिरंगाई यामुळे फॉन ब्राऊनवर टीकेचा भडिमार सुरू झाला. सोव्हिएत युनियनच्या दिमाखदार यशापुढे अमेरिका पार झाकोळून चालल्याचं कटू सत्य स्वीकारणं अमेरिकी लोकांना अजिबातच सहन होत नव्हतं. सोव्हिएत युनियननं कोरेलियॉव्हचं नाव गुप्त राखलेलं असल्यामुळे जाहीरपणे त्याचं नाव जसं यशाच्या प्रसंगांमध्ये घेतलं जात नसे, तसंच त्याच्यावर जाहीर टीका होण्याचाही प्रश्न नसे. फॉन ब्राऊनच्या बाबतीत मात्र ते शक्य नव्हतं. म्हणूनच टॉम लिहरर नावाच्या विडंबन करणाऱ्या एका कवीनं फॉन ब्राऊनची थट्टा करणारं हे काव्यसुद्धा लिहून टाकलं आणि ते संगीतासह अनेक लोकांसमोर सादर केलं :

*Wernher von Braun*
Gather round while I sing you of Wernher von Braun,
A man whose allegiance
Is ruled by expedience.
Call him a Nazi, he won't even frown.
'Ha, Nazi Schmazi,' says Wernher von Braun.
Don't say that he's hypocritical,
Say rather that he's apolitical.
'Once the rockets are up, who cares where they come down?
That's not my department,' says Wernher von Braun.
Some have harsh words for this man of renown,
But some think our attitude

Should be one of gratitude,
Like the widows and cripples in old London town
Who owe their large pensions to Wernher von Braun.
You too may be a big hero,
Once you've learned to count backwards to zero,
'In German oder English I know how to count down,
Und I'm learning Chinese,' says Wernher von Braun.

**- Tom Lehrer, satirical musician**

■

# कोरेलियॉव्हचा धक्कादायक अंत

लिओनोव्हनं अंतराळयानातून बाहेर पडून अंतराळात पाऊल ठेवण्याचा भीष्मपराक्रम सोव्हिएत युनियनच्या वतीनं करून दाखवताच त्यानंतर एका आठवड्याच्या आतच अमेरिकेनं 'जेमिनी ३' अंतराळयानातून दोन अंतराळवीरांना अंतराळात धाडलं. यापाठोपाठ ३ जून, १९६५ या दिवशी 'जेमिनी ४' अंतराळयानातून प्रवास केलेल्या एडवर्ड व्हाईटनं अंतराळायानातून बाहेर पडून अंतराळात वीस मिनिटं चालण्याचा पराक्रम केला. यापाठोपाठ अमेरिकेनं दोन अंतराळवीरांना तब्बल आठ दिवसांच्या मुक्कामासाठी अंतराळात पाठवलं. इतक्या काळासाठी अंतराळात राहूनसुद्धा या अंतराळवीरांच्या प्रकृतीवर कुठलाच विपरीत परिणाम झाला नाही. म्हणजेच चंद्रावर पोहोचायलाच आठ दिवस लागतात हे माहीत असल्यामुळे अशा प्रकारे पृथ्वीपासून लांब अंतराळात गेलेले अंतराळवीर चंद्रापर्यंत पोहोचेपर्यंत जिवंत राहू शकतील, हे यातून सिद्ध होत होतं. यापाठोपाठ आपण दोन अंतराळवीरांना तब्बल दोन आठवड्यांसाठी अंतराळात मुक्काम करण्यासाठी पाठवत असल्याचं जाहीर केलं. अशा प्रकारे अंतराळभरारीच्या संदर्भात सोव्हिएत युनियनच्या खूप मागे पडलेल्या अमेरिकेनं अचानकपणे वेगानं प्रगती केली आणि मोठी खळबळ माजवली.

दरम्यान वाढीव निधी मिळूनसुद्धा चंद्रावर उतरण्यासंबंधीची तांत्रिक तयारी करायला खूप वेळ लागत असल्यामुळे कोरेलियॉव्हच्या कामात तशी खूप जोरदार प्रगती होत नव्हती. आपल्या N-1 रॉकेटच्या प्राथमिक आवृत्त्यांचा वापर करून कोरेलियॉव्हनं चंद्रावर मानवविरहित उपकरणं म्हणजेच 'प्रोब्ज' पाठवायचा प्रयत्न केला. यामुळे चंद्राच्या पृष्ठभागाचा तसंच तिथल्या वातावरणाचा बारकाईनं अभ्यास करता येईल, अशी आशा त्याला वाटत होती. प्रत्यक्षात मात्र या मोहिमा पार फसल्या आणि त्यामुळे कोरेलियॉव्हवर खार खात असलेल्या ग्लुश्कोच्या हाती आयतंच कोलीत मिळालं. त्यानं कोरेलियॉव्ह तयार करून घेत असलेल्या रॉकेटच्या

रचनेत मूलभूत दोष असल्याची खरमरीत टीका केली. कोरेलियॉव्हच्या प्रतिस्पर्ध्याला हाताशी धरून त्यानं आपल्या रॉकेटचा वापर चंद्राच्या मोहिमांसाठी केला जावा यासाठी खूप प्रयत्न केले. कोरेलियॉव्हच्या माघारी ग्लुश्को त्याच्यावर खूप टीका करत असे आणि सोव्हिएत उच्चपदस्थांचं मत कलुषित करण्यासाठी धडपडत असे. अतिकाम, कामातल्या असंख्य अडचणी आणि त्यात विरोधकांचे सातत्यानं होणारे प्रयत्न, यामुळे कोरेलियॉव्ह अधिकाधिक खचत गेला. त्याच्या तब्येतीवर याचा खूपच परिणाम झाला. कमालीचा घटलेला रक्तदाब आणि वाढता हृदयविकार अशा तक्रारी घेऊन तो जेव्हा एका इस्पितळात वैद्यकीय तपासणीसाठी गेला, तेव्हा त्यानं आपल्या छातीत वारंवार दुखत असल्यामुळे त्यावर उपाय म्हणून घ्यायच्या गोळ्या खूप जास्त प्रमाणात घेतल्याचं तिथल्या नर्सच्या लक्षात आलं. तिनं कोरेलियॉव्हला याविषयी विचारलं; पण त्यानं तिला चक्क झटकूनच टाकलं. तरीही काही काळ कोरेलियॉव्हला उपचारांसाठी इस्पितळात भरती व्हावं लागलं आणि त्यानंतर आराम करण्यासाठी म्हणून तो थोडे दिवस नीनाबरोबर क्रायमिया प्रांतात सुट्टीसाठी गेला.

या सगळ्या धामधुमीत कोरेलियॉव्हवरच्या कामाचा दबाव आणि सगळे निर्णय त्यानंच घ्यावेत अशी असलेली त्याच्या सहकाऱ्यांची अपेक्षा, या गोष्टींमध्ये मात्र कसलाच बदल झाला नव्हता. यातून तणावपूर्ण वातावरण निर्माण होत असलं तरी अनेकदा विनोदी प्रसंगही घडत. उदाहरणार्थ एकदा चंद्राचा पृष्ठभाग नक्की कसा असेल याविषयी कोरेलियॉव्ह आणि त्याचे सहकारी यांच्यामध्ये दीर्घ काळ चर्चा सुरू होती. अनेक जणांनी आपापलं मत व्यक्त केल्यानंतर चंद्राचा पृष्ठभाग मऊसूत आहे का कडक आहे याविषयी दुमत झालं. दोन्ही बाजूचे लोक आपल्या मतावर अडून बसले. शेवटी कोरेलियॉव्हला निर्णायक मत द्यावं लागलं. त्यानं चंद्राचा पृष्ठभाग कडक असल्याचं आपल्यालाही वाटत असल्याचं सांगितलं आणि बैठकीचा शेवट झाल्याचं जाहीर करून तो तिथून निघाला. त्याबरोबर तिथं हजर असलेल्या सगळ्या लोकांनी एकच गहजब सुरू केला. या मताची जबाबदारी नक्की कुणावर टाकायची असा प्रश्न एका माणसानं उपस्थित केला. खरं म्हणजे या मताची 'जबाबदारी' कुणावर टाकणं म्हणजे अगदी निरर्थक गोष्टच होती; पण कोरेलियॉव्हवर विसंबून राहण्याची मनोवृत्ती त्याच्या सहकाऱ्यांमध्ये इतकी बळावली होती, की कुठल्याही गोष्टीच्या परिणामांना सामोरं जाण्याची त्यांची अजिबातच तयारी नव्हती. यामुळे कोरेलियॉव्हनं सरळ एक कागद घेतला आणि त्यावर 'चंद्राचा पृष्ठभाग कडक असतो- एस. कोरेलियॉव्ह' असं लिहून तो कागद त्या माणसाच्या हातात ठेवला!

कोरेलियॉव्हनं आपलं काम जोमात सुरू ठेवण्याचा प्रयत्न केला असला तरी

त्याची तब्येत अजूनच खालावत चालली होती. त्याच्या शरीरात रक्तस्राव होई, त्याला अधूनमधून हृदयात वेदना जाणवत. तो पार थकून जाई. घरी आल्यावर तो प्रचंड चिडचिड करे. नीना कायम आपल्या जवळ असावी असं त्याला वाटे. शेवटी पुन्हा एकदा त्यानं आपल्या शरीराची संपूर्ण तपासणी करून घेतली, त्या वेळी शरीरातला रक्तस्राव थांबवण्यासाठी एक शस्त्रक्रिया करावी लागेल, असं डॉक्टरांनी सांगितलं. १२ जानेवारी, १९६६ या दिवशीचा वाढदिवस कोरेलियॉव्हनं इस्पितळातच साजरा केल्यानंतर दोन दिवसांनी म्हणजे १४ तारखेला ही शस्त्रक्रिया करायचं निश्चित करण्यात आलं. हा वाढदिवस खरं म्हणजे आनंददायी अजिबातच नव्हता. कोरेलियॉव्हच्या तपासण्या सुरू असतानाच त्याच्या शरीरातला रक्तस्राव कायम होता. यामुळे कोरेलियॉव्ह पार खचून गेला. मागच्या वाढदिवशी आपण मित्रमंडळींना गोळा करून किती धमाल केली होती, याच्या आठवणींनीसुद्धा त्याला वेदना होत होत्या. मलूल आणि निराश अवस्थेतल्या कोरेलियॉव्हला शस्त्रक्रियेनंतर तरी आराम पडेल, अशी आशा वाटत होती.

१३ तारखेच्या रात्री कोरेलियॉव्हचा निरोप घेऊन नीना घरी गेली. १४ तारखेला सकाळी शस्त्रक्रिया सुरू होण्याआधी ती इस्पितळात येणार नाही, असं ठरलं. याचं कारण म्हणजे शस्त्रक्रिया सकाळी खूपच लवकर होती आणि इतक्या लवकर येण्यापेक्षा कोरेलियॉव्ह शस्त्रक्रियेनंतर शुद्धीवर आल्यावर नीना तिथं हजर असलेलं जास्त चांगलं राहील, असं कोरेलियॉव्ह आणि नीना असं दोघांचंही मत पडलं. सकाळी मात्र नीनाशी बोलावंसं वाटल्यामुळे कोरेलियॉव्हनं तिला फोन केला. ती घरून निघाल्याचं तिथल्या मदतनिसानं सांगितलं. यामुळे कोरेलियॉव्हला जरा बरं वाटलं. स्ट्रेचरवरून कोरेलियॉव्हला शस्त्रक्रियेसाठी ऑपरेशन थिएटरमध्ये नेण्यात आलं. तेवढ्यात नीना पोहोचली; पण आता तीन तास चालणारी शस्त्रक्रिया पूर्ण होईपर्यंत वाट बघण्यावाचून दुसरा पर्याय तिच्यासमोर नव्हता. कोरेलियॉव्हसारख्या महत्त्वाच्या माणसाची शस्त्रक्रिया असल्यामुळे ती करण्यासाठी सोव्हिएत आरोग्यमंत्री असलेले डॉक्टर बोरिस पेत्रोव्हस्कीच हजर झाले. कोरेलियॉव्हच्या शरीरातल्या रक्तस्रावाला कारणीभूत असलेली गाठ काढण्यात त्यांना यश आलं खरं; पण तरीही रक्तस्राव काही थांबेना. शेवटी रक्तस्राव थांबवण्यासाठी म्हणून कोरेलियॉव्हचं पोट फाडण्यात आलं. तेव्हा हाताच्या मुठीएवढी एक गाठ तिथं असल्याचं पेत्रोव्हस्कींच्या लक्षात आलं. ते थक्कच झाले. ही गाठ वाढून पसरत पसरत कोरेलियॉव्हच्या मलमूत्रविसर्जनासाठीच्या अवयवांपर्यंत गेली होती. खूप काळजीपूर्वकरीत्या आणि प्रचंड कौशल्य वापरून ही गाठ काढण्यात आली. तिची लगेचच तपासणी करण्यात आली आणि तेव्हा ही गाठ कर्करोगाची असल्याचं निष्पन्न झालं. हे सगळं सुरू असताना कोरेलियॉव्हच्या शरीरातून विलक्षण वेगानं

रक्त वाहतच होतं. दरम्यान हे नवं संकट बघून पेत्रोव्हस्की यांनी सोव्हिएत युनियनमधल्या सर्वोत्तम कर्करोगतज्ज्ञाला तातडीनं पाचारण केलं. त्यांनी शक्य तितक्या वेगानं उपाययोजना केली. ही सगळीच्या सगळी गाठ कापून काढण्यात आली. शेवटी रक्तस्राव कमी झाला. तीन तासांची शस्त्रक्रिया आठ तास उलटूनही संपत नसल्यामुळे बाहेर नीनाच्या जिवाची नुसती घालमेल सुरू होती. शेवटी दोन्ही डॉक्टर्स बाहेर आले आणि त्यांनी आता काही घाबरण्याचं कारण नसल्याचं सांगून नीनाला दिलासा देण्याचा प्रयत्न केला. तेवढ्यात त्या दोन्ही डॉक्टर्सना त्यांच्या सहकाऱ्यांनी परत हाका मारून ऑपरेशन थिएटरमध्ये बोलावून घेतलं. इतकी मोठी शस्त्रक्रिया असल्यामुळे कोरेलियॉव्हला पूर्णपणे भूल देऊन बेशुद्ध करण्यात आलं होतं. या दरम्यान त्याचा श्वासोच्छ्वास व्यवस्थितपणे सुरू राहावा यासाठी त्याच्या फुप्फुसात नळी घालणं गरजेचं होतं; पण स्टॅलिनकाळातल्या मारहाणीमुळे कोरेलियॉव्हचा जबडा अनेकदा फाटला होता आणि नंतर तो पूर्णपणे कधीच उघडू शकत नव्हता. साहजिकच त्याच्या फुप्फुसात नळी घालणं अशक्य होऊन बसलं. यावरही डॉक्टरांनी तातडीनं उपाय केले; पण दरम्यान कोरेलियॉव्हच्या हृदयाला मिळणाऱ्या ऑक्सिजनचं प्रमाण कमी झालं. आधीच कमालीचं अधू झालेलं त्याचं हृदय यामुळे धोकादायक स्थितीत पोहोचलं आणि ऑक्सिजनचा मास्क लावणं, नळी फुप्फुसापर्यंत पोहोचवण्यासाठीची छोटी शस्त्रक्रिया करणं हे ताण ते सोसू शकलं नाही. कोरेलियॉव्हच्या हृदयाची धडधड मंदावत गेली. अखेर कोरेलियॉव्ह मरण पावला!

जड अंतःकरणानं डॉक्टरांनी ही बातमी बाहेर असलेल्या नीनाला दिली आणि तिचा बांध फुटला. सोव्हिएत युनियनला अंतराळभरारीच्या आणि त्या अनुषंगानं शीतयुद्धात प्रचंड आघाडी मिळवून देणारा सुपुत्र अशा प्रकारे जग सोडून जाईल यावर कुणाचाच विश्वास बसला नाही. त्याच्या सहकाऱ्यांना ही बातमी ऐकून काहीही सुचेना. आपण पोरके झालेलो असल्याची भावना सगळ्यांना सुन्न करून सोडत होती. याला अपवाद फक्त ग्लुश्कोचा होता. एका बैठकीत असलेल्या ग्लुश्कोला ही बातमी फोनवरून जेव्हा सांगण्यात आली, तेव्हा त्याची अत्यंत थंड आणि जवळपास निर्दयी प्रतिक्रिया म्हणजे बैठकीत सुरू असलेला मुद्दा सोडून त्यानं उपस्थितांना 'कोरेलियॉव्ह मरण पावला आहे ... बरं, मी काय म्हणत होतो? ...' असं म्हणून आपला आधीचा मुद्दा पुढे रेटला. कोरेलियॉव्हला त्याच्या आयुष्यात कधीच मानसन्मान जाहीरपणे देण्यात आलेले नसले, तरी आता मात्र त्याच्याविषयीचं रहस्य सगळ्यांसमोर खुलं करावं, असं सोव्हिएत उच्चपदस्थांनी ठरवलं. कोरेलियॉव्हच्या कामाविषयीची माहिती सोव्हिएत माध्यमांद्वारा जाहीर करण्यात आली. त्याबरोबर कोरेलियॉव्हविषयी प्रचंड आदराचं आणि लोकप्रियतेचं वातावरण निर्माण झालं. त्याचं अंतिम दर्शन घेण्यासाठी अभूतपूर्व जनसागर लोटला. यासाठी ठरवून

देण्यात आलेली वेळ उलटून गेल्यानंतरही तासन्‌तास लोक आपला नंबर येईल या आशेपोटी थांबून राहिले. आपल्या 'हिरो'विषयी त्यांना वाटत असलेला अभिमान अगदी पदोपदी दिसत होता. कोरेलियॉव्हच्या आयुष्यातला हा मोठा दैवदुर्विलास होता. अख्खं आयुष्यभर त्याच्या वाट्याला संशय, खाचखळगे, अपमान हे सगळं आलं आणि अधूनमधून त्याचा गौरव करण्यात आला असला, तरी त्याविषयी कायम चुप्पीच साधली गेली. आता आपला काय भन्नाट सत्कार होतो आहे, हे बघायला कोरेलियॉव्ह हजर होताच कुठे?

कोरेलियॉव्हच्या अकस्मात मृत्यूनं सोव्हिएत युनियनच्या अंतराळभरारीच्या

**कोरेलियॉव्हची अनेक रूपे**

कार्यक्रमाला प्रचंड हादरा बसला. कोरेलियॉव्हमध्ये असलेली हुशारी, जिद्द, परिश्रम घेण्याची वृत्ती, त्याचं या विषयामधलं ज्ञान या गोष्टी इतर कुणामध्येच नव्हत्या. अमेरिकेच्या दृष्टीनं अर्थातच ही अत्यंत आनंदाची बातमी होती!

■

# चंद्राकडे वाटचाल

कोरेलियॉव्हच्या निधनाविषयीची बातमी अमेरिकेमध्येसुद्धा छापून आली. प्रथमच सोव्हिएत अंतराळभरारीच्या यशाच्या शिल्पकारासंबंधीचे तपशील फॉन ब्राऊनसकट सगळ्या अमेरिकी लोकांच्या हाती पडले. फॉन ब्राऊननं अर्थातच अत्यंत औत्सुक्यानं ते वाचले. कोरेलियॉव्हचा तरुणपणीचं एकच छायाचित्र सोव्हिएत युनियननं प्रसिद्ध केलं होतं. तेच छायाचित्र अमेरिकी वर्तमानपत्रांमध्ये छापून आलं होतं. फॉन ब्राऊन किती तरी वेळ या छायाचित्राकडे बघतच राहिला. आपल्याला कोरेलियॉव्हला भेटण्याची एकही संधी मिळाली नाही याचं त्याला खूप वैषम्य वाटलं. जर्मनी-अमेरिका-सोव्हिएत युनियन यांच्यामधलं राजकारण, शीतयुद्ध, चढाओढ या सगळ्या गोष्टींना बाजूला टाकून केवळ आपल्याला आणि कोरेलियॉव्हला जो ध्यास होता त्याची चर्चा कोरेलियॉव्हशी करायला किती मजा आली असती, असं त्याला वाटत राहिलं. इतकंच नव्हे, तर अमेरिकी उच्चपदस्थांच्या मनात सोव्हिएत अंतराळभरारीविषयी असुरक्षितता निर्माण होण्यामागे आणि त्यामार्गे अमेरिकेनं आपल्या अंतराळभरारीच्या कामाला वेग देण्यामागेसुद्धा अप्रत्यक्षपणे कोरेलियॉव्हचाच हात होता, याची त्याला जाणीव झाली. दरम्यानच्या काळात फॉन ब्राऊनच्या 'सॅटर्न' इंजिनच्या चाचण्या अनेक अडथळ्यांनंतर यशस्वी ठरत असल्यामुळे तो जरा खुशीत होता. टीकेच्या भडिमारामुळे वैतागून गेलेल्या फॉन ब्राऊनच्या दृष्टीनं हा मोठा दिलासा होता.

१९६६ मध्ये अपोलो अंतराळयानाचं काम जवळपास पूर्णत्वाला आलं. आधीच्या मर्क्युरी तसंच जेमिनी या अंतराळयानांच्या मानानं ते वजनाला खूप हलकं होतं; कारण त्यात मोठ्या प्रमाणावर ॲल्युमिनियमचा वापर करण्यात आला होता. त्याच्या आतमध्ये जागासुद्धा तुलनेनं जास्त होती. १९६७ सालच्या फेब्रुवारी महिन्यात या अंतराळयानाचं पहिलं उड्डाण करण्यासाठीचे बेत आखण्यात आले.

तेवढ्यात या अंतराळयानाच्या रचनेमध्ये काही दोष असल्याचं आढळून आल्यामुळे त्यात पुन्हा बदल करण्यात आले. त्यानंतर १९६७ सालच्या जानेवारी महिन्यात या अंतराळयानाच्या उड्डाणाची चाचणी घ्यायचं ठरलं आणि त्यासाठी २७ तारीख मुक्रर करण्यात आली. हे अंतराळयान सॅटर्न या रॉकेटवर बसवण्यात आलं. त्याच्या आत अंतराळवीराचे आपापले पोषाख घालून तीन अंतराळवीर उड्डाणाच्या चाचणीसाठी सज्ज झाले. तेवढ्यात, अंतराळयानामध्ये नव्यानं असंख्य तांत्रिक दोष आढळले. त्यांची दुरुस्ती करणं आणि त्यानंतर त्यांची नव्यानं चाचणी घेणं यात अनेक तास गेले. असं करत करत संध्याकाळचे सहा वाजले. यामुळे आता ही चाचणी आज न घेता उद्या घ्यावी, असं मत काही जणांनी व्यक्त केलं. याउलट इतर जणांचं मत मात्र काहीही करून आजच ही चाचणी पूर्ण करावी, असं होतं. तांत्रिक दोष दूर करण्याचं काम मात्र सुरूच होतं. तेवढ्यात, अंतराळयानामधून एड व्हाईट या अंतराळवीराचा 'आग ... आग ...' असा आवाज तंत्रज्ञांना ऐकू आला. तेवढ्यात गस गॅरिसन या दुसऱ्या अंतराळवीरानं 'कॉकपिटमध्ये आग लागली आहे ...' असं पुढच्याच क्षणी ओरडून सांगितलं. तिसऱ्या अंतराळवीरानंही 'इथे भयानक आग लागली आहे ... आम्हाला वाचवा ...' असं जिवाच्या आकांतानं म्हटलं. अंतराळयानाच्या बाहेरच्या तंत्रज्ञांना अजूनही काही समजत नव्हतं. रॉकेटमध्ये अंतराळयान बसवलेलं असलं तरी रॉकेटमध्ये अजून इंधन भरलेलं नव्हतं. साहजिकच आग नक्की कुठे आणि कशी लागली आहे याचाच त्यांना पत्ता लागत नव्हता. तेवढ्यात, तिघांपैकी एका अंतराळवीरानं अंतराळयानामधलं आपत्कालीन स्थितीच्या वेळी वापरण्यासाठीचं बटण दाबलं आणि यामुळे आग अपोलो अंतराळयानात लागली असल्याचं स्पष्ट झालं. यामुळे अंतराळयानाचं दार उघडण्यासाठी तंत्रज्ञ धावले; पण तेवढ्यात, अंतराळयानामध्ये झालेल्या एका भयंकर स्फोटाच्या तीव्रतेमुळे ते मागे फेकले गेले. आगीचे आणखी लोळ अंतराळयानातून बाहेर येत होते. तातडीनं आग विझवण्यासाठी संबंधित लोकांनी प्रयत्न सुरू केले. आग खूप मोठी असल्यामुळे त्यात अडचणी येत होत्या. जिवाची शर्थ करून या लोकांनी कशीबशी आग विझवली आणि अंतराळयानाचं काही अंशी जळालेलं दार उघडलं. आतून अंतराळवीरांची जिवंत बाहेर पडण्यासाठीची धडपड वाखाणण्याजोगी होती. दुर्दैवानं हे सगळं व्हायला सुमारे सहा मिनिटांचा वेळ लागला. तेवढ्यात विषारी वायूमुळे गुदमरून तिन्ही अंतराळवीरांचा मृत्यू झाला होता. इतकंच नव्हे, तर खतरनाक स्फोटांमुळे भडकलेल्या भीषण आगीनं अंतराळयानामधलं तापमान थेट १३७१ अंश सेल्सिअसवर नेलं होतं! साहजिकच अंतराळवीरांच्या वितळलेल्या पोषाखासह अजिबात न बघवणाऱ्या मृतदेहांचं विदारक दृश्य उपस्थितांना बघावं लागलं.

या दुर्घटनेमुळे अंतराळभरारीशी संबंधित असलेले सगळे जण पार हादरून

गेले. या प्रकरणाच्या तळाशी जाण्यासाठी नक्की काय झालं असावं, याचा अभ्यास करण्यात आला. त्यात मिळालेल्या निष्कर्षांनुसार अंतराळयानामध्ये ऑक्सिजन भरण्यात आला होता. तसंच तिथं अनेक सुट्या तारा लोंबत होत्या. या तारांमध्ये वीजप्रवाह आला आणि कुठंही चुकून थोडं शॉर्ट सर्किट झालं तर ऑक्सिजननं पेट घेणं स्वाभाविक होतं. तसंच काही अनाकलनीय कारणांमुळे अंतराळयानातून अंतराळवीरांना बाहेर येण्यासाठीची संधीसुद्धा मिळाली नाही. अंतराळयानाच्या केबिनचं दार आपोआपच आतून बंद झालं आणि ते उघडणं अंतराळवीरांना शक्य झालं नाही. या घटनेमुळे फॉन ब्राऊनचा 'अतिसावध' म्हणून ओळखला जाणारा पवित्राच बरोबर असल्याचं या विरोधात बोलणाऱ्या काही जणांनी मान्य केलं. या घटनाक्रमामुळे अमेरिकी अंतराळभरारीचा कार्यक्रम आणि नासा या दोघांनाही मोठा फटका बसला. यानंतर अनेक महिने शांततेत गेले आणि याचा फायदा सोव्हिएत युनियनला झाला.

कोरेलियॉव्हच्या मृत्यूनंतर सोव्हिएत अंतराळभरारीच्या कार्यक्रमाची सूत्रं हाती घेतलेल्या व्हॅसिली मिशिनला अमेरिकेच्या 'अपोलो १' च्या दुर्घटनेविषयी समजताच आपण पुन्हा एकदा अमेरिकेवर मात करू शकतो, असं वाटायला लागलं. सोव्हिएत युनियननं माणसाला अंतराळात पाठवून आता दोन वर्षांहून जास्त काळ उलटून गेलेला असल्यामुळे, एखादी नवी मोहीम काढावी असं त्याच्या डोक्यात होतं. यासाठी एक बेत आखण्यात आला. त्यानुसार पहिल्या दिवशी 'सोयूझ १' या अंतराळयानातून एक अंतराळवीर अंतराळात जाईल असं ठरलं. या अंतराळवीराची अंतराळभरारी सुरू असताना दुसऱ्या दिवशी 'सोयूझ २' या अंतराळयानातून आणखी तीन अंतराळवीरांचं उड्डाण करण्याचा घाट घालण्यात आला. ही दोन्ही अंतराळयानं अंतराळात पोहोचली आणि एकमेकांच्या जवळ आली की दुसऱ्या अंतराळयानामधल्या तीन अंतराळवीरांपैकी दोघं जण पहिल्या अंतराळयानात येतील आणि हे पहिलं म्हणजेच 'सोयूझ १' अंतराळयान पृथ्वीवर परतेल, अशी धडाकेबाज योजना पूर्णत्वाला गेली, तर यामुळे भन्नाट वातावरण निर्माण होईल, असं सोव्हिएत तंत्रज्ञांचं मत पडलं.

खरं म्हणजे 'सोयूझ' अंतराळयानाच्या घेण्यात आलेल्या तिन्ही चाचण्यांदरम्यान काही ना काही अडचणी उद्‌भवल्या होत्या. अनेक तांत्रिक दोष आढळले होते. साहजिकच सोयूझचं उड्डाण सुरक्षित नाही, असं मिशिनसकट अनेक जणांचं मत होतं. मानवविरहित चाचण्या अशा प्रकारे धोकादायक ठरल्या असतील तर माणसाला या अंतराळयानातून अंतराळात पाठवणं धोक्याचं आहे, असं मिशिनला वाटणं स्वाभाविकच होतं. सोव्हिएत युनियनचा कारभार आता हाकणाऱ्या लिओनिद ब्रेझ्नेव्ह यांना मात्र पुरती घाई झाली होती. अमेरिकेमधल्या जेमिनी रॉकेटच्या

यशस्वी उड्डाणांच्या बातम्यांच्या पार्श्वभूमीवर आपण दिरंगाई करून चालणार नाही, असं ब्रेझनेव्ह यांचं मत होतं. यामुळे त्यांनी मिशिनवरचा दबाव वाढवला. युरी गगारिन आणि व्लादिमिर कोमारोव्ह या दोन अंतराळवीरांपैकी एक जण सोयूझच्या मोहिमेवर जाणार, असं जवळपास ठरलं. गगारिन हा जगातला पहिला अंतराळवीर असला, तरी आपल्या पहिल्यावहिल्या मोहिमेनंतर त्यानं अंतराळभरारी मारलीच नव्हती. प्रसिद्धीच्या झोतात तो वावरत होता. त्याला खरं म्हणजे नव्यानं अंतराळभरारी मारायची होती; पण चुकून त्याला या दरम्यान काही झालं तर काय, अशा भीतीपोटी त्याला अंतराळ मोहिमांपासून दूर ठेवण्याचा निर्णय घेण्यात आला होता. कोमारोव्हनं एकदा अंतराळभरारी मारली होती आणि त्याला सोयूझमधून अंतराळात पाठवताना ऐन वेळी काही अडचणी आल्या तर त्याच्या जागी बदली अंतराळपटू म्हणून गगारिनचं नाव निश्चित करण्यात आलं.

२३ एप्रिल, १९६७ हा दिवस सोयूझच्या उड्डाणासाठी निश्चित करण्यात आलेला असला तरी अगदी ऐन वेळेपर्यंत त्यात तंत्रज्ञांना दोष सापडत राहिले. हे दोष साधेसुधे नव्हते आणि असे तब्बल दोनशेच्या वर दोष आढळले. कोमारोव्ह यामुळे घाबरून गेला. सदोष आणि पुरेशा चाचण्या घेतल्या न गेलेल्या रॉकेटमधून/ अंतराळयानामधून आपल्याला अंतराळात पाठवलं जातं आहे, ही भावना किती भीतिदायक असेल याची आपण कल्पनाच करू शकतो. काय करावं हे त्याला समजेना. जर आपण या मोहिमेवर जाण्यासाठी ऐन वेळी नकार दिला तर आपण अत्यंत महत्त्वाच्या असलेल्या युरी गगारिनचा जीव धोक्यात घालू, याची त्याला सातत्यानं आठवण होत असे. गगारिन हा सोव्हिएत युनियनसाठी किती महत्त्वाचा आहे याची पुरेपूर कल्पना असल्यामुळे धोका पत्करून स्वतःचं बलिदान द्यायला कोमारोव्ह तयार झाला. पहाटे ३.३५ वाजता त्याला एकट्याला घेऊन 'सोयूझ १' रॉकेट यशस्वीरीत्या हवेत झेपावलं. रॉकेटच्या उड्डाणात काही अडचणी आल्या नसल्या तरी अंतराळात पृथ्वीच्या कक्षेत पोहोचल्यानंतर मात्र त्यात दोष निर्माण झाले. त्याला जोडण्यात आलेल्या सौर ऊर्जेच्या दोन पॅनेल्सपैकी एक पॅनेल काम करेनासं झालं. याचं कारण म्हणजे अशी दोन पॅनेल्स रॉकेटला घडी केलेल्या अवस्थेत जोडण्यात आलेली होती आणि अंतराळात गेल्यावर ती उघडतील अशी योजना होती. त्यानंतर सूर्यप्रकाशामुळे ती ऊर्जा मिळवतील आणि या ऊर्जेचा वापर रॉकेट करेल अशी यंत्रणा त्यात होती. आता काही अडचणींमुळे या दोन पॅनेल्सपैकी एकच पॅनेल उघडलं. साहजिकच अपेक्षित असलेल्या ऊर्जेच्या प्रमाणापेक्षा निम्मीच ऊर्जा रॉकेटला मिळेल, असं चित्र निर्माण झालं. यामुळे जास्तीत जास्त चोवीस तास प्रवास करू शकेल इतकीच ऊर्जा आता या रॉकेटला मिळू शकणार होती. तसंच पृथ्वीवरच्या तंत्रज्ञांशी संवाद साधण्यासाठी बसवण्यात आलेली दूरसंचार

यंत्रणाही काही काळ ठप्प झाली; नंतर ती पुन्हा सुरू झाली. सौर ऊर्जा मिळवण्यासाठीचं पॅनेल उघडावं याकरता कोमारोव्हनं रॉकेटच्या प्रवासाच्या दिशेचा कोन जरा बदलावा, असं पृथ्वीवरच्या काही तंत्रज्ञांनी त्याला सुचवलं. त्यानुसार कोमारोव्हनं केलेले प्रयत्न फोल ठरले. यामुळे पृथ्वीवर परतण्यासाठीचं रिट्रो रॉकेटसुद्धा नीटपणे उडू शकणार नाही, अशी भीती त्यांना वाटायला लागली. आता 'सोयूझ १' रॉकेट पृथ्वीच्या कक्षेतल्या आपल्या पाचव्या फेरीत होतं. लवकरच पुढचे नऊ तास कोमारोव्हचा पृथ्वीवरच्या तंत्रज्ञांशी संपर्क तुटणार असल्याचं त्याला सांगण्यात आलं. या काळात त्यानं आराम करावा आणि त्यादरम्यान पृथ्वीवरचे तंत्रज्ञ त्याला भेडसावत असलेल्या अडचणी दूर करण्यासाठीचे प्रयत्न करतील, असं ठरलं. यातही अडचणी आल्यामुळे पृथ्वीच्या कक्षेतल्या सतराव्या फेरीदरम्यान कोमारोव्हनं मानवसंचालित यंत्रणा बंद करून स्वयंचलित यंत्रणा पुन्हा सुरू करावी आणि त्याच्या आधारे रिट्रो रॉकेटचं उड्डाण करण्याचा प्रयत्न करावा, असं त्याला सुचवण्यात आलं. हा बेतही फसल्यामुळे पुढच्या फेरीत मानवसंचालित यंत्रणेचा वापर यासाठी करायला त्याला सांगण्यात आलं. खूप अंधार असल्यामुळे आणि सगळी परिस्थिती अत्यंत बिकट झालेली असल्यामुळे कोमारोव्ह वाचणं अत्यंत अवघड असल्याचं पृथ्वीवरच्या बव्हंशी तंत्रज्ञांचं मत झालं. एक तर रिट्रो रॉकेट सुरू होण्याची वेळ जराशीसुद्धा चुकली तर विलक्षण उष्णतेमुळे ते जागीच जळून खाक होणार किंवा अंतराळयान चुकीच्या कक्षेत जाऊन कायमसाठी स्थिरावणार आणि कोमारोव्हसुद्धा तिथंच मरण पावणार, अशा दोन शक्यता यातून दिसत होत्या.

या घडामोडींमुळे कोमारोव्हचा अंत जवळ आला असून, त्याला आपल्या पत्नीशी एकदा बोलायची संधी मिळावी असं पृथ्वीवरच्या तंत्रज्ञांनी ठरवलं. यामुळे कोमारोव्हच्या पत्नीला घाईघाईनं एका बिनतारी संदेशवहन केंद्रापाशी नेण्यात आलं. तिथून ती आपल्या पतीशी बोलली. कुठल्याही क्षणी अंतराळात त्याचा शेवट होऊ शकतो याची कल्पना असल्यामुळे ती अत्यंत भावुक झाली. अंतराळातून कोमारोव्हनंसुद्धा तिचा शेवटचा निरोप घेण्याची भाषा केली. दोघांनी एकमेकांना कायमसाठीचा अलविदा केला. ठरल्याप्रमाणे रिट्रो रॉकेट सुरू झालं. अत्यंत सुखद आश्चर्याची गोष्ट म्हणजे त्याचं कामकाज यशस्वी ठरलं आणि कोमारोव्हचं जवळपास नियंत्रणाबाहेर गेलेलं अंतराळयान त्यानं नियंत्रणाखाली आणण्यात यश मिळवलं. भरकटत चाललेल्या अंतराळयानाचा वेग मंदावला. यामुळे कोमारोव्ह वाचण्याची धूसर आशा निर्माण झाली. दुर्दैवानं रिट्रो रॉकेटचं नियंत्रण मिळवण्यात कोमारोव्हला अपयश आलं. साहजिकच दिशाहीन अंतराळयान जिथं आणि जसं नेईल तसा तो भरकटत निघाला. कसंबसं त्यानं अंतराळयानावर थोडंफार नियंत्रण मिळवलं. आता

पृथ्वीचं गुरुत्वाकर्षण त्याला वेगानं खेचून घेत होतं. अंतराळयानामधलं पॅराशूट उघडून कोमारोव्हला जमिनीवर सुखरूप परत आणेल अशी आशा परत निर्माण झाली. दुर्दैवानं हे पॅराशूट उघडलंच नाही. कोमारोव्हचं अंतराळयान ताशी ६४३ किलोमीटर्स वेगानं जमिनीवर येऊन आदळलं आणि त्याचा तिथंच स्फोट झाला. ही भीषण आग बघून तिथं पळत आलेल्या स्थानिक ग्रामस्थांनी माती टाकून ती विझवण्याचा प्रयत्न केला खरा; पण तोपर्यंत सगळ्याचीच राखरांगोळी झाली होती.

**कोमारोव्हचा अंत**

---

कोमारोव्हच्या उड्डाणासंबंधीच्या जीवघेण्या घटनाक्रमामुळे मिशिन आणि गगारिन प्रचंड अस्वस्थ झाले होते. सततच्या उलथापालथींमुळे त्यांना आलेला ताण असह्य झाला आणि त्यांनी बऱ्याच आधी सरळ दारू ढोसली. त्यामुळे ते कोमारोव्हच्या अंताच्या सुमाराला शांतपणे झोपी गेले होते. उठल्यानंतर मात्र गगारिन चांगलाच भडकला आणि त्यानं कोमारोव्हच्या मृत्यूची जबाबदारी इतरांबरोबरच मिशिनवरसुद्धा आणली जावी असा आग्रह धरला असं मानलं जातं. कोमारोव्हचा जीव धोक्यात येण्याची शक्यता निर्माण झाल्याझाल्या मिशिननं त्याचं उड्डाण थांबवून त्याला सुरक्षितपणे परत आणण्याचा प्रयत्न करायला हवा होता, असं बहुतेक जणांचं मत झालं. कोरेलियॉव्ह हयात असता तर कोमारोव्ह निश्चितपणे वाचला असता, याविषयी त्यांच्या मनात अजिबातच शंका नव्हती!

तिकडे अमेरिकेमध्ये हळूहळू फॉन ब्राऊनच्या कामाला गती येत गेली. त्याच्यावरची कडवट टीकाही जरा बोथट होत गेली. सोव्हिएत युनियनमध्ये अंतराळभरारीच्या संदर्भात फारसं काही उत्साहवर्धक घडत नसल्यामुळे फॉन ब्राऊनवरचा दबावही तसा जरा कमी झाला होता. याचा फायदा उठवून फॉन ब्राऊननं आपल्या नव्या रॉकेटच्या कामाकडे पूर्ण लक्ष देत ते अगदी यशस्वी करून दाखवायचा निर्धार केला. सॅटर्न रॉकेटच्या Saturn V या नव्या आवृत्तीसह अपोलो अंतराळयानाच्या Apollo 4 या नव्या आवृत्तीची चाचणी एकदम घ्यायचे बेत त्यानं आखले. यासाठी ८ नोव्हेंबर, १९६७ या दिवशी सकाळी सातची वेळ निश्चित करण्यात आली. हे नवं रॉकेट इतकं वजनदार होतं, की हे धूड आकाशात उडू शकतं यावर बघणाऱ्यांचा सहजासहजी विश्वासच बसत नसे. त्यातच गुरुत्वाकर्षणाची ताकद पार करून हे रॉकेट अंतराळात जाऊ शकेल असं तर कुणीच म्हटलं नसतं. फॉन ब्राऊनला मात्र आपल्या कामावर पूर्ण विश्वास होता. अनेकदा बारीकसारीक चाचण्या करून त्यानं सगळ्या तंत्रज्ञानाच्या कामकाजाविषयीचे सगळे तपशील तपासले होते. उड्डाणाची वेळ आली तेव्हा नेहमीप्रमाणेच संबंधित लोक विलक्षण तणावाखाली होते. रॉकेट उडालं खरं; पण ते उडालं म्हणण्यापेक्षा एखाद्या कासवानं हालचाल करावी अशा अतिधीम्या गतीनं हवेत गेलं. त्यानंतर ते तिरकं झालं. यामुळे ते नक्कीच भेलकांडत कुठेतरी खाली कोसळणार याविषयी कुणाच्याच मनात शंका उरली नाही. फॉन ब्राऊनसुद्धा निराश व्हायला लागला; पण तेवढ्यात रॉकेटनं आपलं काम अगदी व्यवस्थितपणे पार पाडायला सुरुवात केली. रॉकेट अंतराळाच्या दिशेनं झेपावत राहिलं आणि अपोलो अंतराळयानाला ते अगदी चोखपणे तिथवर घेऊन गेलं. त्याबरोबर फॉन ब्राऊन आणि त्याचे सहकारी यांनी एकच जल्लोष केला. सोव्हिएत युनियनकडून कोरेलियॉव्हच्या निधनानंतर फारसं काही भरीव होत नसल्याच्या पार्श्वभूमीवर अत्याधुनिक रॉकेट आणि अंतराळयान यांच्या उड्डाणाचा हा अमेरिकी प्रयोग अत्यंत उत्साहवर्धक ठरला, यात वादच नाही.

सोव्हिएत युनियनमध्ये अंतराळभरारीच्या संदर्भात मरगळ आणि हताशपणा यांचं वातावरण पसरत चाललेलं असतानाच, या वातावरणामध्ये कमालीपलीकडची भर टाकणारी एक दुर्घटना घडली आणि यामुळे तिथं आता शोककळाच पसरली. २७ मार्च, १९६८ या दिवशी एका सहकाऱ्याबरोबर युरी गगारिन एका विमानाच्या उड्डाणाच्या सरावाला गेलेला असताना हे विमान कोसळलं. बर्फाळ वातावरण आणि कडाक्याची थंडी अशा परिस्थितीत समोरचं दिसणंसुद्धा कठीण होतं. अशा परिस्थितीत गगारिन आणि त्याचा सहकारी यांनी हे उड्डाण केलं खरं; पण उड्डाणानंतर एक तास उलटून गेल्यावर या विमानाचा आपल्या जमिनीवरच्या सहकाऱ्यांशी असलेला संपर्क एकाएकी तुटला. काही करून तो पुन्हा प्रस्थापित

होऊ शकत नसल्यामुळे सोव्हिएत अधिकाऱ्यांनी तातडीनं गगारिनच्या विमानाचा शोध घेण्यासाठी हेलिकॉप्टर्स पाठवली. त्यांना दुपारच्या वेळी भग्न अवस्थेतलं एक विमान आढळलं. गगारिन आणि त्याचा सहकारी काही आश्चर्यकारक घटना घडून तरीही जिवंत आहेत की काय, याचा शोध घेण्यात आला. त्या दिवशी काहीच पत्ता लागला नाही. दुसऱ्या दिवशी सकाळी घटनास्थळी गगारिनच्या जॅकेटचा एक तुकडा सापडला. गगारिनचं विमान ताशी ६९२ किलोमीटर्स वेगानं जमिनीवर आदळलं असल्याचं तपासात निष्पन्न झालं! अर्थातच विमानातले दोघं जण वाचण्याची सुतराम शक्यता नव्हती. विमानाच्या विखुरलेल्या अवशेषांप्रमाणेच गगारिन आणि त्याचा सहकारी या दोघांच्या मृतदेहाचे अवयवसुद्धा इतस्ततः विखुरले होते. त्यांची ओळख पटवणंसुद्धा अवघड होतं. ही बातमी पसरताच सोव्हिएत युनियन स्तब्धच झाली. गगारिन हा त्यांच्या दृष्टीनं अंतराळविश्वाचा हिरो होता. 'अमेरिकेलाही मागे टाकणारी अद्वितीय कामगिरी करणारा माणूस' अशी त्याची ओळख होती. पडद्यामागून कोरोलियॉव्हनं यासाठी प्रचंड काम केलेलं असलं तरी शेवटी दृश्य स्वरूपात गगारिन सगळ्यांसमोर सातत्यानं आलेला असल्यामुळे सोव्हिएत युनियनच्या अंतराळभरारीशी त्याचं नाव आपोआपच जोडलं गेलं होतं. गगारिनचा असा अकाली आणि धक्कादायक मृत्यू झाल्यामुळे आपल्या अंतराळभरारीच्या विरळ होत चाललेल्या स्वप्नावर आणखी एक घाला घालण्यात आल्याची भावना सगळ्या सोव्हिएत तंत्रज्ञांना सतावायला लागली. गगारिनच्या अंत्यदर्शनासाठी तर माणसांचा नुसता महापूरच लोटला.

गगारिनचा असा अकाली मृत्यू झालेला असला तरी काही जणांना थोड्या काळापासून त्याच्यामधल्या बदलांविषयी जरा काळजीच वाटत होती. अतिशय वेगानं गाड्या चालवणं, प्रसिद्धी थोडीफार डोक्यात गेल्यासारखं वागणं, प्रमाणाबाहेर मद्यपान करणं, अशा सवयींमुळे गगारिनच्या चेहऱ्यावरचं डौलदार हास्य मावळत चाललं आहे, असं काही जण म्हणायचेसुद्धा. अनेकदा तो विनाकारण खूप जास्त धोके पत्करायचा आणि त्यातून सहीसलामत वाचल्यानंतर लोकांनी दिलेले इशारे झटकून नव्यानं असे धोके पत्करण्यासाठी सज्ज व्हायचा. यातून काही विपरीत घडू नये अशी मनोमन प्रार्थना करण्यावाचून दुसरं काही करणं त्याच्या जवळच्या लोकांच्या हातात नव्हतंच. गगारिन सोव्हिएत यशाचा मोठा मानबिंदू बनल्यापासून त्याच्यावर खूप जबाबदारी आली. तसंच सतत प्रकाशझोतात असल्यामुळे त्याला सर्वसामान्य माणसाचं आयुष्य जगणं असह्य झालं. या ताणतणावापासून सुटका करून घेण्यासाठी तो वेगानं गाडी चालवणं, दारू पिणं अशा गोष्टी करत असावा असं त्याचे मित्र नंतर म्हणत. गगारिनला जपलं पाहिजे आणि कुठलाही अपघात त्याच्यासाठी घातक ठरू शकतो या गोष्टींची जाणीव असल्यामुळे सोव्हिएत

अधिकाऱ्यांनी त्याला विमान चालवण्यापासूनही वारंवार परावृत्त केलं होतं. गगारिन सुरक्षित राहावा असा त्यांचा यामागचा दृष्टिकोन असला तरी स्वतः गगारिनला मात्र यामुळे बंधनात जखडल्यासारखं वाटायला लागलं. यातून मुक्त होण्यासाठी तो साहसं करायला लागला.

कोरेलियॉव्हच्या मृत्यूमुळे निराश झालेला आणि त्याची जागा भरून काढण्यात बऱ्यापैकी अयशस्वी ठरत असल्याची जाणीव होत असल्यामुळे हताश झालेला मिशिन या नव्या धक्क्यामुळे अजूनच खचला. आधीपासून आपलं दुःख आणि आपली काळजी यांना दारूत बुडवणारा मिशिन आता तर पुरता दारूबाजच झाला. किमान एकदा तरी त्याला यातून बाहेर काढण्यासाठी व्यसनमुक्ती केंद्रात भरती करण्यात आलं होतं. कामाच्या वेळीसुद्धा इतरांच्या सूचना तो अजिबातच ऐकून घ्यायचा नाही. आपलं मत दामटणं आणि त्याला विरोध करणाऱ्यांवर डाफरणं, असा दुहेरी कार्यक्रम तो सतत राबवत असे. साहजिकच त्याच्या सहकाऱ्यांनी त्याला सहकार्य करणं हळूहळू कमी केलं; तसंच त्याच्याविषयीचं त्यांचं मत अधिकाधिक खराब होत गेलं. या गोंधळात मिशिनच्या हातून इतक्या प्रचंड चुका व्हायच्या, की शेवटी त्याच्या सहकाऱ्यांवर त्याच्या स्वभावाकडे दुर्लक्ष करण्याची आणि त्याच्यावरच दया करायची पाळी यायची. खरं म्हणजे गगारिन, लिओनोव्ह आणि इतर काही आघाडीचे अंतराळवीर यांच्यासह काही उच्चपदस्थांनी मिशिनविरोधात सोव्हिएत लष्कराकडे तक्रारसुद्धा केली होती. त्याच्या नेतृत्वाखाली सोव्हिएत अंतराळभरारीचा प्रकल्प अपयशाकडे वाटचाल करत असल्याची आणि तो अमेरिकेच्या बराच मागे पडत असल्याची त्यांची भावना एकदम रास्त होती. या तक्रारीची दखल घेतली जाईल, असं आश्वासन जरी देण्यात आलं असलं, तरी प्रत्यक्षात काहीच घडलं नाही आणि मिशिनकडेच या प्रकल्पाचं नेतृत्व कायम ठेवण्यात आलं.

तिकडे अमेरिकेमध्ये अपोलो अंतराळयानाच्या यशानं प्रचंड उत्साही वातावरण निर्माण झालं. या अंतराळयानाची पुढची म्हणजेच Apollo 5 ही आवृत्ती चंद्रावर उतरू शकेल असा आशावाद व्यक्त केला जात होता. चंद्रावरचं गुरुत्वाकर्षण हे पृथ्वीच्या गुरुत्वाकर्षणाच्या एक षष्ठांश असल्यामुळे अंतराळमोहिमांमधल्या इतर नेहमीच्या क्लिष्ट गोष्टींखेरीज या नव्या तांत्रिकतेचा विचारही त्यात होता. त्याचं वजन अत्यंत कमी असलं पाहिजे असं तंत्रज्ञ मानत असल्यामुळे त्याच्या भिंती म्हणजे दोन कागद एकावर एक ठेवले तर त्यांची जितकी जाडी भरेल तितक्याच जाडीच्या होत्या. या अंतराळयानाची उंची २३ फूट होती आणि त्याचे दोन विभाग पाडण्यात आले होते. त्यामधल्या वरच्या भागात उड्डाणासाठीचं इंजिन तसंच इंधनाची टाकी या गोष्टी तर होत्याच; पण शिवाय तिथे चंद्राभोवती फिरणाऱ्या 'कमांड मोड्यूल'जवळ अंतराळवीरांना परत आणण्यासाठीची सोय होती. खालच्या

भागात अंतराळयान उतरवण्यासाठीचं इंजिन, त्यासाठीची यंत्रणा आणि त्यासाठीचं इंधन हे सगळं होतं. चंद्राच्या पृष्ठभागाविषयी अजून कुणालाच खात्रीलायकरीत्या माहीत नसल्यामुळे हे अंतराळयान चंद्राच्या पृष्ठभागावर उतरवण्यासाठी नक्की काय केलं पाहिजे याविषयी जरा गोंधळच होता. यामुळे हे अंतराळयान चंद्राच्या पृष्ठभागावर उतरत असताना विविध शक्यता असू शकतात, हे गृहीत धरूनच त्याचं तंत्रज्ञान विकसित करण्यात आलं.

१९६८ सालच्या मे महिन्यात या अंतराळयानाची एक चाचणी घ्यायचं ठरलं आणि त्यात नील आर्मस्ट्राँग हा अंतराळवीर मरतामरता अगदी थोडक्यात वाचला. चाचणीसाठी तयार करण्यात आलेल्या एका खास रॉकेटद्वारा आर्मस्ट्राँग या अंतराळयानात बसून हवेत उडाला. अर्थातच ही चाचणी चंद्रावर जाण्यासाठीची नसून काही किलोमीटर्स अंतरापर्यंत उडण्यासंबंधीची होती. ही चाचणी सुरू असताना हे रॉकेट अचानकपणे ८०० फूट वर गेलं आणि त्याच वेगानं तितक्या प्रमाणात धाडकन खालीसुद्धा आलं. यामुळे आर्मस्ट्राँगच्या पोटात एकदम ढवळल्यासारखं झालं. आर्मस्ट्राँगनं या अंतराळयानावर नियंत्रण प्रस्थापित करण्याचे खूप प्रयत्न केले खरे; पण हे अंतराळयान पुन्हा एकदा हवेत उडाल्यासारखं झालं आणि तिथून ते पार तिरकं झालं. काहीही करून आर्मस्ट्राँगला खाली पाडायचा निर्धारच जणू या अंतराळयानानं केला असावा. जमिनीपासून दोनशे फूट अंतरावर हवेत हेलकावे खात असलेल्या या अंतराळयानावर काहीही करून आपलं नियंत्रण प्रस्थापित करण्याचा आर्मस्ट्राँगनं निर्धार केला आणि खचून न जाता मोठ्या बिकट परिस्थितीत आपला तोल राखला. अर्थातच एका मर्यादेपलीकडे आर्मस्ट्राँग या अंतराळयानावर नियंत्रण मिळवूच शकला नसता, हे सिद्ध करणारी घटना घडली आणि अंतराळयान भेलकांडत जमिनीच्या दिशेनं कोसळलं. आश्चर्य म्हणजे त्याच्या अगदी थोडंच आधी आर्मस्ट्राँगचं पॅराशूट उघडलं आणि तो सुखरूप जमिनीवर परतला. नंतरच्या तपासणीमध्ये लक्षात आलेली महत्त्वाची गोष्ट म्हणजे, जर आर्मस्ट्राँगचं पॅराशूट उघडायला एका सेकंदाचा दोन पंचमांश भाग इतकासासुद्धा उशीर झाला असता, तर तोसुद्धा जमिनीवर आपटून मरण पावला असता.

सोव्हिएत युनियनमध्ये चंद्रावर जाण्यासाठीच्या मोहिमांची तयारी सुरू असली तरी त्यात पूर्वीसारखा जोष नव्हता. मिशिननं अधूनमधून त्यात जान ओतण्यासाठी प्रयत्न केले खरे; पण त्याच्या स्वतःच्या मर्यादा आणि दारू यामुळे तो म्हणावी तितकी प्रगती करू शकत नसे. अमेरिकेनं मात्र संशोधनात जोरदार मुसंडी मारत २१ डिसेंबर, १९६८ या दिवशी 'अपोलो ८' हे अंतराळयान नेणारं ३६ मजले उंचीचं सॅटर्न रॉकेट अंतराळात यशस्वीपणे पाठवलं. या अंतराळभरारीचं वैशिष्ट्य म्हणजे आत्तापर्यंत कुणीच न गाठलेला चंद्राच्या कक्षेचा टप्पा गाठण्याचं योजण्यात

आलं होतं. फ्रँक बोरमन, जिम लॉव्हेल आणि बिल अँडर्स हे तिघे अंतराळवीर या मोहिमेत सहभागी झाले. आजवरच्या इतिहासामधली ही सगळ्यात धोकादायक अंतराळभरारी होती, यात शंकाच नाही. अंतराळात यापूर्वीसुद्धा माणसं गेली होती आणि पृथ्वीच्या कक्षेपर्यंतसुद्धा ती पोहोचली होती. आता मात्र चंद्राच्या कक्षेत पोहोचण्याची धडपड सुरू होती. १९६६ मध्ये 'जेमिनी ११' या अंतराळयानानं अंतराळात १३६८ किलोमीटर्सचा पल्ला गाठून एक नवा विक्रम केला होता. आता मात्र 'अपोलो ८' ला पृथ्वीपासून तब्बल ३.७७ लाख किलोमीटर्स अंतराचा प्रवास करायचा होता! तरच चंद्राच्या गुरुत्वाकर्षणाच्या ओढीत म्हणजेच चंद्राच्या कक्षेत शिरणं त्याला शक्य झालं असतं. यासाठी किती अचूकता लागली असेल याची आपण कल्पनाच करू शकतो. चंद्राच्या कक्षेत पोहोचण्यासाठी अगदी नेमक्या वेळी अंतराळवीरांना अंतराळयानाचा वेग घटवून ताशी ५९५५ किलोमीटर्सवर आणायचा होता. तरच ते चंद्राच्या गुरुत्वाकर्षणाच्या क्षेत्रात शिरू शकले असते.

सुरुवातीला पृथ्वीवरून निघून अंतराळात पोहोचल्यानंतर हे अंतराळयान नेहमीप्रमाणे पृथ्वीच्या कक्षेत फिरण्याचा प्रयत्न करणार होतं. हे यशस्वी झालं की पृथ्वीच्या कक्षेतून निसटून चंद्राच्या कक्षेत जाण्यासाठीचा प्रवास करणं अंतराळयानाला गरजेचं होतं. पृथ्वीच्या कक्षेतून निसटायचं असेल तर त्यासाठी अंतराळयानानं आधी आपला वेग वाढवून Escape Velocity पेक्षा जास्त म्हणजेच प्रतिसेकंद ३३,५०० फूट इतका करणं गरजेचं होतं. त्यात अंतराळवीरांना यश आलं. आपल्या प्रवासाच्या तिसऱ्या दिवशी अंतराळवीर पृथ्वीपासून ३.२१ लाख किलोमीटर्स अंतरावर अंतराळात पोहोचले. चंद्राच्या कक्षेपासून ते आता तुलनेनं जवळ होते. चंद्राची कक्षा गाठण्यासाठी त्यांना अजून ६१,००० किलोमीटर्स प्रवास करायचा असताना त्यांना चंद्राचं गुरुत्वाकर्षण जाणवायला लागलं. आता चंद्राच्या कक्षेत शिरण्याचं दिव्य पार पाडणं शक्य आहे असा आशावाद निर्माण झाला; पण त्यासाठी आणखी एक अवघड गोष्ट अगदी अचूकपणे साधणं गरजेचं होतं. अपोलो इंजिननं अगदी बरोबर २४७ सेकंदांसाठी काम करणं आवश्यक होतं. यामुळे अंतराळयान पृथ्वीभोवतालच्या सगळ्यात तळाच्या कक्षेत जाऊन पोहोचलं असतं आणि त्याला तिथून चंद्राच्या कक्षेत शिरणं शक्य झालं असतं. जर यात बारीकशीसुद्धा चूक झाली तर अपोलो कायमसाठी भरकटून अंतराळात दिशाहीन अवस्थेत फिरत राहिलं असतं आणि त्यामधल्या अंतराळवीरांचा अंत झाला असता. अर्थातच चंद्राच्या कक्षेत प्रवेश करणंसुद्धा त्याला यामुळे जमलं नसतं. अत्यंत ताणतणावाचा आणि उत्कंठेनं भरलेला असा हा काळ होता आणि अंतराळवीरांना आपली कामगिरी व्यवस्थितपणे पार पाडणं जमलं! यामुळे अपोलो अंतराळयानानं चंद्राच्या कक्षेत प्रवेश केला! आता साधारण ताशी ८००० किलोमीटर्स वेगानं हे अंतराळवीर

चंद्राभोवती फिरत होते, चंद्र पृथ्वीभोवती फिरत होता आणि पृथ्वी सूर्याभोवती फिरत होती! हा अचाट पराक्रम होता. ही अभूतपूर्व कामगिरी होती. अंतराळवीरांचा स्वतःवरच विश्वास बसत नव्हता. आपण एखादं स्वप्न बघत असल्याची भावना त्यांना घेरून टाकत होती. चंद्राचा खाचखळग्यांनी भरलेला ओसाड पृष्ठभाग त्यांना अगदी जवळून दिसत होता. चंद्राविषयीच्या सगळ्या कविकल्पना किती खोट्या आहेत, याची त्यांना जाणीव होत होती.

कहर म्हणजे पृथ्वीवरच्या तंत्रज्ञांना मात्र अंतराळवीरांच्या सध्याच्या परिस्थितीविषयी काहीच माहीत नव्हतं. काही काळ त्यांच्याशी असलेला संपर्क तुटणार याची कल्पना असूनसुद्धा ते पार अस्वस्थ झाले. अंतराळवीर चंद्राच्या कक्षेत यशस्वीरीत्या पोहोचू शकले का भरकटून कायमसाठी आपल्यापासून दूर गेले, याचं उत्तर मिळेपर्यंत त्यांच्या जिवात जीव येईना. यामुळे त्यांनी भाबडेपणानं अंतराळवीरांशी संपर्क साधण्याचा प्रयत्न सुरूच ठेवला. आपले संदेश त्यांच्यापर्यंत पोहोचू शकत नाहीत हे माहीत असूनसुद्धा त्यांनी आपले प्रयत्न सोडले नाहीत. काही वेळानंतर शेजारच्या खोलीतल्या माणसानं आपण दिलेल्या हाकेला उत्तर द्यावं तितक्या स्पष्टपणे चंद्राभोवती फिरणाऱ्या अपोलोमधल्या जिम लॉव्हेलचा आवाज त्यांना ऐकू आला! यामुळे पृथ्वीवरचे हे तंत्रज्ञ अक्षरशः थरारून गेले आणि त्यांनी एकच जल्लोष सुरू केला. अत्यंत किचकट समीकरणं सोडवून आणि विलक्षण धोका पत्करून त्यांनी आखलेली ही मोहीम यशस्वी ठरली असल्याचा आनंद शब्दांत सांगता येण्यासारखा नव्हता.

नाताळाच्या आदल्या संध्याकाळी या अंतराळवीरांनी चंद्राभोवतीच्या कक्षेमधून पृथ्वीवरच्या सगळ्या लोकांशी थेट संपर्क साधला. आपल्याला काय वाटतं आहे, आपल्याला काय दृश्यं दिसत आहेत, आपले अनुभव कसे आहेत या सगळ्याविषयी तिघं अंतराळवीर बोलले. इथं किती एकाकी वाटतं याविषयी बोलून पृथ्वीवर म्हणूनच आपलं सर्वसामान्य जग किती वेगळं आहे, याची जाणीव होत असल्याचं भाष्य लॉव्हेलनं केलं. नाताळाच्या दिवशी 'अपोलो ८' अंतराळयानानं चंद्राभोवतीची आपली दहावी आणि अखेरची फेरी पूर्ण केली. आता पुन्हा पृथ्वीच्या कक्षेत परतणं भाग होतं. ज्याप्रमाणे पृथ्वीच्या कक्षेतून चंद्राच्या कक्षेत जाण्यासाठीचा प्रवास अत्यंत धोकादायक होता आणि त्यात बारीकशीसुद्धा चूक होऊन चालणार नव्हतं तसाच प्रकार आता उलट्या प्रवासाच्या संदर्भातही होता. थोडीशीही चूक अंतराळवीरांसाठी घातक ठरली असती. समीकरणांमध्ये किंवा आकडेमोडींमध्ये अगदी किंचितशी चूक होणं, इंजिनात सूक्ष्म बिघाड होणं किंवा योग्य वेळ साधण्यात सेकंदाच्या एखाद्या भागाचा फरक पडणं अशा किंवा इतर असंख्य प्रकारच्या छोट्या चुकींमुळे कहर होऊ शकणार होता. या खेपेला इंजिन ३०४ सेकंदांसाठी चालवलं जाणं भाग

होतं. यामुळे चंद्राच्या कक्षेतून 'अपोलो ८' अंतराळयान सुरक्षितपणे पृथ्वीच्या कक्षेत परतणार होतं. याही खेपेला कसलीच चूक झाली नाही आणि त्यामुळे अपेक्षेप्रमाणे अंतराळयान पृथ्वीच्या कक्षेत शिरू शकलं. त्यानंतर ते पृथ्वीकडे परतायला लागलं. पॅसिफिक समुद्राच्या वर असताना तीन अंतराळवीरांची पॅराशूट्स बिनचूकपणे उघडली आणि पृथ्वी तसंच चंद्र यांना घिरट्या घालून आलेले अंतराळवीर पृथ्वीवर ठीकठाक अवस्थेत परतले.

अमेरिकेच्या 'अपोलो ८' मोहिमेधल्या भन्नाट यशामुळे सोव्हिएत युनियनला प्रचंड हादरा बसला. अंतराळभरारीच्या विश्वात आघाडी घेतलेल्या सोव्हिएत युनियनला मागे टाकून अमेरिकेनं आता या बाबतीत जोरदार मुसंडी मारली असल्याची जाणीव सोव्हिएत युनियनला झाली. यातून मार्ग काढण्यासाठी १९६९ सालच्या सुरुवातीला सोव्हिएत उच्चपदस्थांची एक बैठक बोलावण्यात आली. चंद्रावर जाणारा पहिला माणूस अमेरिकी नसला पाहिजे आणि तो सोव्हिएत असला पाहिजे, या दोन्ही गोष्टी साधण्यासाठी मिशिनच्या कामाला गती देण्यात यावी याविषयी सगळ्यांचं एकमत झालं. आता सगळ्या आशा मिशिन काम करत असलेल्या N-1 रॉकेटवर केंद्रित झाल्या. या रॉकेटच्या उड्डाणाची चाचणी १९६९ सालच्या फेब्रुवारी महिन्याच्या सुरुवातीला घ्यायचं ठरलं; पण ऐन वेळी हवामान खराब झाल्यामुळे यासाठीची तारीख पुढे ढकलून ती २० फेब्रुवारीवर ढकलण्यात आली. मोठ्या आशेनं आणि औत्सुक्यानं सगळे जण या चाचणीकडे बघत होते. सोव्हिएत युनियनला चंद्रावर जाण्याच्या संदर्भात अमेरिकेवर मात करायची असेल तर याच रॉकेटचा उपयोग करणं भाग होतं. चाचणीच्या ठरलेल्या वेळेला रॉकेट हवेत झेपावलं. त्याबरोबर सगळ्यांनी सुटकेचा निःश्वास सोडला. आता इथून पुढे रॉकेटचा प्रवास कसा होतो आहे याकडे सगळ्यांचं लक्ष लागून राहिलं होतं. रॉकेट हवेत काही अंतर जाईपर्यंत सगळं ठीकठाक होतं; पण त्यानंतर मात्र अचानकपणे रॉकेटची दोन इंजिन्स पेटली. त्याबरोबर कहर झाला. रॉकेटचं उड्डाण तर पार फसलंच, शिवाय त्यानं पेट घेतला. अणुबॉम्ब फुटावा तसा हा स्फोट आजवरच्या रॉकेट्सच्या स्फोटांपैकी सगळ्यात मोठा होता. या स्फोटामुळे आसपासच्या तब्बल दहा किलोमीटर्स परिसरात रॉकेटचे अवशेष विखुरले. नुसता गोंधळ माजला. घोंघावत या पेटत्या रॉकेटनं पुन्हा जमिनीकडे आपला प्रवास सुरू केला, तेव्हा अमेरिकाच चंद्रावर पहिला माणूस पाठवणार, अशी दाट शंका सगळ्यांच्याच मनात थैमान घालायला लागली!

■

# नील आर्मस्ट्राँगचं चंद्रावर ऐतिहासिक पाऊल

अमेरिकेमध्ये अपोलो अंतराळयानांच्या पुढच्या मोहिमांची आखणी सुरू होती. 'अपोलो ८' अंतराळयानाच्या यशानंतर अपोलोच्या नवव्या आणि दहाव्या क्रमांकांच्या अंतराळयानांच्या प्रवासासंबंधीचे बेत आखणं सुरू होतं. 'अपोलो ८' अंतराळयानाच्या मोहिमेसाठी राखीव अंतराळवीर म्हणून नील आर्मस्ट्राँग आणि बझ ऑल्ड्रिन यांची नावं निश्चित करण्यात आली होती. त्या काळात अमेरिकेमध्ये रुजलेल्या शिरस्त्यानुसार अंतराळवीरांची नावं आलटून पालटून आगामी मोहिमांसाठी ठरवली जात. त्यानुसार 'अपोलो ११' मोहिमेचे अंतराळवीर म्हणून नील आर्मस्ट्राँग आणि बझ ऑल्ड्रिन यांची नावं ठरली. यातला सगळ्यात महत्त्वाचा मुद्दा म्हणजे ही मोहीम प्रथमच अंतराळवीरांना चंद्रावर उतरवणार होती. त्यातही नील आर्मस्ट्राँग हा या दुकडीपैकी मोहिमेचा कप्तान असणार, हे नक्की असल्यामुळे चंद्रावर पाय ठेवणारा पहिला माणूस बनण्याची संधी आपल्यालाच मिळणार याची बझ ऑल्ड्रिनला खात्री झाली आणि तो पार थरारून गेला. मोहिमेच्या कप्तानाकडे अंतराळयानाची जबाबदारी सांभाळण्याचं काम दिलेलं असल्यामुळे त्याला अंतराळयान सोडता येणं शक्य नसे. म्हणजेच आर्मस्ट्राँग 'अपोलो ११' अंतराळयानातून चंद्राच्या पृष्ठभागापर्यंत पोहोचला तरी तो अंतराळयानातच बसून राहणार होता.

चंद्रावर 'अपोलो ११' अंतराळयान पाठवण्यापूर्वी त्यासाठीची तयारी म्हणून पृथ्वीवरच याच्या अनेक सरावचाचण्या घेण्यात आल्या. म्हणजेच पृथ्वीपासून वरच्या दिशेनं काही अंतरापर्यंत सरावासाठीचं अंतराळयान पाठवायचं आणि चंद्रावर असते तशी परिस्थिती तिथं निर्माण करायची, असा सराव सुरू होता. या सरावादरम्यान आर्मस्ट्राँगनं अत्यंत धोकादायक पद्धतीनं अंतराळयान चालवण्याचे

प्रकार केले. यामुळे ऑल्ड्रिन वैतागून गेला. आर्मस्ट्राँगच्या या धाडसांमुळे आपलंही आयुष्य धोक्यात येत असल्याची भीती त्याला सतावत होती. त्यानं आर्मस्ट्राँगला तसं सांगताच आर्मस्ट्राँगनं त्याला घाबरण्याचं काहीएक कारण नसून मुद्दामच आपण चंद्रावरच्या अतिविपरीत वातावरणाचा सराव करण्याचा प्रयत्न करत असल्याचं सांगितलं. ऑल्ड्रिनचं यामुळे अजिबात समाधान तर झालंच नाही; पण उलट त्यानं आर्मस्ट्राँगची वरिष्ठांकडे तक्रार केली. त्यांनी या तक्रारीची फारशी दखल घेतलीच नाही. उलट चंद्रावर उतरणारा पहिला माणूस म्हणून त्यांनी ऑल्ड्रिनऐवजी आर्मस्ट्राँगचं नाव निश्चित केलं. यामुळे ऑल्ड्रिन अजूनच वैतागला आणि पार निराश झाला.

दरम्यान 'अपोलो ९' आणि 'अपोलो १०' मोहिमा यशस्वी ठरल्या. चंद्रावर अंतराळयान नेण्यासाठीच्या तयारीला आता चांगलाच वेग आला. 'अपोलो १०' अंतराळयानानं चंद्राच्या पृष्ठभागापासून फक्त १५ किलोमीटर्सपर्यंत जाण्याचा पराक्रम केला. साहजिकच चंद्रावर माणूस पाठवण्यासाठीच्या १६ जुलै, १९६९ या दिवशीच्या 'अपोलो ११' मोहिमेकडे आता सगळ्यांचं लक्ष लागून राहिलं. चंद्रावर माणूस उतरण्याचा इतिहास ही मोहीम घडवणार का, या अत्यंत सनसनाटी गोष्टीकडे अमेरिकेमधलेच नव्हे, तर जगभरातले सगळे लोक विलक्षण औत्सुक्यानं बघायला लागले. जर ही मोहीम यशस्वी ठरली, तर अमेरिकेचा राष्ट्रध्वज चंद्राच्या पृष्ठभागावर रोवण्याचा प्रयत्न करायचं ठरवण्यात आलं. याखेरीज अनेक लोक कुतूहल किंवा अंधश्रद्धा यांच्यामुळे चंद्रावर नेण्यासाठी आपापल्या आठवणीच्या वस्तू नासाकडे आणून द्यायला लागले. आपला जीव धोक्यात घालून चंद्रावर जाण्यासाठीच्या या मोहिमेमध्ये सहभागी होण्यासाठी कोण अंतराळवीर तयार झाले आहेत याविषयीही लोकांना विलक्षण कुतूहल होतं. साहजिकच याविषयीच्या बातम्या छापून यायला लागल्या. 'लाईफ' नावाच्या नियतकालिकानं तर अंतराळवीरांचं एक सहकुटुंब संमेलनच घडवून आणलं आणि त्याचं रसभरीत वार्तांकन छापलं.

अमेरिकेमध्ये अशा प्रकारे उत्साह आणि जल्लोष यांचं रोमहर्षक वातावरण असताना 'सेंट्रल इंटेलिजन्स एजन्सी (सीआयए)' या अमेरिकेच्या गुप्तचर संस्थेनं यावर पुरतं विरजण घालणारी एक बातमी आणली. गुप्तचरांच्या अहवालानुसार तसंच अमेरिकेच्या टेहळणी करत असलेल्या उपग्रहांनी टिपलेल्या छायाचित्रांनुसार सोव्हिएत युनियनमध्ये एक अजस्त्र रॉकेट उड्डाणासाठी तयार ठेवण्यात आलं होतं. हे रॉकेट सोव्हिएत युनियनच्याच नव्हे तर अमेरिकेच्याही आजवरच्या सगळ्या रॉकेट्सपेक्षा जास्त अवाढव्य होतं. जर आपल्या 'अपोलो ११' अंतराळयानाचा मुहूर्त काही कारणानं हुकला किंवा या मोहिमेत अपयश हाती आलं, तर चंद्रावर माणूस पाठवण्याच्या स्पर्धेत सोव्हिएत युनियन अमेरिकेला मागे टाकेल असा अंदाज खुद्द फॉन ब्राऊननं व्यक्त करून अमेरिकेसाठी अशुभ असलेल्या या

बातमीवर एक प्रकारे शिक्कामोर्तबच केलं.

सोव्हिएत युनियनमध्ये खरंच चंद्रावर माणूस पाठवण्यासाठीची तयारी जोरदार सुरू होती. अॅलेक्सी लिओनोव्हनं तशी घोषणाही केली. एप्रिल आणि मे या महिन्यांत मिशिन आणि त्याचे सहकारी यांनी N-1 रॉकेटच्या उड्डाणाची जोरदार तयारी केली. जूनच्या मध्यावर हे रॉकेट चंद्राकडे पाठवायचं, असा त्यांचा बेत होता. अगदी युद्धपातळीवर प्रयत्न करूनसुद्धा ते अपुरे पडले आणि त्यामुळे ही तारीख हुकली. यामुळे त्यांनी हा मुहूर्त पुढे नेत ३ जुलैवर नेला. तरीही सोव्हिएत युनियनला अमेरिकेच्या 'अपोलो ११' मोहिमेआधी चंद्रावर माणूस पाठवणं शक्य झालंच असतं. यासाठी सोव्हिएत युनियनचे तंत्रज्ञ आणि कामगार यांनी अविरत परिश्रम घेतले. जून महिन्याचा असह्य उकाडा सहन करत त्यांनी शेवटी हे रॉकेट उभं केलं. ३ जुलैला रॉकेटचं उड्डाण होणार हे आता नक्की झालं. शेवटच्या धावपळीनंतर काउंटडाऊन सुरू झाला आणि रात्री ११.१८ वाजता रॉकेट व्यवस्थितपणे अंतराळाच्या दिशेनं झेपावलं. सुरुवातीला रॉकेट व्यवस्थितपणे वर गेलं खरं; पण त्यानंतर हादरे बसल्यासारखं ते हलायला लागलं. रॉकेट जमिनीपासून ६०० फूट उंचीवर गेलेलं असताना नक्कीच काहीतरी गडबड झाली असल्याचं सगळ्यांना जाणवायला लागलं. रॉकेट वरच्या दिशेनं जात राहील असं वाटेनासं झालं. त्यानुसार रॉकेट उलटंपालटं झालं आणि जिथून त्यानं उड्डाण केलं होतं, त्याच ठिकाणी जवळपास एखादा अणुबॉम्ब पडावा तशा जोरानं ते खाली आपटलं. त्या ठिकाणी आगीचे लोळ उठावेत तसं चित्र निर्माण झालं. प्रचंड उष्णतेत धातू वितळले. सगळीकडे धुराचे डोंगर निर्माण झाले. रॉकेटच्या उड्डाणाचं दृश्य बघण्यासाठी सुरक्षित अंतरावर थांबलेल्या लोकांनाही रॉकेट जमिनीवर आपटल्यामुळे निर्माण झालेल्या हादऱ्यांची जाणीव झाली. लागलेली आग तर कित्येक तास टिकून राहिली आणि पसरली. दुसऱ्या दिवशी सकाळी यामुळे आजूबाजूच्या जीवसृष्टीचं किती नुकसान झालं आहे, याची लोकांना जाणीव झाली. हजारो पक्षी आणि वन्य प्राणी जळून खाक झाले. या घटनेचा सोव्हिएत युनियनला विलक्षण धक्का बसला. अनेक महिने रात्रंदिवस मेहनत घेत असलेल्या मिशिनला तर हे असह्य झालं. ही घटना घडून तीन दिवस उलटल्यावर त्याच्या हृदयात वेदना सुरू झाल्या. नेहमीप्रमाणेच या अपयशाची कारणं शोधण्यात आल्यानंतर अनेक तांत्रिक चुका झाल्याचं दिसून आलं.

या झटक्यामुळे सोव्हिएत युनियनचं चंद्रावर माणूस पाठवण्याचं स्वप्न भंगलं असलं तरी या मोहिमेत सहभागी असलेल्या लोकांची जिद्द कायम होती. आपल्या वैद्यकीय समस्यांवर उपचार करून घेत मिशिन पुन्हा काही दिवसांनी पुढच्या मोहिमेच्या कामावर रुजू झाला. अजूनही अमेरिकेच्या आधी चंद्रावर माणसाला पोहोचवता आलं नाही तर निदान अंतराळयानाला तरी पोहोचवावं या हेतूनं

अमेरिकेच्या 'अपोलो ११' अंतराळयानाला चंद्रावर पाठवण्याच्या तीन दिवस आधी म्हणजे १३ जुलै या दिवशी सकाळी सहा वाजता कमी क्षमतेचं आणि म्हणूनच कमी भार नेणारं रॉकेट सोव्हिएत युनियनच्या भूमीवरून चंद्राच्या दिशेनं झेपावलं.

दरम्यान अमेरिकेमध्ये चंद्रावर अंतराळयान पाठवण्याच्या मोहिमेचा 'काऊंटडाऊन' जोरात सुरू झाला. तयारीबरोबरच असंख्य वादही सुरू होते. चंद्रावर अंतराळयान उतरत असताना या घटनाक्रमाचं चित्रण केलं जावं का, या मुद्द्यावरून वाद निर्माण झाले आणि शेवटी 'असं चित्रण केलं जावं' असं ठरलं. अशा अनेक बारीकसारीक गोष्टींनंतर अखेर 'अपोलो ११' ला चंद्रावर पाठवण्याचा मुहूर्त उजाडला. १६ जुलै या दिवशी सकाळी ९.३० ची वेळ यासाठी निश्चित करण्यात आली होती. आर्मस्ट्राँग आणि ऑल्ड्रिन यांच्यासह मायकेल कॉलिन्स हा तिसरा अंतराळवीरसुद्धा उड्डाणासाठी सज्ज झाला. तिघांनी आपल्या कुटुंबीयांचा निरोप घेतला. आपण कदाचित कायमसाठी त्यांच्यापासून दूर जाण्याची शक्यता असल्याचं त्यांना मनातून जाणवत होतं. फॉन ब्राऊन आपल्या निरीक्षणासाठीच्या ठिकाणी जाऊन बसला. आपलं इतक्या वर्षांचं स्वप्न अखेर साकार होणार का, यासंबंधीचं त्याचं औत्सुक्य टोकाला जाऊन पोहोचलेलं असलं, तरी या सगळ्याचा विलक्षण ताण त्याच्या मनावर होता. ठरलेल्या वेळी 'अपोलो ११' अंतराळयानाला घेऊन Saturn V रॉकेट हवेत झेपावलं. सगळ्या जगाचं या रॉकेटकडे लक्ष होतं. अमेरिकेमध्येच नव्हे, तर सोव्हिएत युनियनमध्येसुद्धा लोक मोठ्या कुतूहलानं या रॉकेटच्या उड्डाणाकडे बघत होते. बीबीसीनं तर ही दृश्यं दाखवत असताना सोव्हिएत युनियनचं अंतराळयान अमेरिकेच्या अंतराळयानाच्या मार्गात येईल की काय, अशी एक भन्नाट शक्यताही व्यक्त केली. रॉकेट अगदी व्यवस्थितपणे प्रवास करत अंतराळात पोहोचलं. तिथं चार दिवस काढल्यानंतर चंद्राच्या कक्षेत जाण्याची तयारी अंतराळवीरांनी सुरू केली.

तिकडे सोव्हिएत युनियनमध्ये मात्र काळजीचं वातावरण होतं. अजून तरी त्यांचं अंतराळयान चंद्रावर उतरू शकलं नव्हतं. चंद्राचा खडकाळ आणि उंचसखल पृष्ठभाग याला कारणीभूत ठरला. यातून मार्ग काढण्यासाठी चंद्राभोवतीच्या वेगळ्या कक्षेतून अंतराळयानानं चंद्रावर पाऊल ठेवावं, असा पर्याय सुचवण्यात आला खरा; पण यासाठीची समीकरणं प्रचंड किचकट होती आणि प्रत्यक्षातल्या परिस्थितीशी ती अजिबातच जुळत नव्हती. सोव्हिएत युनियनच्या या Luna 15 अंतराळयानाचा खरंच 'अपोलो ११' अंतराळयानाला अडथळा निर्माण होतो की काय, अशी भीती नासाला सतावत होती. विनाकारणच आपल्या मोहिमेला अपयशाचा सामना करावा लागणार, अशा शक्यतेमुळे नासामध्ये अस्वस्थता पसरली. नासानं आपल्या अंतराळवीरांपर्यंत ही माहिती पोहोचवली. सगळं जगच आता श्वास रोखून या विलक्षण अंतराळामधल्या अभूतपूर्व शर्यतीकडे बघायला लागलं. पृथ्वीवरच्या

तंत्रज्ञांचं लक्ष आता हे अपोलो अंतराळयान चंद्रावर कधी टेकतं याकडे लागून राहिलं होतं. जेव्हा हे अंतराळयान चंद्रामागून येईल, तेव्हा चंद्राच्या पृष्ठभागावर ते उतरवण्यासाठीचे प्रयत्न सुरू करायचं ठरलं, यात असंख्य अडचणी येण्याची शक्यता होती आणि आता सगळं आर्मस्ट्राँगच्या कौशल्यावर अवलंबून होतं. जर चंद्राच्या पृष्ठभागावर उतरण्यासंबंधीच्या कामात काही अडचणी आल्या, तर हा प्रयत्न सोडून सरळ पुन्हा चंद्राच्या कक्षेत पोहोचण्याचा प्रयत्न आर्मस्ट्राँग करणार होता. तिथं 'अपोलो ११' अंतराळयानाचं नियंत्रक अंतराळयान चंद्राभोवतीच्या कक्षेत फिरत होतं. त्याच्या आसऱ्याला जायचा प्रयत्न करणं, हा आर्मस्ट्राँगचा प्रयत्न असणार होता. अंतराळयान चंद्राच्या पृष्ठभागावर उतरण्यासंबंधीची तयारी सुरू होण्याचा क्षण आला आणि तेवढ्यात ऑल्ड्रिनच्या समोरच्या स्क्रीनवर कसलीतरी गडबड असल्याचा इशारा देणारा '१२०२' क्रमांकाचा संदेश आला. या संदेशाचा ऑल्ड्रिनला अर्थ लागेना. यामुळे त्यानं पृथ्वीवरच्या आपल्या सहकाऱ्यांना त्याविषयी विचारलं. तेव्हा या संदेशाकडे दुर्लक्ष करण्याचा सल्ला त्याला देण्यात आला. त्यानुसार आर्मस्ट्राँगनं आपलं अंतराळयान चंद्राच्या पृष्ठभागावर नेण्यासाठीची तयारी सुरू केली. तेवढ्यात परत एकदा हा संदेश ऑल्ड्रिनला दिसला. तेव्हा त्यांचं अंतराळयान चंद्रापासून ७५०० फूट उंचीवर होतं आणि ताशी ८० मैल वेगानं ते चंद्राकडे येत होतं. या संदेशाकडेही दुर्लक्ष कर असं त्याला पृथ्वीवरच्या सहकाऱ्यांनी सांगितलं. त्यानुसार त्यांचं अंतराळयान आधीसारखं चंद्राच्या पृष्ठभागाच्या दिशेनं येत राहिलं. आता ते तिथून फक्त ३००० फुटांवर असताना '१२०१' असा इशारा ऑल्ड्रिनला स्क्रीनवर दिसला. आता काय करायचं हे ऑल्ड्रिनला समजेना. त्यानं पृथ्वीवरच्या सहकाऱ्यांना त्याविषयी विचारलं. याही इशाऱ्याकडे दुर्लक्ष करण्याचा सल्ला त्याला देण्यात आला. चंद्राचा पृष्ठभाग जवळ येत गेला तसतसं तिथं उतरणं सोपं नसल्याचं आर्मस्ट्राँगच्या लक्षात आलं. तिथला पृष्ठभाग एकदम खरखरीत आणि उंचसखल वाटत होता. तिथं अंतराळयान उतरवण्याचा प्रयत्न करणं म्हणजे उंचीवरून एखाद्या खूप खोल खड्ड्यात गाडी घालण्यासारखं होतं. शेवटी आर्मस्ट्राँगनं संगणकाच्या बुद्धीवर विसंबून न राहता स्वतःकडे अंतराळयानाचं नियंत्रण घेतलं. अंतराळयानाचा वेग वाढवत ते चंद्राच्या पृष्ठभागावर उतरवण्यासाठी सगळ्यात आदर्श जागा शोधण्यासाठी त्यानं धडपड सुरू केली. पृथ्वीवरच्या तंत्रज्ञांना आर्मस्ट्राँगनं नक्की कधी अंतराळयानाचं नियंत्रण स्वतःकडे घेतलं, याचा पत्ता लागला नसला, तरी अंतराळयानामधलं इंधन मात्र लवकरच संपुष्टात येऊ शकतं, याची त्यांना कल्पना होती. चंद्रापासून ३०० फूट उंचीवर असताना चंद्रावर उतरण्यासाठीची योग्य जागा आपल्याला सापडली असल्याचा आर्मस्ट्राँगचा समज झाला खरा; पण आणखी १०० फूट खाली आल्यावर आर्मस्ट्राँगनं आपलं मत

बदललं. यामुळे ऑल्ड्रिनला आधीच्या चाचण्यांच्या वेळी आर्मस्ट्राँगनं केलेल्या प्रकारांची आठवण झाली आणि तो काळजीत पडला. आता फक्त साठ सेकंद पुरेल इतकंच इंधन अंतराळयानात शिल्लक होतं आणि जर चंद्राच्या पृष्ठभागावर उतरण्याचा निर्णय रद्द करून पुन्हा चंद्राच्या कक्षेत जायचा निर्णय घेतला तर त्यासाठीच्या उड्डाणासाठी किमान वीस सेकंदांइतकं इंधन खर्ची पडणार होतं. यामुळे पृथ्वीवरचे तंत्रज्ञ प्रचंड बेचैन झाले. अगदी अटीतटीचा बाका प्रसंग होता आणि संबंधित माणसं चंद्रापाशी असल्यामुळे आपण काहीही करू शकत नाही, याची जाणीव त्यांना होती. त्यांनी सगळं आर्मस्ट्राँगवर सोडलं. आता फक्त तीस सेकंदांसाठीचं इंधन शिल्लक असल्याचा इशारा त्यांनी आर्मस्ट्राँगला दिला. आर्मस्ट्राँगला तेवढ्यात चंद्रावरचा एक सपाट भाग दिसला. अशाच सपाट भागावर आपलं अंतराळयान उतरवलं पाहिजे याची त्याला जाणीव होती. अंतराळयानाला खुर्चीला असतात तसे चार पाय होते आणि या चार पायांवर आपण नीटपणे उतरलो तरच नंतर चंद्रावरून परतताना उड्डाण करणं शक्य होईल हे त्याला माहीत होतं. इतका कठीण प्रसंग असताना अत्यंत कौशल्यानं आर्मस्ट्राँगनं अंतराळयान खाली आणलं आणि चंद्रावर टेकवलं! हे काम त्यानं इतक्या कुशलतेनं केलं की अंतराळयानाला कुठल्याच प्रकारचा खास धक्कासुद्धा जाणवला नाही. हवेत उडणारं विमान आपल्या ईप्सित ठिकाणी पोहोचल्यावर धावपट्टीवर उतरताना जसा बारीकसा हादरा बसल्यासारखं होतं तेवढं झालं. अमेरिकेच्या ह्यूस्टन शहरात दुपारचे ३.१७ वाजलेले असताना आर्मस्ट्राँगचे शब्द त्यांना ऐकू आले : Tranquility base here. The Eagle has landed. 'अपोलो ११' अंतराळयानात बसलेले आणि आता चंद्राच्या पृष्ठभागावर असलेले दोन अंतराळवीर आता डोळे विस्फारून आपल्या नव्या भूमीकडे बघत होते. आपण पृथ्वीवर नसून चंद्रावर आहोत ही कल्पना पचवणं त्यांना अजूनही जड जात होतं.

**ऑल्ड्रिनच्या हेल्मेटमध्ये दिसणारं आर्मस्ट्राँगचं प्रतिबिंब**

लवकरच आर्मस्ट्राँग आपल्या खुर्चीमधून उठला आणि चंद्रावर उतरला. त्यासरशी अंतराळयानाला जोडलेले स्वयंचलित कॅमेरे सुरू झाले. त्याबरोबर अमेरिकेत साठ कोटी लोकांनी चंद्रावर उतरलेल्या एका माणसाची अंधूक दिसणारी अद्भुत दृश्यं आपल्या टीव्हीवर बघितली.

आर्मस्ट्राँगनं चंद्राच्या पृष्ठभागावर हळूच एक पाऊल टाकलं. तिकडे सोव्हिएत युनियनमध्ये सर्वसामान्य लोकांपर्यंत ही दृश्यं पोहोचू शकत नसली, तरी सोव्हिएत अंतराळभरारीशी संबंधित असलेल्या प्रकल्पाचं काम करणारे अधिकारी मात्र आर्मस्ट्राँगचं ऐतिहासिक पाऊल बघत होते. हे पाऊल खरं म्हणजे एखाद्या सोव्हिएत माणसानं टाकायला हवं होतं, असं त्यांना राहूनराहून वाटत होतं. आपण अंतराळभरारीच्या विश्वात घेतलेली सुरुवातीची भरारी आपल्याला चंद्रापर्यंत मात्र नेण्यात अपयशी ठरल्याची बोच त्यांना टोचत राहिली. तेवढ्यात सगळ्यांना आर्मस्ट्राँगचे शब्द ऐकू आले : That's one small step for man; one giant leap for mankind.

आता मात्र सोव्हिएत तंत्रज्ञांनीही टाळ्यांचा कडकडाट केला. आपल्या सगळ्यात मोठ्या शत्रूनं आपल्यावर मात केलेली असून आपल्या नाकावर टिच्चून चंद्रावर पहिला माणूस पाठवला आहे हे कटू सत्य सगळेच क्षणभर विसरले. आपसातले मतभेद विसरून आणि माणसामाणसांमधला फरक बाजूला ठेवून मोठ्या मनानं सोव्हिएत तंत्रज्ञांनी आणि अधिकाऱ्यांनी दिलखुलासपणे माणसाच्या या अभूतपूर्व प्रगतीचं कौतुक केल्याचा हा अत्यंत दुर्मिळ प्रसंग होता. काही तासांमध्येच त्यांचं Luna 15 हे अंतराळयान चंद्राच्या पृष्ठभागावर ताशी ४८३ किलोमीटर्स वेगानं आदळलं आणि नष्ट झालं.

**डावीकडे आर्मस्ट्राँग, उजवीकडे ऑल्ड्रिन**

पूर्वी अंतराळभरारीच्या संदर्भात सोव्हिएत युनियननं अमेरिकेवर मात केलेली असली तरी आता चंद्राच्या मोहिमेत अमेरिकेचा निर्विवाद विजय झाला होता. चंद्रावरच्या अमेरिकी ध्वजानं हे अगदी स्पष्टपणे अधोरेखित केलं. अर्थात या विजयामागे फॉन ब्राऊनसकट अनेक अमेरिकी तंत्रज्ञांचा मोठा हात असला तरी त्याच्या जोडीला कोरेलियॉव्हसारख्या रशियन तंत्रज्ञांचाही सिंहाचा वाटा होता. चंद्रावर पहिला माणूस आत्ता पोहोचला असला तरी हे स्वप्न त्यानं किती दशकांपूर्वी बघितलं होतं! तसंच कुणाच्याही ध्यानीमनी नसताना आणि कुणालाच हे शक्य वाटत नसताना त्याच्यासारख्या अद्भुत माणसांनी सगळ्या अडचणींना तोंड देत केलेल्या अभूतपूर्व वाटचालीमुळे हे शक्य झालं, त्याची आठवण जगाला या निमित्तानं झाली. हे दृश्य बघायला कोरेलियॉव्ह पृथ्वीवर हजर नव्हता; पण त्याच्या

प्रत्येक सहकाऱ्याला त्याची आठवण आल्यावाचून राहिली नाही. फॉन ब्राऊनच्या नजरेसमोरसुद्धा कोरेलियॉव्हच्या आठवणीखेरीज जर्मनीमधल्या आपल्या दिवसांमधले V-2 रॉकेटचे दिवस तरळले! यानंतर चंद्रावर माणूस पाठवण्याच्या पाच यशस्वी मोहिमा फॉन ब्राऊननं राबवल्या. मग मात्र नासामध्ये फारसं काही आवडतं काम मिळत नसल्यामुळे तो १९७२ साली निवृत्त झाला. पाचच वर्षांनी कर्करोगामुळे त्याचं निधन झालं.

**चंद्रावर उभा असलेला आर्मस्ट्राँग**

■

# संदर्भ-सूची

| पुस्तक/वेब साईट/संदर्भ | लेखक | प्रकाशक |
|---|---|---|
| Space Race: The Battle to Rule the Heavens | Deborah Cadbury | Harper Perennial |
| Epic Rivalry: The Inside Story of the Soviet and American | Von Hardesty and Gene Eisman | National Geo graphic |
| Four-part Documentary titled "Space Race" | Produced by Deborah Cadbur | BBC |
| Packing for Mars: The Curious Science of Life in Space | Mary Roach | Oneworld Publications |
| अंतरिक्ष भरारी | डॉ. बाळ फोंडके | मॅजेस्टिक पब्लि. हाऊस |
| First Orbit- the Movie | Produced and Directed by Christopher Riley | An Attic Room Production |
| Gagarin - Untold Story of First Man in Space (Documentary) | Producer: Ekaterina Dergacheva | RT and TV-NOVOSTI |
| Last Flight of Yuri Gagarin- What Killed the Space Icon? (Documentary) | - - - | RT and TV-NOVOSTI |
| Eyewitness Books: Universe Inc | Robin Kerrod | DK Publishing |
| Eyewitness Books: Astronomy Inc | Kristen Lippincott | DK Publishing |
| Uncovering The Secrets of the Red Planet Mars | Paul Raeburn | The National Geographic Society |
| Von Braun: Dreamer of Space, Engineer of War | Michael Neufeld | Vintage |